சந்தியா
பதிப்பகம்

பாஸ்கரன் என்கிற பாவண்ணன் விழுப்புரம் மாவட்டத்தைச் சேர்ந்த வளவனூர் என்னும் கிராமத்தில் 20.10.1958 அன்று பிறந்தவர். 1982 முதல் இன்றுவரை சிறுகதை, நாவல், கவிதை, கட்டுரை, சிறுவர் இலக்கியம், மொழிபெயர்ப்பு என பல தளங்களிலும் தொடர்ந்து ஆர்வமுடன் இயங்கி வருபவர். இதுவரை சொந்தப்படைப்புகளும் மொழிபெயர்ப்புப் படைப்புகளுமாக 99 புத்தகங்கள் வெளிவந்துள்ளன. நயனக்கொள்ளை சிறுகதைத்தொகுதி பாவண்ணனின் நூறாவது புத்தகமாகும்.

பயணம் என்னும் சிறுகதைக்காக கதா விருதும் பாய்மரக்கப்பல் என்னும் நாவலுக்காக இலக்கியச்சிந்தனை விருதும் பெற்றிருக்கிறார். மகாபாரதப் பின்னணியைக் கொண்ட பருவம் என்னும் கன்னட நாவலின் தமிழ் மொழிபெயர்ப்புக்காக, சாகித்ய அகாதெமியின் மொழிபெயர்ப்புக்கான விருதைப் பெற்றார். 2015ஆம் ஆண்டுக்குரிய சுஜாதா நினைவு விருது இவருடைய பச்சைக்கிளிகள் சிறுகதைத்தொகுதிக்கு வழங்கப்பட்டது. இவருடைய படைப்பிலக்கியப் பங்களிப்புக்காக புதுமைப்பித்தன் நினைவு விளக்கு விருது, எம்.வி.வெங்கட்ராம் நூற்றாண்டு நினைவு விருது, எழுத்துக்களம் விருது உள்ளிட்ட பல விருதுகள் வழங்கப்பட்டுள்ளன.

இவருடைய மனைவி அமுதா. மகன் மயன்.

மின்னஞ்சல் முகவரி: paavannan@hotmail.com

# முன்னுரை

ஒருமுறை அருணகிரிநாதர் கனவில் முருகன் தோன்றினார் என்றும் ஒரு புதிய பாடலைப் பாடுவதற்கான தொடக்கம் சரியாக அமையாது கலக்கத்தில் மூழ்கியிருந்த அருணகிரிநாதருக்கு 'முத்து' என்றொரு சொல்லை எடுத்துக் கொடுத்தாரென்றும், அதையே தொடக்கச்சொல்லாகக் கொண்டு அவர் 'முத்தைத்தரு பத்தித் திருநகை அத்திக்கிறை சத்திச் சரவண' என்று பாடலை எழுதத் தொடங்கிவிட்டதாகவும் ஒரு நம்பிக்கை நம்மிடம் இருக்கிறது.

இக்குறிப்பை இந்த முன்னுரையில் எழுதுவதற்கு ஒரு காரணம் இருக்கிறது. தினசரிச்சலிப்பை வென்றெழும் முயற்சியாக திருவாசகத்தில் அடிக்கடி தோய்ந்துவிடும் நண்பர் சந்தியா நடராஜன் அந்த வாசிப்பில் மனம்கவர்ந்த வரிகளை என்னுடன் அடிக்கடி பகிர்ந்துகொள்வது வழக்கம். அப்படி ஒருமுறை மிகவும் மனம் மகிழ்ந்து சொன்ன சொல் நயனக்கொள்ளை. அருணகிரிநாதருக்கு முருகன் சொன்னதுபோல அவர் அச்சொல்லைச் சொன்னார். அவர் அத்துடன் நிற்கவில்லை, ஒரு படி மேலே சென்று அந்தச் சொல்லை தலைப்பாகக் கொண்டு ஒரு கதை எழுதும்படி கேட்டுக்கொண்டார்.

எனக்கும் அச்சொல் பிடித்திருந்தது. உடனே அவர் விருப்பத்தை நிறைவேற்றுவதாக நானும் வாக்களித்துவிட்டேன். மீண்டும் மீண்டும் அச்சொல்லை மனத்துக்குள் சொல்லிப் பார்த்துக்கொண்டேன். சொல்லச்சொல்ல ஒருவித இனிமையை உணர்ந்தேன். பொருத்தமான

சமர்ப்பணம்

அன்புடன்
ஊட்டி மணி என்கிற நிர்மால்யாவுக்கு

# நயனக்கொள்ளை

பாவண்ணன்

சந்தியா பதிப்பகம்
சென்னை - 83

## நயனக்கொள்ளை

© பாவண்ணன்

முதற்பதிப்பு: 2023

அளவு: டெமி ● தாள்: 60gms ● பக்கம்: 168
அச்சு அளவு: 11 புள்ளி ● விலை: 175/-
அச்சாக்கம்: அருணா எண்டர்பிரைஸஸ்
சென்னை - 40

### சந்தியா பதிப்பகம்
புதிய எண்: 77, 53வது தெரு, 9வது அவென்யூ
அசோக் நகர், சென்னை - 600 083.
தொலைபேசி: 044-24896979

ISBN : 978-93-95442-40-4

### Nayanakkollai
© Paavannan

Printed at A S X Pvt. Ltd.,
Chennai - 40.

Published by
Sandhya Publications
New No. 77, 53rd Street, 9th Avenue,
Ashok Nagar, Chennai - 600 083.
Ph: 044-24896979

Price Rs.175/-

sandhyapublications@yahoo.com
sandhyapathippagam@gmail.com
www.sandhyapublications.com

SAN-1039

கதைக்காக அப்போதே என் மனம் பழைய நினைவுகளைத் துழாவத் தொடங்கிவிட்டது. ஒரு சில நினைவுகள் முதல் தோற்றத்தில் கதைக்குப் பொருந்துவதுபோலத் தோன்றின. ஒரு பரபரப்பில் நானும் காட்சிகளை மனத்துக்குள்ளேயே அடுக்கித் தொகுக்க முயற்சி செய்தேன். ஆனால் எங்கோ ஓரிடத்தில் அந்த இணைப்பில் உள்ள பொருத்தமின்மையை மனம் நுட்பமாக உணர்ந்துவிட்டது. அக்கணமே அந்த இழை அறுந்துவிட்டது. இப்படி அரைகுறையாக பல இழைகள் அறுந்துவிழுந்தபடியே இருந்தன. நானும் என் முயற்சியைக் கைவிடாதவனாக ஒவ்வொருமுறையும் புதிதுபுதிதாகத் தொகுத்தபடியே இருந்தேன்.

ஒருமுறை புதுச்சேரிக்குச் சென்றிருந்தேன். ஒரு மாலை நேரத்தில் கடற்கரைக்குச் சென்றுவிட்டு கடைத்தெரு வழியாக வேடிக்கை பார்த்தபடி நகரத்துக்குள் நடந்துவந்தேன். ஒரு காலத்தில் மிகவும் பிரபலமாக இருந்த வ.உ.சி.யின் பெயர் தாங்கிய அரசுப் பள்ளியின் கட்டிடங்கள் இடிக்கப்பட்டு அரைகுறையான சுவர்களோடு காட்சியளித்தன. அந்த இடிபாடுகள் பரபரப்பும் நவீனமயமுமான அத்தெருவுக்குள் கைவிடப்பட்டு பாழடைந்த ஓர் அரண்மனையைப் போலத் தோன்றின. அக்கம்பக்கத்தில் விசாரித்தபோது கட்டிடத்தின் கட்டுமானம் சிதைந்துவிட்டதால் அரசு புதுப்பிக்கும் பணியில் ஈடுபட்டிருப்பதாக சொன்னார்கள். அந்தப் பள்ளியின் முன்பக்க மைதானத்தில் கூச்சலோடு விளையாடிய சிறுவர்களைப் பார்த்து ரசித்தபடி நடந்துபோன என் இளமைநாட்களை அசைபோட்டபடி பெருமூச்சுடன் நடக்கத் தொடங்கினேன்.

யானைத்தந்தத்தின் வண்ணம் கொண்ட ஒரு மகிழுந்து ஒரு கணம் என்னைத் தொடுவதுபோல நெருக்கமாகக் கடந்து சென்று சிறிது தொலைவிலிருந்த கோவில் வரைக்கும் சென்று நின்றது. அந்தத் திகைப்பில் என் நினைவுகள் கலைய, நான் அந்த மகிழுந்தைக் கவனிக்கத் தொடங்கினேன். மகிழுந்திலிருந்து முதலில் ஒருவர் இறங்கினார். அவரே பின்கதவைத் திறந்தார். மகிழுந்துக்குள் ஓர் இளம்பெண் அமர்ந்திருந்தார். குனிந்து அப்பெண்ணின் இரு கால்களையும் பற்றி சாலையில் பதியும்வண்ணம் திருப்பிவிட்டார். பிறகு அப்பெண்ணின் தோளைப் பற்றி முன்னோக்கி இழுத்து நிற்பதற்கு உதவி செய்தார். ஊன்றி நின்றுவிட்டோம் என்ற நம்பிக்கை பிறந்ததும் அப்பெண் புன்னகையோடு "இனிமே நானே நடந்துருவேன்" என்று சொன்னதைக் கேட்டேன். அக்குரலின் இனிமையே

❋ பாவண்ணன்

அவரை மென்மேலும் கவனிக்கும் ஆர்வத்தை ஏற்படுத்தியது. ஒருகணம் அவர் முகத்தைப் பார்த்தேன். அழகு ததும்பும் முகம். காதோரக்குழல் காற்றில் நெளிந்தசைந்தவண்ணம் இருந்தது. நாலைந்து எட்டு நடந்து அவர் கோவில் வாசல் வரைக்கும் சென்று ஒருகணம் நின்று கோபுரத்தை அண்ணாந்து பார்த்தார். தாமரையைப்போன்ற அம்முகத்தில் ஒரு கண்ணின் இமைகள் மூடித் திறப்பதையும் மற்றொரு கண் அசைவின்றி நிலைத்து நிற்பதையும் பார்த்தேன். அக்கண்ணின் அசைவற்ற தன்மை ஒருகணம் என்னைத் திகைப்பில் ஆழ்த்தி உறையவைத்தது. அது பொய்விழி. நம்பமுடியாமல் நான் அந்த இடத்திலேயே உறைந்து நிற்க, அவர் ஆலயத்துக்குள் என்னைக் கடந்து சென்றுவிட்டார்.

பார்வையிலிருந்து மறையும் வரைக்கும் அவரைப் பார்த்திருந்துவிட்டு நான் நடக்கத் தொடங்கினேன். சற்றே உருண்ட அப்பொய்விழி தன்னிச்சையாக மீண்டும் மீண்டும் என் முன் நிழலாடியது. அதே கணத்தில் எங்கோ நினைவில் ஆழத்தில் புதைந்திருந்த நயனக்கொள்ளை சொல் சட்டென எழுந்துவந்து அந்த நிழலுடன் இணைந்துகொண்டது. அக்கணத்திலேயே என் மனதில் அக்கதை உருவாகிவிட்டது. எல்லாக் காட்சிகளும் வேகவேகமாக தானாகவே உருவாகி இணைந்துகொண்டன. ஊருக்குத் திரும்பிய முதல்நாளே நான் அச்சிறுகதையை எழுதி முடித்தேன்.

ஏராளமான சிறுகதைகளை எழுதிவிட்ட போதும், சிறுகதை எழுதுவது எளிதானதா, சிரமமானதா என்று யாராவது என்னிடம் கேட்கும்போது, அக்கேள்விக்கு திணறாமல் ஒருபோதும் விடை சொன்னதில்லை. நெஞ்சுக்குள் சிறுகதை உருவாக எடுக்கும் காலத்தை ஒருபோதும் வரையறுத்துச் சொல்ல இயலாது. சில சமயங்களில் ஒருசில மணி நேரங்களே போதுமானதாக இருக்கும். சில தருணங்களில் நாட்கணக்கில் நீளும். சிற்சில பொழுதுகளில் வாரக்கணக்கிலும் நீளும். அது மழையின் வரவு போல. தானாக நிகழ்ந்தால்தான் உண்டு. ஆனால் உருவாகிவிட்டால் போதும், எழுதியெடுப்பது எளிதாக நிகழ்ந்துவிடும். இது என் அனுபவம். எல்லோருக்கும் இது பொருந்திவர வேண்டும் என்னும் அவசியமில்லை.

இத்தொகுதியில் உள்ள ஒவ்வொரு சிறுகதைக்கும் இப்படி ஒரு பின்னணி உண்டு. ஒவ்வொரு அனுபவத்தையும் எழுதத் தொடங்கினால் அது ஒரு தனிக்கட்டுரையாக நீண்டுவிடும். இச்சிறுகதைகள் கடந்த சில ஆண்டுகளில் அம்ருதா, ஆனந்த

விகடன், பேசும் புதியசக்தி, புரவி ஆகிய அச்சிதழ்களிலும் கனலி இணைய இதழிலும் வெளிவந்தன. இவ்விதழ்களின் ஆசிரியர்களுக்கு என் அன்பும் நன்றியும். என் மனைவி அமுதாவின் அன்பும் ஒத்துழைப்பும் என் எல்லா எழுத்து முயற்சிகளிலும் துணையாகத் திகழ்பவை. அவரை நினைக்காமல் ஒருநாளும் கழிவதில்லை. எப்போதும் என் நெஞ்சிலேயே இருப்பவர் அவர். இந்தச் சிறுகதைத்தொகுதியை மிகச்சிறந்த முறையில் வெளியிட்டிருக்கும் என் அன்புக்குரிய நண்பரும் பதிப்பாசிரியருமான சந்தியா நடராஜனுக்கும் என் மனமார்ந்த நன்றி.

சமீபத்தில் இயற்கையெய்திவிட்ட மருத்துவர் ஈரோடு ஜீவாவின் ஏற்பாட்டில் இருபத்தைந்து ஆண்டுகளுக்கு முன்பாக சூழியல் சந்திப்பு ஒன்று நிகழ்ந்தது. பல எழுத்தாளர்கள் பல திசைகளிலிருந்து வந்து அச்சந்திப்பில் கலந்துகொண்டனர். அப்போதுதான் முதன்முதலாக நான் மணி என்கிற நிர்மால்யாவைச் சந்தித்தேன். அது எங்களுக்குள் நட்பு மலர்ந்த நாள். ஊட்டியைச் சேர்ந்த அவரை அனைவரும் ஊட்டி மணி என்றே அன்புடன் அழைத்துப் பழகினோம். அப்போதே மலையாளக்கவிதைகளை தமிழில் மொழிபெயர்க்கும் முயற்சிகளில் ஈடுபட்டிருந்தார் அவர். குறிப்பாக அவருடைய மொழிபெயர்ப்பில் கவிஞர் சச்சிதானந்தனின் கவிதைகள் பல புதிய வாசகர்களை எட்டியிருந்தன. இன்றுவரை, கமலாதாஸ், சாரா ஜோசப், கோவிலன், காக்கநாடன், உமர், என்.எஸ்.மாதவன், சுபாஷ் சந்திரன் என தமிழுக்கு அவர் அறிமுகப்படுத்தியிருக்கும் மலையாளப்படைப்பாளர்களின் பட்டியல் மிகவும் நீண்டது. அர்ப்பணிப்புணர்வோடு மொழிபெயர்ப்பில் ஈடுபட்டிருப்பவர் அவர். அவருடைய ஒவ்வொரு மொழிபெயர்ப்பையும் தொடர்ந்து ஆர்வத்துடன் படிப்பவன் நான். அவரை இக்கணத்தில் மிகவும் அன்போடும் நெகிழ்ச்சியோடும் நினைத்துக்கொள்கிறேன். இந்தப் புதிய சிறுகதைத்தொகுதியை நண்பர் நிர்மால்யா என்கிற ஊட்டி மணிக்கு அன்புடன் சமர்ப்பணம் செய்வதில் மிகுந்த மகிழ்ச்சியடைகிறேன்.

11.12.2022 மிக்க அன்புடன்
பெங்களூரு பாவண்ணன்

## கதைகளின் வரிசை

|   | முன்னுரை | ○ 6 |
|---|---|---|
| 1. | நயனக்கொள்ளை | ○ 13 |
| 2. | பங்கு | ○ 34 |
| 3. | புற்று | ○ 49 |
| 4. | வள்ளல் | ○ 70 |
| 5. | வெள்ளைக்காரன் | ○ 85 |
| 6. | கங்கைக்கரைத் தோட்டம் | ○ 104 |
| 7. | கலைமாமணி | ○ 120 |
| 8. | சிவப்புக்கல் மோதிரம் | ○ 136 |
| 9. | குழந்தை | ○ 151 |

# நயனக்கொள்ளை

காலை நடைப்பயிற்சியை பூங்காவில் முடித்துவிட்டு திரும்பும் வழியில் வழக்கம்போல அப்பாவைப் பார்த்து உரையாடுவதற்காக வீட்டுக்கு வந்தார் அருணாசலம் மாமா. ஒரு காலத்தில் இரண்டு பேரும் வருஷக்கணக்காக ஒன்றாக நடந்து சென்றவர்கள். ஆறு வருஷங்களுக்கு முன்பாக பக்கவாதத்தால் அப்பா பாதிக்கப்பட்டு படுக்கையில் விழுந்த பிறகு எல்லாமே மாறிவிட்டது. நடப்பதற்கு மாமா மட்டும் தனியாகச் செல்வார். முடித்துவிட்டு திரும்பிவரும் சமயத்தில் அப்பாவிடம் பேசுவதற்காக வீட்டுக்கு வருவார். இரண்டு பேரும் நேரம் போவதே தெரியாமல் அரசியலிலிருந்து சினிமா வரைக்கும் பேசுவார்கள்.

நாள்முழுக்க திருவாசகத்தைப் புரட்டியபடி தனிமையில் அமர்ந்திருக்கும் அப்பாவுக்கு அந்தப் பேச்சுதான் பெரிய மருந்து. அவருடைய உரையாடலும் அவர் ஏற்பாடு செய்த பிசியோதெரபிஸ்ட்டின் தொடர்சிகிச்சையும் அப்பாவுடைய கால்களுக்கு ஓரளவு நடமாடும் ஆற்றலை மீட்டுக் கொடுத்தன. வலது கை மட்டும் விழுந்துவிட்டது.

அன்று பேசத் தொடங்கும்போதே "நடராஜா, லண்டன்லேருந்து கிரிஜா வருதாம். காலையிலதான் போன்ல தகவல் சொல்லிச்சி" என்று உற்சாகமாகச் சொன்னார் மாமா.

அப்போது நான் தேநீர்க் கோப்பைகளை அவர்களுக்கு முன்னால் ஒவ்வொன்றாக எடுத்துவைத்தபடி இருந்தேன். கிரிஜாவின் பெயரைக் கேட்டதும் மனமும் உடலும் ஒருமுறை

பொங்கி அடங்கியது. மாமா அதே தகவலை மீண்டுமொருமுறை என்னிடமும் சொன்னார்.

"குடும்பத்தோடதான வருது?" என்று இயல்பாகக் கேட்டுக்கொண்டே என்னுடைய கோப்பையோடு நான் அருகிலிருந்த நாற்காலியில் அமர்ந்தேன்.

"தெரியலை மகாதேவா. அதப் பத்தி கேட்டாமட்டும் வாயத் தெறக்கவே மாட்டுது" என்று ஏமாற்றத்துடன் சொன்னார் மாமா.

நான் பதில் சொல்லவில்லை. சூடாக தேநீர் மிடறுகளை விழுங்குவதில் மூழ்கியிருந்தேன். அதற்கிடையில் அப்பா "அதயெல்லாம் நினைச்சி கொழப்பிக்காத அருணாசலம். ஆறு வருஷம் கழிச்சி வர பொண்ணு தனியாவா வரும்? புருஷன் கொழந்தையோடதான் கண்டிப்பா வரும். சர்ப்ரைஸா இருக்கட்டும்னு நெனச்சிருக்கும். இந்தக் காலத்துப் புள்ளைங்களுக்கு எல்லாமே விளையாட்டுதான்" என்று சொன்னார்.

"என்ன விளையாட்டோ, போ. நெனச்சாவே சலிப்பா இருக்குது. ரெண்டு வருஷம் படிச்சிட்டு வரேன்னு போச்சி. அதுக்கப்புறம் ரெண்டு வருஷம் வேலை செஞ்சிட்டு வரேனு சொல்லிச்சி. அப்புறம் அந்த ஊருலயே ஒரு பையன புடிச்சிபோச்சி கல்யாணம் செஞ்சிக்க போறதா தகவல் வந்திச்சி. கொழந்தை இருக்குதோ என்னமோ, எதுவும் சரியா தெரியலை. எதக் கேட்டாலும் ஒழுங்கா பதில் சொல்றது கெடயாது. எல்லாமே அதுக்கு விளையாட்டுதான்..." கசப்பில் அவரால் தொடர்ந்து பேசமுடியவில்லை.

அன்றுவரை எனக்குள் மனத்தின் ஏதோ ஒரு மூலையில் ஒதுங்கியிருந்த கிரிஜாவின் நினைவுகள் புரண்டுவரத் தொடங்கின. ஏதேதோ புதியபுதிய வேலைகளை இழுத்துப் போட்டுக்கொண்டாலும் அவற்றையெல்லாம் தள்ளிவிட்டு அவள் முகம் மேலெழுந்து வந்தது. அதைத் தூண்டிவிடுவதுபோல மாமாவும் ஒவ்வொரு நாளும் வந்து "இன்னும் பதிமூனு நாள்" "இன்னும் பன்னெண்டு நாள்" என்று சொல்லிக்கொண்டே இருந்தார். அவள் நினைவுகள் பெருகிவருவதைத் தடுக்கமுடியவில்லை. அப்பாவுக்குத் தெரிந்துவிடக் கூடாது என்பதற்காக எதுவுமே நடக்கவில்லை என்பதுபோல முகத்தில் புன்னகை படர நடமாடிக்கொண்டிருந்தேன். ஆனாலும் ஆழ்மனத்தில் விரிசல் பெரிதாகிக்கொண்டே இருந்தது.

இன்று காலையில் குளியலறையிலிருந்து அப்பாவை அழைத்துவந்து உடைமாற்றி கூடத்துக்கு அழைத்துவந்து நாற்காலியில் அமரவைத்த

நேரத்தில் அழைப்புமணி ஒலிக்கும் சத்தம் கேட்டது. பதற்றத்துடன் சென்று கதவைத் திறந்தேன். சமையல்கார வெள்ளையம்மா காய்கறிப் பையோடு நின்றிருந்தார். அடுத்து அழைப்புமணி ஒலித்தபோது சலவைக்காரர் சலவை செய்த ஆடைகளை அடுக்கி எடுத்து வந்திருந்தார். அவரும் போன பிறகுதான் அருணாசலம் மாமா வந்தார். "என்ன அருணாசலம், ஏர்போர்ட்டுக்கு போகலையா" என்று கேட்டபடி வரவேற்றார் அப்பா.

"ரெண்டு மூனு நாடுல எறங்கி மாறிமாறி ஃப்ளைட் புடிச்சி வருதாம். ஏர்போர்ட்டுக்கு எப்ப வரும்னு அதுக்கே தெரியாதாம். அதனால வரவேணாம்னு கிரிஜாவே சொல்லிடுச்சி. மதியானம் வருமோ, சாயங்காலம் வருமோ. சரியா தெரியலை. அதுக்கப்புறம் ஏர்போர்ட்டுக்கு வெளிய வந்து டாக்சி புடிச்சி பாண்டிச்சேரிக்கு வர இன்னும் ஒரு மூனு நாலு மணி நேரமாவது ஆவும்ல?"

"எவ்ளோ நேரம் வேணும்னாலும் ஆவட்டும். எதுக்கும் நீ கவலைப்படாத அருணாசலம். இப்ப ட்ராவல்ஸ்ல நெறய வசதி வந்துட்டுது" என்றார் அப்பா. பிறகு "நேத்து ராத்திரி மேட்ச் பார்த்தியா?" என்று கேட்டு பேச்சை திசைதிருப்பினார். நான் "உக்காருங்க மாமா. எல்லாருக்கும் டீ கொண்டுவரேன்" என்றபடி சமையலறைக்குள் சென்றேன்.

வெள்ளையம்மா டீ போட்டு தயாராகவே வைத்திருந்தார். என்னைப் பார்த்ததும் கோப்பைகளில் நிரப்பியபடி "மதியத்துக்கு கேரட்டும் பீன்சும் போட்டு சாம்பார் வச்சிட்டு, கீரைக்கூட்டு பீட்ரூட் பொரியல் வைக்கலாம்னு இருக்கேன், பரவாயில்லையா?" என்றார். "அது போதும் வெள்ளையம்மா, மறக்காம அப்பாவுக்கு மட்டும் ஒரு முட்டைய அவிச்சி வச்சிடு" என்றபடி கோப்பைகள் வைக்கப்பட்ட தட்டை எடுத்துக்கொண்டு நான் கூடத்துக்குத் திரும்பினேன்.

தேநீரை அருந்தியபடியே மேசையிலிருந்த திருவாசகத்தை எடுத்து சில கணங்கள் புரட்டினார் மாமா. "எல்லாமே பாட்டாவே இருக்குதே. உனக்கு எல்லாப் பாட்டுக்கும் அர்த்தம் தெரியுமா?" என்று சந்தேகத்தோடு கேட்டார். அப்பா "தெரியுமே, ஏன் கேக்கற? வருஷக்கணக்கா இதத்தான படிச்சிட்டிருக்கேன்" என்றபடி புன்னகையுடன் தலையசைத்தார்.

"சும்மாதாம்பா கேட்டேன். எத்தன பாட்டு இருக்கு இந்த திருவாசகத்துல?"

“அறுநூத்தி அம்பத்தெட்டு பாட்டு”

“எத்தன முறை படிச்சிருப்பே?”

“ஒரு பத்து பன்னெண்டு முறை”

மாமாவின் புருவங்கள் உயர்ந்தன. “திரும்பத்திரும்ப படிக்கறியே, சலிப்பா இருக்காதா”

அப்பா “ம்ஹூம்” என்றபடி தலையசைத்தார். “ஒவ்வொரு தரம் படிக்கும்போதும் நமக்கு புதுசுபுதுசா அர்த்தம் தோணும் அருணாசலம். திருவாசகத்துடைய அழகே அதுதான்.”

“அதுசரி, எத்தன வருஷமா படிக்கற, தெரியாம இருக்குமா?” என்றபடி ஏதோ ஒரு பக்கத்தைப் புரட்டி, அவராகவே ஒரு பாட்டைப் படிக்கத் தொடங்கினார். இரண்டு வரிகளுக்கு மேல் படிக்கமுடியவில்லை. சரியாக சீர்பிரிக்கத் தெரியாமல் தடுமாறி நிறுத்திவிட்டு அப்பாவைப் பார்த்துச் சிரித்தார். “எனக்கு சுத்தமா எதுவுமே புரியலை” என்று உதட்டைப் பிதுக்கினார்.

“அதே பாட்ட இப்ப நான் சொல்றேன், கேளு. உனக்கு தானாவே புரியும்” என்றார் அப்பா. மாமா தன்னிடமிருந்த திருவாசகத்தை அப்பாவின் பக்கம் திருப்பினார். ஆனால் புத்தகத்தைப் பார்க்காமலேயே அந்தப் பாட்டை ஒவ்வொரு சொல்லாக நிறுத்திச் சொல்லி பொருளையும் விளக்கினார் அப்பா.

“இந்தப் பாட்டுல கொள்ளைன்னு ஒரு சொல் இருக்குதே, அத நீ நல்லா கவனிக்கணும் அருணாசலம். அதுல ஒரு அழகு இருக்குது. கொள்ளைனா எல்லாருமே திருடிட்டு போவறதுன்னு அர்த்தம் சொல்வாங்க. ஆனா திருடுங்கறது வேற. கொள்ளைங்கறது வேற. பொதுவா நகைய திருடறவங்க தானியங்கள திருடறதில்ல. தானியங்கள திருடற ஆளுங்க நகைமேல கை வைக்கமாட்டாங்க. அதுக்கு ஒரு எல்லை இருக்குது. ஆனா கொள்ளைங்கறது எல்லையே இல்லாத திருட்டு. எதையுமே மிச்சம் வைக்காம இருக்கிற எல்லாத்தயும் ஒரே சுருட்டா சுருட்டி எடுத்துட்டு போறது. அந்த மாதிரி நெஞ்சில இருக்கிற எல்லாத்தயும் வாரி சுருட்டிட்டு போகற சக்தி பெண்களுடைய பார்வைக்கு இருக்குது. அப்படி எந்தப் பார்வையிலும் மாட்டிக்காம இருக்கற வழிய காட்டு ஈஸ்வரானு பிரார்த்தனை பண்றதுதான் இந்தப் பாட்டு...”

அப்பா சொல்லச்சொல்ல வியப்பில் சிலைமாதிரி உறைந்து கேட்டுக்கொண்டிருந்தார் மாமா. “அடேயப்பா, நீ பெரிய ஆள்தான். பெரிய பண்டிதர்மாதிரி அர்த்தம்லாம் சொல்றியே. நாளையிலேருந்து தெனமும் நான் இங்க வரும்போதெல்லாம் எனக்கு ஒரு பாட்டுக்கு அர்த்தம் சொல்லு. படிக்க முடியலைன்னாலும் காதாலயாவது கேட்டுக்கறேன்” என்று சொல்லிவிட்டு எழுந்தார்.

“கிரிஜாவ விசாரிச்சேனு சொல்லு, மறந்துடாத”

“இங்க வராம போயிடுமா என்ன? அப்ப நீயே நேரிடையா சொல்லு”

மாமா எழுந்து சென்றதும் சட்டென கூடமெங்கும் ஒரு வெறுமை சூழ்ந்தது. நான் வேகமாக எழுந்து குளியலறைக்குள் சென்று தாளிட்டேன்.

ஆறு வருஷங்களாக கடுமையான முயற்சிகளுக்குப் பிறகு மறக்கத் தொடங்கியிருந்த கிரிஜாவின் முகம் மீண்டும் மீண்டும் மனத்திலெழுந்து தடுமாறவைப்பதை எப்படி தடுப்பது என்றே புரியவில்லை. முழுவேகத்துடன் ஷவரைத் திறந்துவிட்டு குளிர்ந்த நீர்ப்பெருக்கின் கீழ் நின்றேன்.

திருவாசகத்தைப் புரட்டிய மாமாவின் விரல்கள் தானாக எப்படி அந்தப் பாட்டில் தொட்டு நின்றன என்பது பெரிய புதிராக இருந்தது. அந்தப் பாட்டுக்கு பல ஆண்டுகள் முன்னால் மணிவாசகர் சொன்ன அதே பொருளை அப்பா எப்படி சொன்னார் என்பதும் புதிராகவே இருந்தது.

அப்போது கிரிஜா க்ளூனியில் படித்துவந்தாள். நான் பேட்ரிக்கில் படித்துவந்தேன். இருவருடைய அப்பாக்களும் நண்பர்கள் என்பதால் எங்களுக்கிடையிலும் நட்பு இருந்தது. பத்தாவது முடித்த பிறகு விடுமுறையில் அவள் பாட்டு வகுப்பில் சேர்ந்தாள். நானும் சேர்ந்தேன். அதற்குப் பிறகு நான் மிருதங்கம் கற்றுக்கொண்டேன். அவளும் அதே இடத்தில் வீணை கற்றுக்கொள்வதற்காக வந்து உட்கார்ந்தாள். வேதபுரீஸ்வரர் கோவில் வளாகத்தில் திருவாசக வகுப்பு நடப்பதை அறிந்த அப்பா ஒருநாள் என்னை அழைத்துச்சென்று சேர்த்துவிட்டார். இருநாட்களுக்குப் பிறகு கிரிஜாவும் அங்கு வந்து இணைந்துகொண்டாள். அவள் செய்ததையெல்லாம் நான் செய்தேன். நான் செய்ததையெல்லாம் அவளும் செய்தாள்.

மேல்நிலைப்பள்ளிப் படிப்பை முடித்ததும் நான் சென்னையில் அண்ணா பல்கலைக்கழகத்தில் படிக்கவேண்டும் என அப்பா

ஆசைப்பட்டார். ஐந்து வயதில் அம்மாவை இழந்து அவருடைய ஆதரவிலேயே வளர்ந்த என்னால் அவரைப் பிரிந்து செல்ல விருப்பமில்லை. நான் பாண்டிச்சேரியில்தான் படிப்பேன் என அப்பாவிடம் உறுதியாகத் தெரிவித்துவிட்டு அரசு கல்லூரியில் சேர்ந்தேன். சென்னையில் இடம் கிடைத்தும் கூட அதை உதறிவிட்டு கிரிஜாவும் நான் படித்த கல்லூரியிலேயே படிப்பதற்கு வந்தாள். அதுவும் நான் சேர்ந்த அதே கணிப்பொறி அறிவியல் துறைக்கே வந்து சேர்ந்தாள்.

ஒருநாள் ஏதோ நோட்ஸ் வாங்குவதற்காக வீட்டுக்கு வந்திருந்தாள். அப்போது "நீ சென்னையிலயே படிச்சிருக்கலாமே, ஏன் இந்த காலேஜ்ல வந்து சேர்ந்த?" என்று கேட்டேன்.

அவள் திரும்பி என்னை உற்றுப் பார்த்தபடி "நீ ஏன் போகலை?" என்று நிதானமான குரலில் கேட்டாள்.

"அது... எப்பவும் நான் எங்க அப்பா கூடவே இருக்கணும்னு நெனச்சேன்... அதனால போகலை..."

என்னால் சொற்களை கோர்வையாக பேசமுடியவில்லை. முதன்முறையாக அவள் கண்கள் என்னைத் தடுமாறவைப்பதை உணர்ந்தேன்.

"நான் உன் கூடவே இருக்கணும்னு நெனச்சேன்."

அவள் கண்கள் பெரிய குளங்களைப்போல இருந்தன. இல்லை இல்லை. பெரிய கடல். பெரிய பள்ளத்தாக்கு. பனிமூடிய பெரிய மலைக்குன்று.

மறுநாள் கல்லூரியில் என்னைப் பார்த்ததும் அவள் சிரித்தாள். அவள் கண்கள் இயல்பாகவே இருந்தன. கூர்மை சற்று மங்கியிருப்பதைப் பார்த்து வியப்பாக இருந்தது. "என்ன?" என்றாள் கிரிஜா." "இல்ல, உன் கண்ணு இப்ப மாறியிருக்குது. நேத்து பார்த்த கண்ணு மாதிரி இல்ல" என்றேன். "போடா லூசு. தெனம் மாத்தி வச்சிக்கறதுக்கு கண்ணு என்ன ஸ்டிக்கர் பொட்டுனு நெனச்சிட்டியா?" என்று கலகலவெனச் சிரித்தாள் கிரிஜா.

அந்தச் சிரிப்பும் சிரிப்பின் காரணமாக சுருங்கிய கண்களும் விளிம்புகளில் தேங்கிநின்ற கண்ணீர்த்துளிகளும் ஒவ்வொன்றாக என்னை நோக்கி நினைவில் மிதந்துவரத் தொடங்கின. அந்த நினைவிலேயே மூழ்கியிருந்ததால் கதவு தட்டப்படும் சத்தத்தை தாமதமாகவே உணர்ந்தேன். சட்டென குழாயை நிறுத்திவிட்டு

"யாரு" என்றேன். "நான்தான் தம்பி வெள்ளையம்மா. உப்புமா சூடு ஆறுதுப்பா. அப்பா கூப்புடச் சொன்னாரு" என்று பதில் வந்தது. அக்கணமே உடலைத் துவட்டிக்கொண்டு வெளியே வந்தேன். 'தோடுடைய செவியன் விடையேறி' என்று முணுமுணுத்தபடியே அறைக்குச் சென்று ஆடை மாற்றிக்கொண்டு புகைப்படத்தில் அம்மாவின் கண்களைப் பார்த்தபடி திருநீற்றைத் தொட்டுப் பூசிக்கொண்டு வெளியே வந்தேன். அப்பா மேசைக்கருகில் காத்திருந்தார்.

"சாப்பாட்டுக்கு முன்னால போடற மாத்திரையை போட்டாச்சா?"

"போட்டாச்சி போட்டாச்சி. மொதல்ல நீ உக்காந்து சாப்புடு"

அப்பா இடதுகையைப் பயன்படுத்தி கரண்டியால் உப்புமாவை எடுத்து வாயில் வைத்தார்.

"அருணாசலம் போவும்போது சொல்லிட்டு போனானே கேட்டியா?" என்று திடீரென பேச்சைத் தொடங்கினார் அப்பா. எனக்கு ஒருகணம் எதுவும் புரியவில்லை. "என்ன சொன்னாருப்பா?" என்று தயக்கத்துடன் கேட்டேன். அவர் மறுபடியும் கிரிஜாவின் பேச்சை எடுத்துவிடுவாரோ என்று பதற்றமாக இருந்தது.

"தெனமும் ஒரு பாட்டு சொல்லு. படிக்கமுடியலைனாலும் காதாலயாவது கேட்டுக்கறேனு சொல்லிட்டு போனானே, அத கவனிச்சியானு கேட்டேன்..."

அப்பா சொல்லி முடித்த பிறகுதான் பதற்றம் குறைந்தது.

"நீங்க பாடிப்பாடி அவரயும் உருக வச்சிட்டீங்க. இனிமே அவரும் உங்க கூட வந்து உக்காந்துடப் போறாரு" என்றபடி அவர் முகத்தைப் பார்த்தேன். "ஒங்களுக்கு ஒரு நல்ல தொண கெடச்ச மாதிரி இருக்கும்"

"இன்னைக்கு என்னமோ உருகிட்டாரு. அந்த வேகத்துலதான் வரேன்னு சொல்றாரு. ஆனா வரமாட்டாரு, நீயே பாத்துகிட்டிரு."

"ஏன்பா அப்பிடி சொல்றீங்க?"

"அதுக்கெல்லாம் ஒரு தனியான மன அமைப்பு வேணும்பா. அது அவருகிட்ட இல்ல" என்றபடி அப்பா உதட்டைப் பிதுக்கினார்.

"வந்தாலும் வருவாருப்பா. சொல்ல முடியாது. அப்படித்தான் எனக்கு தோணுது."

“பார்க்கலாம். வந்தா எனக்கு ரொம்ப சந்தோஷம்தான். நீ சொல்றமாதிரி ஒரு நல்ல தொண கெடைக்கும்” என்று சொல்லிவிட்டு உப்புமாவை வாயிலிட்டு அசைபோட்டார். விழுங்கிய பிறகு “உங்கம்மா அந்த காலத்துல இப்படி ஆயிரம் தரம் நாளையிலேருந்து, நாளையிலேருந்துனு சொல்லியிருக்காங்க. ஆனா அந்த நாளைங்கறது கடைசிவரைக்கும் அவுங்களுக்கு வரவே வரலை” என்று சொல்லிவிட்டு அமைதியானார்.

நீண்ட நேரம் அவர் பேசவே இல்லை. சத்தமில்லாமல் உணவை மட்டும் அசைபோட்டபடி இருந்தார். அப்படியே அவரை விடக்கூடாது என எண்ணி “அம்மா பாடினா யாரு குரல் மாதிரி இருக்கும்?” என்று திசைமாற்றினேன். வேண்டுமென்றே “சுசிலா மாதிரி இருக்குமா?” “எல்.ஆர்.ஈஸ்வரி மாதிரி இருக்குமா?” “ஜானகியம்மா மாதிரி இருக்குமா?” என்று கேள்விகளை அடுக்கிக்கொண்டே சென்றேன். அப்பாவின் முகத்தில் சட்டென்று ஒரு புன்னகை பூத்தது. எல்லாவற்றுக்கும் “ம்ஹூம்” என்று சொன்னபடி தலையசைத்துக்கொண்டே வந்தவர் தானாகவே “ஜிக்கி பாட்டு கேட்டிருக்கியா நீ? துள்ளாத மனமும் துள்ளும். அந்தக் குரல் மாதிரி இருக்கும்” என்றார்.

தட்டுகளை எடுத்துச் சென்று சமையல்கட்டில் கழுவிவைத்தேன். “வெள்ளையம்மா, போவும்போது மறக்காம கதவ சாத்திகிட்டு போங்க” என்று சொல்லிவிட்டு அப்பாவுக்கு மாத்திரை கொடுத்தேன்.

“படிக்கறதுனா படிச்சிகிட்டு இருங்க. டிவி வேணும்னாலும் பாருங்க. நான் ஆபீஸ்க்கு கௌம்பறேன். பதினொன்னரைக்கு வந்து ஜூஸ் போட்டு தரேன், சரியா?”

அப்பா தலையசைத்ததும் நான் புறப்பட்டேன். ஆபீஸ் என்று சொன்னாலும் பத்துக்கு பத்து அளவுகொண்ட சின்னக் கடை அது. அரவிந்தர் தெருவுக்கு அடுத்த தெருவில் வேதபுரீஸ்வரர் கோவிலுக்கு எதிர்ப்புறத்தில் இருந்தது. பொதுமக்களுக்கு ஆன் லைன் வழியாகப் பெறக்கூடிய எல்லா சேவைகளையும் செய்து தருவதற்குச் சொல்லிக்கொடுத்து ஒருவனை வேலைக்கு வைத்திருந்தேன். ஜெராக்ஸ் மிஷின், பிரின்ட்டர், கணிப்பொறி, ஸ்கேனர் எல்லாவற்றையும் தனியாகவே இயக்கும் திறமையும் அவனுக்கு இருந்தது. இன்னொரு மூலையில் ஒரு சின்ன கண்ணாடி அறையில் நான் கணினி நிரல் தொடர்பான வேலைகளை பார்த்துவந்தேன். உலகெங்கும் எனக்கு வாடிக்கையாளர்கள் இருந்தார்கள். எல்லாமே இணையவழி வேலை.

தெருவில் இறங்கி நடக்கத் தொடங்கியதுமே கோயில் கோபுரம் தெரிந்தது. சங்கரன் காலையிலேயே வந்து கடையைத் திறந்திருந்தான். நான் கடைக்குள் நுழைந்ததும் வணக்கம் சொன்னான். நானும் வணக்கம் என்று சொல்லிக்கொண்டே என் அறைக்குள் சென்றேன். கணிப்பொறியை ஆன் செய்து வந்திருக்கும் மின்னஞ்சல்களைப் பார்த்தேன்.

சற்றுமுன்னால் வந்திருந்த மின்னஞ்சல் எல்லாவற்றுக்கும் மேலே இருந்தது. கிரிஜாவின் அஞ்சல். என் கண்ணையே என்னால் நம்பமுடியவில்லை. ஒருகணம் ஒளியில் மின்னும் அந்த முகவரியையே பார்த்தபடி உட்கார்ந்திருந்தேன். ஏறத்தாழ ஐந்தாண்டுகளுக்குப் பிறகு அவளிடமிருந்து வந்திருக்கும் மடல். சட்டென்று க்ளிக் செய்து பிரித்தேன். ‘உன்னுடன் பேச வேண்டும்’ என ஒரே வரிதான் எழுதப்பட்டு கீழே ஜா என்ற எழுத்துடன் முடிந்திருந்தது. ஜா ஒரு இறகுபோல நெஞ்சில் அசைந்து அசைந்து இறங்கிக்கொண்டிருந்தது. காலை அழுத்தமாக தரையில் ஊன்றி உருள்நாற்காலியைப் பின்னுக்குத் தள்ளிவிட்டு ஸ்... என்று பெருமூச்சு வாங்கியபடி எழுந்து வெளியே வந்தேன்.

“என்னங்க சார்?” என்று சங்கரன் என்னைப் பார்த்தான்.

“ஒன்னுமில்ல சங்கரா. கோயில் வரைக்கும் போயிட்டு வரேன்.”

கடையை ஒட்டியபடி ஆறேழு பசுக்கள் வரிசையாக அடிமேல் அடிவைத்து கடந்து சென்றன. அவை செல்வதற்காக சில நொடிகள் வாசலிலேயே ஒதுங்கி நின்றேன். கடைக்கு எதிர்ப்பக்கத்தில் வேதபுரீஸ்வரர் கோவில் முகப்பில் ‘ஓம் நமசிவாய நம’ என எழுத்துகள் போலவே வடிவமைக்கப்பட்டிருந்த நியான் விளக்குப் பலகைக்கு மேல் இரண்டு புறாக்கள் ஒன்றையொன்று பார்த்தபடி சுற்றிச்சுற்றி பறப்பதும் திரும்பிவந்து அமர்வதுமாக விளையாடும் காட்சி பார்வையில் பட்டது. ஒரு வட்டச்சுற்றின் முடிவில் ஒரு புறா மட்டும் திரும்பி வந்து அமர்ந்து கழுத்தை வளைத்துவளைத்து மற்றொரு புறாவை எதிர்பார்த்துக் காத்திருந்தது. அதுவோ கோபுரத்தின் ஏழடுக்குகளையும் தொட்டுத்தொட்டு பறந்துவிட்டு சட்டென வான்வெளியில் பறந்து மறைந்தது. “சரியான கில்லாடிப்புறா” என்று நினைத்தபடி நடந்தேன்.

கோயில் வளாகத்தில் ஒவ்வொரு கல்லும் ஒவ்வொரு தூணும் கிரிஜாவை நினைவுபடுத்தியது. சைவத்திருமுறைகளை பாடமாக நடத்திய மணிவாசகர் ஐயா அமர்ந்திருந்த தூணை நோக்கி என் கால்கள் தன்னிச்சையாக நடந்தன. அங்கே நின்றுகொண்டு நானும்

கிரிஜாவும் அமர்ந்திருந்த கல்தரையைப் பார்த்தேன். இப்போதும் அவள் உட்கார்ந்திருப்பதுபோலவே தோன்றியது. பெருமூச்சுடன் அங்கிருந்து ஒவ்வொரு சந்நிதிக்கும் சென்று நின்றேன். இறுதியாக ஒரு தூணோரமாக வந்து உட்கார்ந்தேன். ஒவ்வொரு நாளும் வகுப்பு முடிந்தபிறகு நாங்கள் அமர்ந்து உரையாடிக்கொள்ளும் இடம் அது.

நயனக்கொள்ளைக்கு அப்பா சொன்ன அதே விளக்கத்தை வேறொரு வடிவத்தில் மணிவாசகர் அன்று எங்களுக்குச் சொல்லியிருந்தார். அந்தச் சொல்லாலும் விளக்கத்தாலும் கிரிஜா சற்றே உணர்ச்சிவசப்பட்ட நிலையில் காணப்பட்டாள்.

"கொள்ளையடிச்சிட்டு போகறதுக்கு கண்ணுல என்ன புதையலா இருக்குது? இல்ல, சுரங்கம் ஏதாவது இருக்குதா?"

அவள் நெஞ்சில் இருப்பதென்ன என்பது எனக்கு அக்கணத்தில் புரிந்ததுபோலவும் இருந்தது. புரியாததுபோலவும் இருந்தது.

"அதான் ஐயாவே சொன்னாரே, அப்படியே அடியோடு வாரி எடுத்துட்டு போகறமாதிரினு, அது புதையலா இருந்தா என்ன, சுரங்கமா இருந்தா என்ன? ரெண்டும் ஒன்னுதான்"

"மக்கு. மக்கு. நான் ஐயா சொன்னத திருப்பிச் சொல்லுனா கேட்டேன். உனக்கு என்ன தோணுதுனு சொல்லுடா"

நான் அப்போதுதான் அவள் கண்களைப் பார்த்தேன். அழகிய பெரிய கண்கள். வளைந்த ஓடக்கரையின் மதிலென இமைகள். ஈரம் மின்னும் கருவட்டம். நடுவில் பால்நிறத்தில் சுடர்விடும் ஓர் ஒளிப்புள்ளி. அடர்ந்த ஒரு குன்றின்மீது ஏற்றிவைக்கப்பட்ட தீபமென எரியும் புள்ளி.

"ஏன்டா பேசாம இருக்க? என்ன தோணுதுனு சொல்லுடா"

அவள் கண்களின் இமைகள் ஒருகணம் சற்றே மூடி மீண்டும் விரிந்தன. புயல்காற்றில் சுழலும் மரக்கிளையென மனம் சுழன்றது.

எனக்கு முதலில் பேச்சே வரவில்லை. பிறகு கட்டுப்பாடில்லாமல் பேசத் தொடங்கிவிட்டேன்.

"புதையல் மாதிரியும் இருக்குது. சுரங்கம் மாதிரியும் இருக்குது"

"கொள்ளையடிச்சிட்டு போற அளவுக்கு ஏதாவது இருக்குதா?"

"இந்தச் சுரங்கம் வழியா போனா, ஒரு இதயம் இருக்குது. அத கொள்ளையடிக்கலாம்"

"அப்புறம்?"

"இதயத்துக்குள்ள ஒரு மனசு இருக்குது. மனசுக்குள்ள பூட்டி வச்சிருக்கிற ஆசை இருக்குது. ஆசைக்குள்ள ஒரு கனவு இருக்குது. ஐயையோ... கிணறுக்குள்ள கிணறுமாதிரி போயிட்டே இருக்குதே. நான் எத சொல்ல?"

"சொல்லு சொல்லு, அப்புறம்..?

அவள் கண்கள் இன்னும் விரிந்து என்னை ஆழமாகப் பார்த்தன. என் மனமும் உடலும் குழைந்து உருகுவதுபோல இருந்தன.

"உன் கண்ணு ரொம்ப பெரிசா இருக்குது. உனக்கு கிரிஜானு பேரு வச்சிருக்கக்கூடாது. விசாலாட்சினு பேர் வச்சிருக்கணும். அவ்வளவு விசாலமா இருக்குது. விசாலாட்சி" சொல்லும்போதே தானாகவே என் கைகள் விரிந்தன.

அவள் அப்போதும் அமைதியடையவில்லை. கிளர்ச்சியூட்டும் புன்னகையுடன் "அப்புறம்?" என்றாள்.

"இல்லை இல்லை. அம்புஜாட்சி"

"ஓ... இது நல்லா இருக்குதே, அப்புறம்?"

"பங்கஜாட்சி"

"ஆகா, அப்புறம் சொல்ல எதுவாவது இருக்குதா?"

"மீனாட்சி"

"சரி சரி"

"காமாட்சி"

"இன்னும் ஏதாவது?"

"இந்திராட்சி, நீலாயதாட்சி"

"அப்புறம்?"

"இந்த விசாலமான கண்ணுக்குள்ள எனக்கு ஒரு இடம் இருக்குமா?"

அந்த வாக்கியம் ஏதோ ஒரு வேகத்தில் அன்று வெளிப்பட்டுவிட்டது. கிரிஜா புன்னகைத்தபடியே என் தொடையில் ஓங்கி அறைந்துவிட்டு "மக்குக்கு இப்பதான் மூள வேலை செய்ய ஆரம்பிச்சிருக்குது" என்றாள். தொடர்ந்து "வாடா, நேரமாயிட்டுது" என்று எழுந்துவிட்டாள்.

"என்ன சார் இங்க நிக்கறீங்க? யாராவது வரணுமா?" என்றபடி அந்தப் பக்கமாகச் சென்ற கோவில் சேவகர் நின்று விசாரித்தபோதுதான் பழைய கனவுகள் கலைந்தன. அங்கிருந்த அனைவருமே என்னையும் என் கடையையும் அறிந்தவர்கள். "இல்ல, இல்ல. சும்மாதான் ஏதோ யோசனையில நின்னேன். வரேன்" என்றபடி அங்கிருந்து நகர்ந்து பிராகாரத்தைச் சுற்றத் தொடங்கினேன்.

இரண்டு சுற்றுகளை முடித்து மூன்றாவது சுற்றைத் தொடங்கும்போது கிரிஜாவின் நினைவு மீண்டும் இழுத்துக்கொண்டு போனது. இதே பிராகாரத்தை அவளோடு சேர்ந்து எத்தனை முறை சுற்றியிருப்பேன் என்று நினைத்ததைத் தொடர்ந்து அந்த நினைவுகள் வந்துவிட்டன. எல்லாமே நன்றாகத்தான் போய்க்கொண்டிருந்தது. இருவருமே முதல் வகுப்பில் தேறினோம். அவள் எண்பத்தாறு விழுக்காடு. எனக்கு எண்பத்தைந்து விழுக்காடு. இருவருக்கும் டிசிஎஸ் நிறுவனம் வேலை வாய்ப்பை உறுதியளித்திருந்தது. ஆனால் வேலையைவிட எங்களுக்கு உயர்படிப்பு மீது ஆர்வமிருந்தது. அதுவும் லண்டனில் கேம்பிரிட்ஜ் பல்கலைக்கழகத்தில் படித்து முதுகலைப் பட்டம் பெறவேண்டும் என்னும் பெரிய கனவுடன் இருந்தோம். அதனால் கிடைத்த வேலைகளை உதறிவிட்டு கேட் நுழைவுத்தேர்வுக்கும் பல்கலைக்கழக நுழைவுத்தேர்வுக்கும் இரவுபகல் பாராமல் இடைவிடாது படித்து தயாரிப்புகளில் ஈடுபட்டோம். எங்கள் தொடர்முயற்சிகளுக்கு வெற்றி கிடைத்தது.

கேம்ப்ரிட்ஜிலிருந்து மின்னஞ்சலில் தேர்வின் வெற்றிச்செய்தி கிடைத்த அதே நாள் இரவில் அப்பா உடல்நலம் குன்றியது. இரவு உணவுக்குப் பிறகு வழக்கம்போல ஒருமணி நேரம் திருவாசகம் படித்துவிட்டு உறங்கச் சென்ற அப்பா நள்ளிரவில் படுக்கையிலிருந்து உருண்டு கீழே விழுந்துவிட்டார். ஒரு மணி நேரத்தில் ஆம்புலன்ஸ் வரவழைத்து மருத்துவமனைக்குச் சென்றுவிட்டோம். மூளைக்கு ரத்தம் செல்லும் வழியில் ஏதோ பிரச்சினை என்று கண்டுபிடித்து மருத்துவம் பார்த்தார்கள். ஒரு மாத மருத்துவத்துக்குப் பிறகு ஒரு கையும் காலும் செயல்படாத நிலையில் அப்பா வீட்டுக்கு வந்தார். தொடர்ந்த சிகிச்சையால் காலின் செயல்பாடு மட்டும் மீண்டது.

லண்டன் கனவை நானே அன்று கலைத்துக்கொண்டேன். அம்மாவின் மறைவுக்குப் பிறகு தனக்கென எந்தவொரு வாழ்க்கையைப்பற்றியும் எண்ணாமல் என்னைக் காப்பாற்றிய

அப்பாவுக்கு துணையாக நிற்பதைத் தவிர வேறு எதையும் என்னால் நான் நினைத்துப் பார்க்க விரும்பவில்லை.

கிரிஜா என் நிலையைப் புரிந்துகொண்டாள். தனியாகவே லண்டனுக்குப் புறப்பட்டாள். “ஒன்னுத்துக்கும் கவலப்படாதடா. ரெண்டே ரெண்டு வருஷம் பொறுத்துக்கோ. திரும்பி வந்ததும் அப்பாவ நாம ரெண்டு பேரும் சேர்ந்து பார்த்துக்கலாம், என்ன?” என்று சொன்னாள். நான் அவள் சொன்னதையெல்லாம் கேட்டபடி அவள் கண்களையே பார்த்துக்கொண்டிருந்தேன்.

கடைக்குத் திரும்பி அறைக்குச் சென்று மீண்டும் கணிப்பொறியைத் திறந்தேன். கிரிஜாவின் மடலை அடுத்து பிரான்சைச் சேர்ந்த ஒரு வாடிக்கையாளரிடமிருந்து வந்திருந்த மடலைப் பிரித்தேன். திருத்துவதற்காக ஒரு நிரல்வரிசையை இணைத்து அனுப்பியிருந்தார். ஏற்கனவே எழுதப்பட்ட ஒரு நிரல்வரிசையைத் திருத்துவதைவிட, புதிதாக ஒன்றை எழுதுவதே எளிதான வழி. ஆனால் அதை எந்த வாடிக்கையாளரும் ஏற்றுக்கொள்வதில்லை. தன்னிச்சையாக எதையாவது எழுதி அனுப்புவதே அவர்களுக்கு வாடிக்கையாகப் போய்விட்டது.

அந்த நிரல்வரிசையை மேலோட்டமாகப் பார்த்தபோது, அதைச் செப்பனிடுவது மிகமிக எளிது என்றே தோன்றியது. ஆனால் வேலையில் இறங்கிய பிறகுதான் ஆழம் புரிந்தது. எந்தக் கோணத்திலிருந்து அலசினாலும் பிழையின் தடத்தை அறியமுடியவில்லை. இடையிடையே கிரிஜாவின் நினைவுகள் என்னை வேறுவேறு திசைகளில் இழுத்தபடி இருந்தன. அவற்றை உதறிவிட்டு வேலையோடு ஒன்றுவது அவ்வளவு எளிதாக இல்லை. இரண்டுமணி நேரத்துக்கும் மேல் செலவழித்தும் கூட சிக்கலின் ஆழத்தைத் தெரிந்துகொள்ள முடியவில்லை. இன்று அதற்குத் தீர்வு காண்பது பெரிய சவாலாக இருக்கப் போகிறது என்று தோன்றியது. வாசலில் நிழலாடுவதைப் பார்த்துவிட்டு திரும்பினேன். சங்கரன் நின்றிருந்தான். “என்ன சங்கரா?” என்றேன். “மணி பதினொன்னரை ஆயிட்டுது சார்” என்று நினைவூட்டினான். “ஓ” என்றபடி வேகமாக எழுந்தேன். “சரி, கடையை பார்த்துக்கோ சங்கரா. போய் அப்பாவுக்கு ஜூஸ் கொடுத்துட்டு வரேன்” என்று சொல்லிவிட்டு அறையிலிருந்து வெளியே வந்தேன்.

ஐந்து நிமிட நடையில் வீட்டை அடைந்துவிட்டேன். கதவோரமாக அன்றைய அஞ்சலில் வந்திருந்த ஒரு புத்தகம் வைக்கப்பட்டிருந்தது. உறையைப் பிரித்துப் பார்த்தேன். ஜெகசிற்பியன்

எழுதிய கிளிஞ்சல் கோபுரம். அப்பா அந்தப் புத்தகத்தைப்பற்றி ஒரு மாதமாக சொல்லிக்கொண்டே இருந்தார். அவருக்குக் கிடைத்த முதல் மாத சம்பளத்தில் வாங்கிப் படித்த புத்தகம் என்று சொல்லிவிட்டு, அதை மறுபடியும் படிக்க ஆசையாக இருப்பதாகத் தெரிவித்தார். அவருக்காக நூலகத்தில் அந்தப் புத்தகத்தைத் தேடினேன். கிடைக்கவில்லை. பதிப்பகத்துக்கே நேரிடையாகப் பேசி பணம் அனுப்பிவைத்தேன்.

புத்தகத்தைப் புரட்டியபடியே கதவைத் திறந்து வீட்டுக்குள் சென்றேன். கூடத்தில் சுவரோரமாக போடப்பட்டிருந்த நாற்காலியில் அமர்ந்தபடி மேசை மீது புத்தகத்தை வைத்து ராகம் போட்டு படித்துக்கொண்டிருந்தார். 'இடரைக் களையும் எந்தாய் போற்றி ஈசா போற்றி இறைவா போற்றி' என்ற வரிகளைக் கேட்டதுமே, அவர் திருவாசகம் படிக்கிறார் என்பது புரிந்தது. இயக்கம் இல்லாத வலது கை தொங்க, வரிகளின் கீழே இடது கைவிரல் மட்டும் நகர்ந்துகொண்டிருந்தது. பக்கம் புரண்டுவிடாதபடி ஒரு சின்ன மரக்கட்டையை வைத்திருந்தார்.

என் வருகையை உணர்ந்ததும் படிப்பதை நிறுத்திவிட்டு என்னைப் பார்த்தார். அவரிடம் புத்தகத்தை உயர்த்திக் காட்டினேன். அதைப் பார்த்ததும் அவர் கண்கள் மலர்ந்தன "அய், இவ்ளோ சீக்கிரமா அனுப்பி வச்சிட்டாங்களா?" என்றார். நான் அவருக்கு முன்னால் அப்புத்தகத்தை வைத்தேன். திருவாசகத்தின் மீதிருந்த விரலை எடுத்து அப்பா கிளிஞ்சல் கோபுரத்தைப் புரட்டினார்.

"அம்மா பிரசவத்துக்காக திண்டிவனத்துல அவுங்கம்மா வீட்டுக்கு போயிருந்தாங்க. அப்பல்லாம் ஞாயித்துக்கெழம லீவு கெடச்சதுமே அங்க போயிடுவேன். ஒருதரம் இந்த புத்தகத்தை வாங்கிட்டு போயி அன்புள்ள அபிராமிக்குனு எழுதி கையெழுத்து போட்டு கொடுத்துட்டு வந்தேன்..."

அப்பாவால் அதற்கு மேல் பேசமுடியவில்லை. பெருமூச்சு விட்டார். அமைதியில் மூழ்கிவிட்டார் என்று தோன்றியது. வேண்டுமென்றே பேச்சை திசைதிருப்புவதற்காக "புத்தகத்த படிச்சிட்டு புடிச்சிருக்குதுனு சொன்னாங்களா, புடிக்கலைன்னு சொன்னாங்களா?" என்று கேட்டேன். அப்போது தன்னிச்சையாக அவர் முகத்தில் புன்னகை வந்து படிந்தது. "படிச்சிட்டு ரொம்ப புடிச்சிருக்குதுனுதான் சொன்னாங்க. ஆனா அந்தப் புத்தகத்த அவுங்களால பத்திரமா எடுத்து வச்சிக்க தெரியல. அங்கயே

எப்படியோ காணாம போயிடுச்சி” என்று சொல்லிவிட்டு த்ச் என்று நாக்கை சப்புக்கொட்டிவிட்டு உதட்டைப் பிதுக்கினார்.

“சரி, ஒன் பாத் ரூம், டூ பாத் ரூம் ஏதாவது போகணுமா?”

“ம்” என்றபடி அவர் ஒரு விரலை உயர்த்தினார். நான் மெதுவாக அவர் முதுகுக்குப் பின்னால் நின்று இரு தோள்களையும் உறுதியாகப் பிடித்துத் தூக்கி நிற்கவைத்தேன். கட்டிலோடு சாய்த்துவைக்கப்பட்டிருந்த கைத்தடியை எடுத்துக்கொண்டதும் அவரால் உறுதியாக நிற்கமுடிந்தது. ஒவ்வொரு அடியாக அவரை கழிப்பறை வரைக்கும் அழைத்துச் சென்றேன்.

சமையலறைக்குத் திரும்பி பழக்கூடையிலிருந்து நாலைந்து ஆரஞ்சுப் பழங்களை எடுத்தேன். வேகமாக உரித்து சுளைகளை எடுத்து மிக்சியில் சில நொடிகள் சுழலவிட்டேன். சாறு தயாரானதும் ஒரு தம்ளரில் வடிகட்டி எடுத்துக்கொண்டு கூடத்துக்குத் திரும்பினேன். அப்பா அப்போதுதான் திரும்பி வந்து நாற்காலியில் அமர்ந்தார். பழச்சாறை மெதுவாக அருந்தினார்.

“பாட்டு ஏதாவது கேக்கறீங்களா?” என்று கேட்டபடி பக்கத்திலிருந்த டிவி ரிமோட்டை எடுத்தேன். “சரி, யுடியூப்ல சந்திரபாபு பாட்டு வை” நான் அதைத் தேடியெடுத்து ஓடவிட்டேன். ‘நான் ஒரு முட்டாளுங்க’ என்று பாடல் தொடங்கியது. “அதே இருக்கட்டும்” என்று அப்பா சொன்னதால் ரிமோட்டை அவருக்குப் பக்கத்திலேயே வைத்துவிட்டு எழுந்தேன். “ஒன்னரைக்கெல்லாம் வந்துடறேன்பா” என்று சொல்லிவிட்டு கதவைச் சாத்திக்கொண்டு கடைக்குப் புறப்பட்டேன்.

அறையில் கணிப்பொறியைத் திறந்ததும் கிரிஜாவின் ஒற்றைவரி மின்னஞ்சலை மீண்டும் ஒருமுறை படித்தேன். அந்த வரி அவள் கண்களைப்போல விரிந்திருந்தன. அப்புறம் அப்புறம் என்று என்னைச் சீண்டிய கண்கள்.

ஒரு காலத்தில் கடிதத்தை பக்கம் பக்கமாக எழுதிய கிரிஜாவா இது என்ற எண்ணம்தான் முதலில் எழுந்தது. அவள் கேம்ப்ரிட்ஜில் சேர்ந்ததும் எழுதிய கடிதங்கள் ஒவ்வொன்றும் அற்புதமான வரிகளைக் கொண்டவை. ஆங்கிலத்தில் மிகமிக அழகான வாக்கியங்களை உருவாக்கும் ஆற்றல் அவளுக்கு இருந்தது. அப்போதெல்லாம் தினமும் காலையில் ஒரு அஞ்சல், மாலையில் ஒரு அஞ்சல் என வந்துகொண்டே இருக்கும். சில சமயங்களில் அபூர்வமாக நள்ளிரவிலும் வரும்.

அந்த ஓராண்டில் மட்டும் எழுநூறு எண்ணூறு அஞ்சல்கள் வந்திருக்கும். எல்லாவற்றையும் நான் ஒரு தனித்தொகுப்பாக்கி சேமித்துவைத்திருந்தேன். தன்னிச்சையாக என் விரல்கள் நான்கைந்து ஆண்டுகளாக திறக்காமலேயே வைத்திருந்த அத்தொகுப்பைத் தேடியெடுத்துத் திறந்தன.

'மை டியர் மகா' என்று தொடங்கும் முதல் வரியைப் படித்ததுமே, அதுவரை அவள் மீது கொண்டிருந்த கசப்பெல்லாம் சட்டென விலகத் தொடங்கியது. ஒவ்வொரு மடலாகப் படிக்கப் படிக்க அவள் மீது மீண்டும் அன்பு பொங்கியது. மடலெழுதி அன்பைத் தெரிவிப்பது ஒருவகையென்றால், மடலில் கொட்டவேண்டிய அன்பையெல்லாம் மனத்திலேயே தேக்கிவைத்து மறைத்துக்கொள்வதும் கூட இன்னொரு வகையாக ஏன் இருக்கக்கூடாது என்று எனக்குள் ஒரு கேள்வி எழுந்தது. அக்கணமே அதுவரை மனம் சுமந்திருந்த கசப்பும் வெறுப்பும் உதிர்ந்தன. என் பொருட்டு அவள் மனம் எவ்விதத்திலும் சங்கடப்பட்டு விடாதபடி நடந்துகொள்ள வேண்டும் என முடிவெடுத்துக்கொண்டேன்.

கண்ணாடிக் கதவருகில் நிழலாடியதைப் பார்த்துத் திரும்பினேன். சங்கரன் நின்றிருந்தான். "அதுக்குள்ள ஒன்னரையாய்ட்டுதா? நேரம் போனதே தெரியலை" என்றபடி எழுந்தேன். "ஏன் சார், காலையிலேருந்து ஒரே டென்ஷனா இருக்கிங்க? நெறய வேலையா?" என்று அக்கறையோடு கேட்டான் சங்கரன். "இல்லையே, எப்பவும் இருக்கிற அளவுதான் சங்கரன். புதுசா எதுவுமில்ல" என்று அவன் தோளைத் தட்டியபடி "வரட்டுமா?" எனறு கேட்டுக்கொண்டே கடையிலிருந்து வெளியேறி வீட்டை நோக்கி நடந்தேன்.

கூடத்தில் டிவியில் பாட்டுச்சத்தம் கேட்டது. ஆனால் அப்பா சாய்வுநாற்காலியில் உறங்கிக்கொண்டிருந்தார். நான் டிவியை அணைத்துவிட்டு அப்பாவை எழுப்பினேன். "ஓ... வந்துட்டியா? நல்லா தூங்கிட்டேன் போல" என்றபடி கண்விழித்தார் அப்பா.

"சந்திரபாபுவைப் பார்த்ததும் எங்க ஆபீஸ்ல வேலை செஞ்ச ஒருத்தரு ஞாபகம் வந்துட்டுது. அச்சுஅசலா சந்திரபாபு மாதிரியே சேஷ்ட செய்வாரு. ஒடம்ப வளச்சி டேன்ஸ்லாம் ஆடுவாரு. மேதின விழாவுல அவரு மேடையில ஏறினார்னா, அட் எ டைம் அரைமணி நேரம் தொடர்ச்சியா விதவிதமா ப்ரோக்ராம் செஞ்சி எண்டர்டைன் செய்வாரு. இப்ப எங்க இருக்காரோ தெரியலை. அவர நெனச்சிகிட்டே இருந்தேன். அப்படியே தூங்கிட்டேன்" என்று உதட்டைப் பிதுக்கினார்.

“அருணாசலம் மாமாகிட்ட கேட்டா சொல்லப் போறாரு. அவருக்கு டச் இருக்குமில்ல?”

“ஆமாமாம். அவன் வந்தா கேக்கணும்”

“சரி பாத்ரூம் போறீங்களா?”

அவர் ம்... என்றபடி தலையசைத்தார். நான் அவரை மெதுவாக தூக்கி நிற்கவைத்து ஊன்றுகோலை எடுத்துக் கொடுத்து பிடிக்கவைத்தேன். அவர் அதன் துணையுடன் கழிப்பறை வரைக்கும் நடந்துவந்தார். அவர் உள்ளே சென்றதும் நான் சமையலறைக்குள் சென்று சாப்பாட்டுப் பாத்திரங்களையெல்லாம் எடுத்துவந்து உணவு மேசையில் வைத்தேன்.

அப்பா மெதுவாக நடந்துவந்து நாற்காலியில் அமர்ந்தார். அவருக்கு தட்டில் சோறு வைத்து குழம்பு ஊற்றி பிசைந்துவைத்தேன். அவர் கரண்டியால் எடுத்து சாப்பிடத் தொடங்கினார். “வடிவேல் நகைச்சுவை வைக்கறேன். பார்த்துகிட்டே சாப்பிடறீங்களாப்பா?” என்றபடி அவருக்காக டிவியை ஆன் செய்தேன். மெய்மறக்கவைக்கும் காட்சிகளைப் பார்த்தபடியே சாப்பிட்டதில் நேரம் போனதே தெரியவில்லை.

தட்டுகளையெல்லாம் எடுத்து கழுவிவைத்துவிட்டு உணவுமேசையைச் சுத்தம் செய்தேன். பிறகு அங்கிருந்து அப்பாவை எழுப்பி அழைத்துச் சென்று அவருடைய நாற்காலியில் அமரவைத்தேன். ஒரு வாழைப்பழத்தை எடுத்து தோலை உரித்து அவர் கையில் வைத்த சமயத்தில் வாசலில் ஏதோ ஒரு கார் நிற்கும் சத்தம் கேட்டது. “அருணாசலமாதான் இருக்கும். கிரிஜாவ அழச்சிட்டு வரேனு காலையில சொன்னானே, ஞாபகம் இல்லியா? போய் பாரு” என்றார் அப்பா.

என்னவென்றே புரியாத ஒருவித பதற்றத்தோடும் குழப்பத்தோடும் வேகமாக கதவருகில் சென்றேன். காரின் கதவு திறந்த நிலையில் கிரிஜா வாசலையே பார்த்தபடி உட்கார்ந்திருந்தாள். அதே தோற்றம். அதே முகம். ஆறு வருஷங்களில் அவள் கொஞ்சமும் மாறவில்லை. திடீரென அவளுடைய அகன்ற கண்களின் நினைவு வந்தது. அப்போதுதான் அவள் கண்ணாடியைக் கழற்றாமலேயே அமர்ந்திருப்பதைக் கவனித்தேன்.

“அப்பா, கிரிஜாதான்” என்று கூடத்தின் பக்கம் திரும்பி சொல்லிவிட்டு “உள்ள வா கிரிஜா. ஏன் வண்டியிலயே உட்கார்ந்திருக்க? என்னமோ எல்லாத்தயும் புதுசா பாக்கறமாதிரி பாக்கற? எறங்கி

வா” என்று கேட்டுக்கொண்டே வேகமாக காருக்கு அருகில் சென்றேன்.

கண்ணாடியைக் கழற்றாமலேயே ஒரு கணம் என்னை ஏறிட்டுப் பார்த்து புன்னகைத்தாள் கிரிஜா. அவளுடைய தொண்டைக்குழி ஏறியிறங்கித் தவிப்பதைப் பார்க்க முடிந்தது.

“என்ன மகா? நல்லா இருக்கியா?”

“நல்லா இருக்கேன் கிரிஜா? ஏன் அப்படி பார்க்கறே?”

எந்தப் பதிலும் சொல்லாமல் இடது காலை தரையில் ஊன்றியபடி “மொதல்ல என்ன கீழ எறக்கு. அதுக்கப்புறம் எல்லாத்தயும் விலாவரியா சொல்றேன்” என்று கையை நீட்டினாள்.

அடங்கி ஒலித்த அவளுடைய குரலைக் கேட்டு ஒருவித அதிர்ச்சியுடன் “எறக்கணுமா, என்ன சொல்ற நீ?” என்றபடி நெருங்கிச் சென்று அவள் கையைப் பற்றினேன். அந்தப் பிடியின் ஆதாரத்தோடு அவள் தன் வலது காலையும் காரிலிருந்து மெதுவாக எடுத்துவைத்து கீழே இறங்கி நின்றாள். ஒருகணம் நிலத்தில் ஊன்றி நின்று மூச்சு வாங்கிவிட்டு “இனிமே நானே நடப்பேன், வா” என்று கையை விலக்கிக்கொண்டு நடந்தாள். “என்னாச்சி கிரிஜா?” என்று பதற்றமுடன் நான் கேட்ட கேள்விக்கு “த்ச்... மொதல்ல உள்ள போவலாம், வா. சொல்றேன்” என்று பதில் சொல்லிக்கொண்டே நடந்தாள். அப்போதுதான் அவள் நடையில் ஒரு வித்தியாசம் இருப்பதை உணர்ந்தேன். அப்பாவின் நடைபோல வளைந்து தயங்கி நடக்கும் நடை. திகைத்து ஒரு கணம் தயங்கி பின்வாங்கி நின்றுவிட்டேன். கிரிஜா என்று அழைப்பதற்குள் அவள் வாசலைக் கடந்து வீட்டுக்குள் சென்றுவிட்டிருந்தாள். நான் பின்னாலேயே சென்றேன்.

“வாம்மா, கிரிஜா? நல்லா இருக்கியா? உன்ன பாத்து பல வருஷம் ஓடிப் போச்சேம்மா. எங்க அருணாசலம்? அவன் வரல? ஒவ்வொரு நாளும் அவனுக்கு ஒன்ன பத்திய பொலம்பல்தான். காலையில கூட நீ குடும்பத்தோடு வரப்போறியா தனியா வரப்போறியான்னு தெரியாம பொலம்பிட்டிருந்தான்...”

அப்பா சொல்வதையெல்லாம் ரசித்துக் கேட்டபடி அவருக்கெதிரில் நாற்காலியில் உட்கார்ந்தாள் கிரிஜா. “இன்னும் வீட்டுக்கு போகலை மாமா. நேரா இங்கதான் வரேன்.”

"ஐயையோ. ஏம்மா அப்படி? மொதல்ல அவனத்தான நீ பார்த்திருக்கணும். அவன் எவ்ளோ ஆசையா இருந்தான் தெரியுமா?"

"மொதல்ல உங்கள பார்த்துட்டு போகணும்னு எனக்கு ஒரு ஆசை. சொல்லுங்க மாமா? எப்படி இருக்கீங்க? மகா உங்கள நல்லா பார்த்துக்கறானா?" என்று கேட்டபடியே கண்ணாடியைக் கழற்றி மேசை மீது வைத்தாள்.

"அவன்..." என்று ஏதோ பதில் சொல்லத் தொடங்கிய அப்பா அவள் முகத்தைப் பார்த்ததுமே "என்னம்மா இது?" என்று அப்பா திகைத்து பேச்சுவராமல் நிறுத்திவிட்டார். அதுவரை வேறொரு பக்கத்தில் நாற்காலியில் அமர்ந்து அவர்களுடைய உரையாடலைக் கேட்டுக்கொண்டிருந்த நான் அக்கணமே வேகமாக எழுந்து சென்று அவள் முகத்தைப் பார்த்தேன். அதிர்ச்சியில் எனக்குப் பேச்சே வரவில்லை.

கிரிஜாவின் ஒரு கண்ணில் மட்டுமே பார்வை இருந்தது. மற்றொரு கண் சிற்பத்தின் கண்ணைப்போல அசைவின்றி காணப்பட்டது. அப்படியே நிலைகுலைந்து அப்பாவுக்கு அருகில் உட்கார்ந்துவிட்டேன்.

"என்ன கிரிஜா இது? ஏம்மா இப்படி ஆச்சி?" என்று அப்பா மெதுவாக பேச்சைத் தொடங்கினார்.

கிரிஜா எதுவும் பேசாமல் ஒருகணம் பெருமூச்சு விட்டாள். "த்ச். நடக்க கூடாததெல்லாம் நடந்துபோச்சி மாமா. இங்கேருந்து போன மொதல் ஒரு வருஷம்தான் நல்லபடியா போச்சு. அதுக்கப்புறம் நரகம்தான்."

அவளே பேசட்டும் என்று நான் அமைதியாக அவளையே பார்த்துக்கொண்டிருந்தேன்.

"யுனிவர்சிட்டி கேம்பஸ்லயே ஒரு கார் ஆக்சிடென்ட். உடம்புல வலதுபக்கம் முழுக்க அடி. ஆறு மாசம் பெட்ல இருந்தேன். ஒரு கை, ஒரு கால், ஒரு கண் எல்லாம் போச்சி. என் க்ளாஸ்மேட் ஒருத்தன்தான் என்ன பாத்துகிட்டான். அஞ்சி வருஷமா அவன்தான் எனக்கு கேர்டேக்கர். இந்த செயற்கை கைகால் எல்லாமே அவனுடைய ஏற்பாடுதான். டிக்கட் வாங்கி கொடுத்து இந்தியாவுக்கு போய் எல்லாரயும் பார்த்துட்டு வான்னு சொல்லி அனுப்பினதுகூட அவன்தான்."

"இவ்ளோ கஷ்டங்களயும் தாங்கிகிட்டு நீ எதுக்கும்மா அங்கயே இருந்த கிரிஜா? பேசாம நீ இங்க வந்திருந்தா கஷ்டமோ நஷ்டமோ எல்லாரும் ஒன்னோட ஒன்னா இருந்திருக்கலாமே..."

அப்பாவால் தொடர்ந்து பேசமுடியவில்லை. துக்கத்தில் அவருக்கு தொண்டையை அடைத்தது.

நான் மெதுவாக அவளுக்கு முன்னால் சென்று அவள் கையை எடுத்து என் கைக்குள் வைத்து ஆறுதலுடன் அழுத்தமாகப் பற்றினேன். எதைஎதையோ சொல்ல நினைத்தாலும் சரியான வகையில் சொற்கள் திரண்டுவராமல் தடுமாறித் தவித்தேன். "டிகிரி வாங்கிட்டு அங்கயே பெரிய கம்பெனியில வேலை வாங்கி செட்டிலாயிட்ட போலன்னு நெனச்சிட்டிருந்தேன்... திடீர்னு மெயில் எதுவும் வராததால... ஒரே எரிச்சல்... கோவம்... என்ன நெனச்சி எனக்கே ரொம்ப வெக்கமா இருக்குது... சாரி கிரிஜா..."

கிரிஜாவின் ஒற்றைக்கண் விரிந்து என்னை ஆழமாகப் பார்த்தது. தொலைத்துவிட்ட ஒன்றைத் தேடுவதுபோன்ற பரபரப்பை அந்தப் பார்வையில் உணர்ந்தேன்.

அவள் சட்டென திரும்பி மேசை மீதிருந்த திருவாசகம் புத்தகத்தை எடுத்துப் புரட்டினாள். "இன்னும் திருவாசகம் படிக்கறியா நீ?" என்ற கேள்வியுடன் சட்டென பேச்சின் திசையைத் திருப்பினாள். நான் மெதுவாக "அது அப்பா படிக்கிற புத்தகம்" என்றேன்.

அவள் ஒருகணம் யோசித்து "திருவாசகம் வகுப்புல நாம ரெண்டு பேரும் சேர்ந்து படிச்சமே, உனக்கு ஞாபகம் இருக்குதா?" என்று கேட்டாள்.

"ம்"

"அப்ப படிச்ச பாட்டெல்லாம் ஞாபகம் இருக்குதா?"

"அங்கங்க ஒன்னு ரெண்டு தெரியும்."

"எனக்கு ஒன்னு ரெண்டு வார்த்தைதான் ஞாபகமிருக்குதே தவிர, பாட்டெல்லாம் மறந்து போயிட்டுது."

கிரிஜாவின் பேச்சில் மெல்ல மெல்ல உற்சாகம் படிவதை நான் அப்போதுதான் கவனித்தேன்.

"நம்ம மணிவாசகர் ஐயா நடத்திய போற்றித் திருவகவல் பகுதி அப்பப்ப ஞாபகத்துல வந்துபோகும். ஆஸ்பத்திரியில இருந்த

சமயத்துல அடிக்கடி நெனச்சிகிட்டேன். ஒவ்வொரு வரியா சொல்லி ஏன் போற்றணும் எதுக்கு போற்றணும்னு கதைகதையா சொல்லிக் குடுத்தாரு, இல்ல? ஏதோ கொள்ளைன்னு ஒரு பாட்டுல ஒரு வார்த்தை வருமே, உனக்கு ஞாபகம் இருக்குதா?"

கிரிஜாவின் கேள்வி தன்னிச்சையாக கேட்கப்பட்ட ஒன்றா அல்லது பதில் தெரிந்துகொண்டே கேட்கப்பட்ட கேள்வியா என்பதை என்னால் பிரித்தறிய முடியவில்லை. ஆயினும் "ம்ஹூம்" என்று உதட்டைப் பிதுக்கி தன்னிச்சையாக பதில் சொன்னேன்.

அவள் உடனே அப்பாவின் பக்கம் திரும்பி "உங்களுக்கு அந்தப் பாட்டு ஞாபகம் இருக்குதா மாமா?" என்று கேட்டாள்.

அப்பா ஒருகணம் அமைதியாக இருந்தார். மறுகணம் பெருமூச்சுடன் "இருக்குதும்மா. மொத்த அகவலுமே எனக்கு மனப்பாடம்" என்றார். "ஓ, லவ்லி" என்று சிரித்தாள் கிரிஜா.

"நீ சொல்ற மாதிரி அது வெறும் கொள்ளை இல்ல. நயனக்கொள்ளை."

"நீங்க சொல்றதுதான் சரி, நயனக்கொள்ளை. நயனக்கொள்ளை. இப்ப ஞாபகம் வந்துட்டுது" என்று தனக்குள்ளாகவே இரண்டுமூன்று தரம் சொல்லிக்கொண்டாள். பிறகு "அந்தப் பாட்ட எனக்காக ஒருதரம் பாடிக் காட்டறீங்களா மாமா?" என்று கெஞ்சுவதுபோலக் கேட்டாள்.

"சரிம்மா" என்று தலையசைத்த அப்பா பாட்டின் வரிகளை ஞாபகத்துக்குக் கொண்டுவருபவர்போல ஒன்றிரண்டு கணங்கள் கண்களை மூடியிருந்துவிட்டு சன்னமான குரலில் 'ஒருங்கிய சாயல் நெருங்கி உள் மதர்த்து' என்று தொடங்கினார். அந்த வரிகளை தனக்குள் வாங்கி, அவற்றில் ஆழ்ந்து திளைப்பவள்போல மெய்மறந்த நிலையில் கிரிஜாவின் முகம் அப்பாவின் மீது பதிந்திருந்தது. பிறகு தன்னிச்சையாகத் திரும்பி என் மீது நிலைத்தது.

✻ பாவண்ணன்

## பங்கு

பழுத்து உதிர்ந்த வாதுமை இலையின் நிறத்திலிருந்த விடுதியறைக்கதவின் மீது பதிக்கப்பட்டிருந்த எண்களைப் பார்த்து உறுதிசெய்துகொண்டு அழைப்பு மணியை அழுத்திய ஒன்றிரண்டு நொடிகளுக்குள்ளேயே உயரமான ஒருவர் கதவைத் திறந்து "எஸ்?" என்றபடி என்னைப் பார்த்தார். செதுக்கியதுபோன்ற இறுகிய முகம். ஒரு விரலில் நீலக்கல் மோதிரம் மின்னியது. "பச்சையப்பன் சார்தான?" என்ற என் கேள்விக்கு அவர் தலை மட்டும் அசைந்தது. நான் உடனே அவருக்கு வணக்கம் சொன்னேன்.

"நான் மணவாளன். ரியல் எஸ்டேட் துரைசாமி அனுப்பி வச்சார். வீராம்பட்டணத்துல செல்வகுமார் சார் வீட்டுக்கு அழச்சிட்டு போவணும்னு சொன்னாரு..."

"செல்வகுமார்னா அவர் சொன்னார்? நான் தனலட்சுமி வீட்டுக்குத்தான போகணும்னு சொல்லியிருந்தேன்" என்று குழப்பத்துடன் அவர் என்னைப் பார்த்தார்.

"செல்வகுமார் சார் வீடும் தனலட்சுமி அக்கா வீடும் ஒன்னுதான் சார். செல்வகுமார் சார் ஒய்ஃப்தான் தனலட்சுமி அக்கா."

பச்சையப்பன் பதிலொன்றும் சொல்லாமல் என் முகத்தையே ஒரு கணம் உற்றுப் பார்த்தார். பிறகு "உள்ள வா" என்றார். அவர் அப்படி சட்டென ஒருமையில் அழைப்பார் என நான்

கொஞ்சமும் எதிர்பார்க்கவில்லை. அக்கணமே அங்கிருந்து திரும்பி ஓடிவிடலாமா என்று தோன்றியது.

“துரைசாமிகிட்ட வேலை செய்ற ஆளா நீ?”

“இல்லைங்க. அவரு எங்க சித்தப்பா”

“ஓ” என்றபடி என்னைப் பார்த்து தலையை மேலும் கீழுமாக அசைத்தார். பிறகு அறைக்கட்டிலில் சாய்ந்து காலை நீட்டிக்கொண்டிருந்த பெண்மணியிடம் “மிச்சத்த வந்து பேசிக்கலாம் ரேவதி. அரகொறயா யோசிச்சி எதுவும் முடிவு பண்ண வேணாம். தோ, ஆள் வந்தாச்சி. ஒரு எட்டு போய் பார்த்துட்டு வரலாம், கெளம்பு?” என்றார்.

அந்தப் பெண்மணி “போலாம், போலாம். நமக்கு காரியம் ஆவணும்ன்னா கழுதையானாலும் காலை புடிச்சித்தான ஆவணும்” என்றார். அலுப்புடன் பெருமூச்சு விட்டபடி கட்டிலிலிருந்து இறங்கி நிலைக்கண்ணாடியின் பக்கம் நடந்து புடவை மடிப்புகளைத் திருத்தி ஒப்பனையைச் சரிபார்க்கத் தொடங்கினார். “வந்து ரெண்டு நாளாவுது. ஒரு வேலையும் நடக்கலை. எனக்கு எப்படா திருச்சிக்கு திரும்பிப் போவோம்னு இருக்குது. காலையில பெரியவளும் சின்னவளும் பேச ஆரம்பிக்கும் போதே எப்பம்மா வர எப்பம்மா வரனு கேட்டுதுங்க” என்றார்.

“வந்த வேலை முடியாம எப்படி கெளம்பறது? எதுவா இருந்தாலும் போய்வந்து பேசிக்கலாம், கெளம்பு. பக்கத்து அறையில அண்ணன் அண்ணிகிட்டயும் சொல்லிட்டு வரேன். அவுங்களும் வர்றதா சொன்னாங்க. அம்மாவயும் ஒரு வார்த்த கேக்கணும்” என்றபடி பச்சையப்பன் திரும்பினார். என்னைப் பார்த்து “இங்கயே நில்லு” என்பதுபோல சைகை காட்டிவிட்டுச் சென்றார்.

கண்ணாடியைப் பார்த்து காதோரமாக விலகியிருந்த முடிக்கற்றைகளை சீர்செய்துவிட்டு நாற்காலியை நோக்கி நடந்தபடி “வீராம்பட்டணத்துல என்ன செய்றாரு ஒங்க சாரு?” என்று கேட்டார் ரேவதி. அவர் என்னைத்தான் கேட்கிறார் என்பதைப் புரிந்துகொள்ளவே எனக்கு சிறிது நேரம் பிடித்தது. அதற்குள் அவர் அதே கேள்வியை இரண்டாவது முறை கேட்டுவிட்டார். நான் சற்றே பதற்றம் கொண்டு “செல்வகுமார் சார பத்தி கேக்கறீங்களா? வீராம்பட்டணம் அவரு இருக்கற எடம்தாங்க. மேட்டுப்பாளையத்துலதான் வேலை செய்றாரு”

"என்ன வேலை?"

"ஏதோ ஐடி கம்பெனியிலனு சொல்வாரு"

அவருடைய பார்வை ஒருகணம் மூடியிருந்த வாசல் கதவைப் பார்த்தது. பிறகு அவசரமாக "ஆள் எப்படி?" என்று கேட்டார்.

"சாரு ரொம்ப தங்கமான மனுஷன்ங்க. அவுரு மாதிரியான ஆளுங்க உலகத்துல ஆயிரத்துல ஒருத்தர்தாங்க இருப்பாங்க"

"என்ன, ஓவரா பில்டப் கொடுக்கற?" என்று கேட்டபடி புருவத்தைச் சுருக்கினார் அவர்.

"பில்டப்லாம் இல்லைங்க மேடம். உண்மையத்தான் சொல்றேன். போன வருஷம் பத்து நாளா விடாம காத்துமழை அடிச்சிதே, ஞாபகம் இருக்குதுங்களா? அப்ப கடலோரத்துல மக்கள்லாம் ரொம்ப தவியா தவிச்சிட்டாங்க. அப்ப செல்வகுமார் சார்தான் எங்க எங்கயோ அலஞ்சி மூட்டை மூட்டையா அரிசி தானமா வாங்கிவந்து எல்லாருக்கும் பிரிச்சி கொடுத்தாரு. அவருக்கு இருக்கற பெரிய மனசு யாருக்கும் வராதுங்க."

அவர் வருஷாவருஷம் நடத்தும் ரத்தமுகாம் பற்றிச் சொல்ல நினைத்து தொடங்குவதற்குள் கதவைத் திறந்துகொண்டு பச்சையப்பன் வந்துவிட்டார். அவருக்குப் பின்னால் அவருடைய சாயலிலேயே இன்னொருவர் வந்தார். வெள்ளை வெளேரென்று பேண்டும் சட்டையும் போட்டிருந்தார். காதோர முடிக்கும் மீசைக்கும் கருநிறச் சாயம் பூசியிருந்தது.

"அண்ணே, துரைசாமினு ஒருத்தரு வந்து பார்ப்பாருனு நேத்து சாயங்காலம் நம்ம ராஜவேலு சொன்னாரே, அவரு அனுப்பிவச்ச ஆளு இது"

பச்சையப்பன் என்னைச் சுட்டிக்காட்டி சொல்லிக்கொண்டே நடந்து சென்று நாற்காலியில் உட்கார்ந்தார். நான் அந்த வெள்ளைச்சட்டைக்காரரின் பக்கம் திரும்பி வணக்கம் சொன்னேன். அவர் எதுவும் பதில் சொல்லாமல் தலையை அசைத்தபடி ஜன்னலோரமாக இருந்த ரவிவர்மாவின் ஜடாயு வதம் புகைப்படத்துக்கு அருகில் சென்று நின்றார்.

"கண்டிப்பா போய் பாத்துதான் ஆவணுமா பச்சையப்பா?"

"போய் பார்த்தாதாண்ணே நமக்கு காரியம் நடக்கும்"

வெள்ளைச்சட்டைக்காரர் ஒரு கணம் எதையோ யோசித்தபடி மீசையின் மீது விரல்வைத்து தேய்த்தபடி இருந்தார். பிறகு த்ச் என்று நாக்கு சப்புக்கொட்டியபடி "பத்து வருஷமா ஒட்டும் வேணாம் உறவும் வேணாம்னு நாமளே வெட்டி ஒதுக்கி வச்ச பொண்ணுகிட்ட, இப்ப நாமளே போய் பேசணும்னா, மனசு ஏத்துக்க மாட்டுதுடா. எந்த மூஞ்சிய வச்சிகிட்டு நாம அங்க போய் பேசறது, சொல்லு" என்றார். அவரால் கோர்வையாக பேசவே முடியவில்லை. ஒவ்வொரு சொல்லையும் கசப்பும் சலிப்புமாகச் சொன்னார்.

"ஏன் இந்த மூஞ்சிக்கு என்ன கேடு? இந்த மூஞ்சிய வச்சிகிட்டே பேசலாம். நம்மள கைநீட்டி கொற சொல்ற தகுதி யாருக்கும் இல்ல" என்று அவரோடு சேர்ந்து வந்த பெண்மணி சொன்னார். அந்தக் குரலின் தோரணையிலேயே அவர் அந்த வெள்ளைச்சட்டைக்காரரின் மனைவி என்பது புரிந்தது.

சில நொடிகளில் ஒரு ஊன்றுகோலின் உதவியுடன் உடல்பருத்த வயதான ஒரு அம்மா மெதுவாக உள்ளே வந்தார். அவர் தலைமுடி முழுக்க வெளுத்திருந்தது. அவரை அழைத்துச் சென்று கட்டிலில் சாய்ந்தவாக்கில் அமரவைத்தபடி "ஒங்க பெரிய புள்ளகிட்ட நீங்கதான் பேசணும் அத்த. முன்னாலயும் போவ உடமாட்டறாரு. பின்னாலயும் போவ உடமாட்டறாரு. வழவழனு இழுத்துகிட்டே இருக்கறாரு" என்றார் வெள்ளைச்சட்டைக்காரரின் மனைவி.

"அவன் எப்பவுமே இப்படித்தான்டி சந்தனக்கிளி. ஒரு காரியத்த செய்ய நூறு தரம் யோசிப்பான்" என்று கேலியாகச் சிரித்துக்கொண்டே சொன்னார் அந்த அம்மா. தொடர்ந்து "என்ன சொக்கலிங்கம்? என்ன பிரச்சினை ஒனக்கு? நான் ஆரம்பத்திலேருந்தே அந்த ஓடுகாலி சிறுக்கி கையெழுத்தும் வேணாம், காலெழுத்தும் வேணாம். நாம பாட்டுக்கு நம்ம இஷ்டத்துக்கு வித்துட்டு போயிட்டே இருக்கலாம்னு சொல்லிட்டே இருந்தேன். நீதான் அந்த சட்டம், இந்த சட்டம்னு எதைஎதையோ சொல்லி என் வாய அடைச்ச. இப்ப ஆளு இருக்கற எடம் எதுனு தெரிஞ்சாச்சி. போய் பார்த்து ஒரு வார்த்த கேக்கறதுக்கு ஏன் தயங்கற? போய் கேளு. ஒத்துபட்டு வந்தா சரி. இல்லைன்னா போடி இவளேன்னு வந்து சேரு. நீ என்ன உறவு கொண்டாடவா போற? ஒரு கையெழுத்துதான கேக்க போற?"

சொக்கலிங்கம் என அழைக்கப்பட்ட அந்த வெள்ளைச்சட்டைக்காரர் ஒருகணம் அந்த அம்மாவையே

அமைதியாகப் பார்த்துக்கொண்டிருந்தார். பிறகு பெருமூச்சு விட்டபடி “உறவே வேணாங்கறவங்களுக்கு என் கையெழுத்து மட்டும் எதுக்குன்னு கேட்டா, என்னால எந்த மூஞ்சிய வச்சிகினு பதில் சொல்ல முடியும்? கொழப்பிக்கறேன், கொழப்பிக்கறேன்னு ஆளாளுக்கு சொல்றீங்களே, ஏன் கொழப்பிக்கறேன்னு கொஞ்சம் கூட யோசிக்கவே மாட்டீங்களா?” என்று கேட்டார்.

“அந்த ஓடுகாலிக்கு பதில் சொல்றதுக்கு நீ ஏன்டா கொழப்பிக்கணும்? ஆமா, கையெழுத்துக்குத்தான் வந்தேனு தைரியமா சொல்லு. ஏன், தலைய சீவிடுவாளா அவ?” என்று சீற்றத்துடன் கேட்டார் அந்த அம்மா.

“சீவுமோ, சீவாதோ, அதெல்லாம் எனக்கு தெரியாது. பதில் சொல்ல முடியாம நின்னா, அது நமக்கு அசிங்கமா இருக்காதா? நான் அதத்தான் யோசிக்கறேன்.”

“அவ நம்ம எல்லாரயும் ஏற்கனவே அசிங்கப்படுத்தனவதான. இப்ப என்ன புதுசா அசிங்கம் வரப்போவுது? நம்ம கூட்டத்த விட்டு வேற கூட்டத்து ஆளுதான் வேணும்னு என்னைக்கு அவ வீட்டவிட்டு எறங்கி போனாளோ, அன்னைக்கே எல்லா அசிங்கமும் வந்தாச்சி. தெருவுல தல நிமுந்து நடந்த ஓங்கப்பாவ ஒரே நாள்ல தல குனிஞ்சி நடக்க வச்சவ அவ. ஞானப்பிரகாசம் குடும்பத்துல இந்த மாதிரி ஒரு கேவலமான விஷயம் நடக்கலாமானு என் காதுல உழறமாதிரி தெனந்தெனமும் பேசி காறித் துப்பனாங்க. அவள நெனச்சாவே என் வயிறெல்லாம் எரியுது. இன்னும் இருபது முப்பது வருஷம் இருக்கவேண்டிய ஆளு அல்பாயுசுல போய் சேர அந்த ஓடுகாலி நாய்தான்டா காரணம்.”

அவர் தொடர்ந்து பேசிக்கொண்டே இருந்தார். சொக்கலிங்கம் உரத்த குரலில் “அம்மா” என்று அழுத்தமாகக் கூப்பிட்ட பிறகுதான் அவர் நிறுத்தினார். “இப்ப நடக்க போற விஷயத்த பத்தி பேசுன்னு சொன்னா, என்னைக்கோ நடந்த கதைய ஆரம்பிக்கற?” என்றபடி அவரை முறைத்துப் பார்த்தார். பிறகு பச்சையப்பன் பக்கம் திரும்பி வேகமாக “வாடா, போவலாம்” என்று சொல்லிவிட்டு பெண்மணிகளைப் பார்த்து “கௌம்புங்க கௌம்புங்க” என்றார்.

அந்த அம்மா அக்கணமே பச்சையப்பன் பக்கம் திரும்பி “இங்க பாருங்கடா. அப்பா எழுதன உயிலு ரொம்ப தெளிவா இருக்குது. என் காலத்துக்குப் பிறகு நான் சம்பாதிச்ச வீடு

என் ரெண்டு ஆம்பள புள்ளைங்களுக்குச் சொந்தமாகணும்னு எழுதி வச்சிருக்காரு. வேற யாருக்கும் இதுல பங்கு இல்லை, புரியுதா?" என்றார்.

"யாரும் இப்ப இங்க வந்து பங்கு குடுன்னு நிக்கலைம்மா. புரியுதா, நீயா கற்பனையில பிரச்சினைய உண்டாக்கிக்காத. கொஞ்ச நேரம் டிவி பார்த்துட்டு இரு. நாங்க போய்ட்டு சீக்கிரமா வந்துடறோம்" என்றபடி மேசை மீது இருந்த டி.வி. ரிமோட்டை எடுத்து அந்த அம்மாவுக்கு அருகில் வைத்தார்.

"போனமா வந்தமானு சீக்கிரமா வந்து சேரணும். புரியுதா? அந்தக் கிரிச கெட்டவ வீட்டுல ஒரு வாய் தண்ணி கூட வாங்கிக் குடிக்கக்கூடாது. அது நம்ம வம்சத்துக்கே அசிங்கம்" என்றபடி அந்த ரிமோட்டை எடுத்தார் அந்த அம்மா.

இனி புறப்பட்டுவிடுவார்கள் என்று தோன்றியதால், நான் உடனடியாக அறையைவிட்டு வெளியே வந்தேன். என்ன மாதிரியான சங்கடத்தில் என் சித்தப்பா என்னை சிக்கவைத்திருக்கிறார் என்பது எனக்குப் புரிந்துவிட்டது. தனலட்சுமி அக்கா வீட்டுக்கும் அவர்களுக்கும் உள்ள உறவையும் பகையையும் தெளிவாகத் தெரிந்துகொண்டேன்.

அவர்கள் மின்னேற்றிக்காக பொத்தானை அழுத்துவிட்டு காத்திருந்த வேளையில் நான் வேகவேகமாக படியிறங்கி கீழே வந்து வாசல் பக்கமாகச் சென்று நின்றேன். சில கணங்களில் அவர்களும் வாசலுக்கு வந்துவிட்டனர். சொக்கலிங்கம் தன் கைபேசியிலிருந்து காரோட்டியிடம் பேசி வாசல் பக்கமாக வருமாறு சொன்னார்.

பெரிய கார். பின்னால் இரண்டு பின்னிருக்கை வரிசைகள் இருந்தன. சொக்கலிங்கமும் சந்தனக்கிளியும் பின்னிருக்கையில் அமர்ந்துகொண்டனர். பச்சையப்பனும் ரேவதியும் நடு இருக்கையில் அமர்ந்தனர். நான்கு பேரும் உள்ளே சென்று அமர்ந்த பிறகு நான் டிரைவர் இருக்கைக்குப் பக்கத்தில் உட்கார்ந்துகொண்டேன். "எங்க திரும்பணும், எப்படி போவணும்னு டிரைவருகிட்ட சொல்லிட்டே வா. அவரு திருச்சிகாரர். பாண்டிச்சேரியில எந்த இடமும் அவருக்கு தெரியாது" என்றார் பச்சையப்பன். "சரிங்க சார்" என்று தலையசைத்தபடி டிரைவரிடம் திசை விவரங்களைச் சொல்லிக்கொண்டே வந்தேன். ரத்னா திரையரங்கத்துக்கு அருகில் வலது பக்கமாகத் திரும்பி வண்டி பிரதான சாலையில் ஓடத் தொடங்கியது.

❋ பாவண்ணன் 39

“சித்தப்பாவுக்கு ஒத்தாசையா இருக்கறதுதான் வேலையா? இல்ல, வேற ஏதாவது செய்யறியா?”

எதிர்பாராத விதமாக அவர் கேட்ட கேள்வி சுருக்கென்று தைக்கிறமாதிரி இருந்தது. “சித்தப்பா வேலைக்கும் எனக்கும் எந்த சம்பந்தமும் கெடையாது சார். நான் இ.பி.யில லைன்மேனா இருக்கறேன்” என்று இறுக்கத்துடன் பதில் சொன்னேன்.

“அப்படியா? டெம்பரவரியா, பர்மனென்டா?”

“நாலு வருஷமா டெம்பரவரியாதான் வச்சிருக்காங்க. சீக்கிரம் பர்மனென்டாய்டும் சார்”

“மாசத்துக்கு என்ன தராங்க?”

பதில் சொல்லும் ஆர்வத்தையெல்லாம் அக்கணத்தில் நான் இழந்துவிட்டேன். சித்தப்பாவுக்காக எல்லாவற்றையும் சகித்துக்கொண்டேன். அடங்கிய குரலில் “அஞ்சாயிரம் வரும்” என்றேன். “திருச்சியில அமேசான் டீலர்ஷிப் ஒன்னு எடுக்கப் போறேன். ரெண்டு மூனு வாரத்துல கைக்கு வந்துடும். நிறைய டெலிவரி ஆளுங்க தேவைப்படும். மாசத்துக்கு பத்தாயிரம் கொடுக்கறேன். வரியா?” என்றார் அவர்.

அந்தோணியார் சர்ச் சிக்னலுக்கு அருகில் மூன்று சாலைகள் சந்திப்பில் வண்டி நின்றது. பச்சையப்பனின் நேரடி கேள்வி திகைப்பூட்டியது. திரும்ப வேண்டிய திசையை டிரைவரிடம் தெரிவித்த பிறகு மெதுவாக அவர் பக்கம் திரும்பி “வீட்டுல கலந்து பேசிட்டு சொல்றேன் சார்” என்று பதில் சொன்னேன். “சரி சரி, அவசரமில்லை. பொறுமையாவே பதில் சொல்லு” என்றார் அவர்.

“ஒரு வேலைய வேணும் வேணாம்னு பதில் சொல்றதுக்கு கூட வீட்டுல கலந்து பேசிட்டு சொல்றேனு சொல்லுது பாரு, இதுதான் ஒரு புள்ளைக்கு லட்சணம். இந்த புத்தி அந்த காலத்துல உங்க தங்கச்சிக்கு இருந்ததா? அப்பா, அம்மா, அண்ணனுங்க எல்லாரயுமே அவ கால்தூசுக்கு சமம்னு நெனச்சி உதறிட்டு போனா. மாப்பிள்ளைய தானா தேடிகிட்டு வீட்டவிட்டு வீராப்பா போனவ பின்னால இப்ப நாம தேடிகிட்டு போவறம். கலிகாலம்டா சாமி”

பின்னிருக்கையில் அமர்ந்து ஜன்னல் பக்கமாக வேடிக்கை பார்த்தபடி தனக்குத்தானே கசப்புடன் பேசினார் ரேவதி.

பதில் எதுவும் பேசாமல் பச்சையப்பன் அமைதியாக அவரைப் பார்த்தார். இடுப்பில் ஒரு குழந்தையைத் தூக்கியவண்ணம் ஒரு சிறுமி தன் வயிற்றைத் தட்டிக் காட்டி கைநீட்டியபடி நின்றிருந்த வாகனங்களுக்கு நடுவே செல்வதும் ரேவதி தன் நெற்றியில் விரலால் அடித்துக்கொள்வதும் கண்ணாடி வழியாகத் தெரிந்தன. அவருக்கு யாரும் பதில் சொல்லவில்லை. சிக்னல் பச்சை நிறத்துக்கு மாறியதும் வண்டி புறப்பட்டது.

"இங்க பாரு ரேவதி, பத்து வருஷமா நம்ம வீட்டுல நல்லது கெட்டதுன்னு எவ்ளோ நடந்திருக்குது. எதுக்காவது நாம அத வான்னு ஒரு வார்த்த கூப்ட்டிருக்கமா?"

"கூப்ட்டம்னு யாரு சொன்னா இப்ப?"

"நம்ம ரெண்டு புள்ளைங்களுக்கு மஞ்சள் நீர் சுத்தினோம். திருச்சியில வீடு வாங்கி கம்பெனி தெறந்தோம். எதுக்காவது தெரியப்படுத்தனமா?"

"இல்ல"

"அண்ணிக்காக அண்ணன் சென்னைக்கு போய் வீடு வாங்கி கிரகப்பிரவேசம் செஞ்சாரு. ஜப்பான், ஜெர்மனினு ரெண்டு தரம் வெளிநாட்டுக்குப் போய் வந்தாரு. எந்த சந்தர்ப்பத்துலயாவது நாம அதுக்கு சொல்லி அனுப்பியிருக்கமா?"

"இல்ல. இல்ல. போதுமா?"

"நல்லா யோசிச்சி பாரு. அப்பா ஹார்ட் அட்டாக்ல ரெண்டு வருஷத்துக்கு முன்னால செத்த சமயத்துல கூட நாம தகவலே கொடுக்காமதான எடுத்தும் போயி எரிச்சிட்டு வந்தோம்? அதுவும் ஒதுங்கிடுச்சி. நாமளும் ஒதுங்கிட்டம். இப்ப இந்த வீட்ட விக்கணும்கற பேச்சு வந்ததாலதான் இன்னைக்கு தேடிப் போய் பாக்கணும்ங்கற நெலமைக்கு வந்திருக்கம். விக்க வேண்டிய அவசியம் இல்லைன்னா, நாமளும் அத போய் பாக்கவேண்டிய அவசியமே வந்திருக்காது."

"அந்த வாங்கற பார்ட்டிக்கு வேற வேலையே இல்லையா? கணக்குலயே இல்லாதவகிட்ட கையெழுத்து கேக்கறான்? பேசி கீசி அவன சரிகட்ட முடியாதா? அதக்கூட செய்யமுடியலைன்னா, இந்த ரியல் எஸ்டேட்காரங்கள்ளாம் எதுக்கு இருக்கணும்? வெறும் கமிஷன் வாங்கறதுக்கு மட்டும்தான் அந்த ராஜவேலு வருவாரா?"

“யாரா இருந்தாலும் அத கேக்கத்தான் செய்வாங்க ரேவதி. அத மொதல்ல புரிஞ்சிக்க. ஒருத்தவங்களுக்கு மூனு புள்ளைங்கனு சொன்னா, மூனு பேரும் கையெழுத்து போட்டாதான் அந்த கெரயத்துக்கு மதிப்பு. சட்டம் அதத்தான் ஏத்துக்கும்.”

“பத்து கையெழுத்து கூட வாங்கிக்குங்க. வேணாம்னு சொல்லலை. ஆனா பணத்துல பங்குங்கற பேச்சுக்கே இடம் கெடயாது. அத மட்டும் புரிஞ்சிக்குங்க. அது அந்த காலத்துலயே உங்க அப்பா எடுத்த முடிவு” என்று பின்னிருக்கையிலிருந்து சந்தனக்கிளி சொன்னார்.

“நல்லா உறைக்கற மாதிரி எடுத்துச் சொல்லுங்கக்கா. அப்பதான் இவரு மண்டையில ஏறும்.”

“உங்க அப்பா உயிரோட இல்லாம இருக்கலாம். ஆனா அவரு வார்த்தைக்கு இன்னும் உயிரு இருக்குது. அது ஞாபகத்துல இருக்கட்டும்.”

பச்சையப்பன் சிறிது நேரம் யோசனையில் மூழ்கியிருந்தார். மரப்பாலத்தை வாகனம் கடந்து செல்லும்போது அவர் கண்கள் தன்னிச்சையாக வேடிக்கை பார்த்தன. பிறகு பெருமூச்சுவிட்டபடி “நம்ம ரெண்டு குடும்பத்துல ஏதாவது ஒரு குடும்பம் இங்க தங்கியிருந்தா இந்த கொழப்பமே இருந்திருக்காதுண்ணி. நீங்க ஒரு பக்கம் போயிட்டிங்க. நாங்களும் இன்னொரு பக்கம் போயிட்டம். ஆள் நடமாட்டம் இல்லாத வீட்ட இன்னும் எவ்ளோ காலத்துக்கு ஒத்த வாட்ச்மேன வச்சிட்டு காப்பாத்த முடியும்? நாம தேடி போகாமலேயே ஒரு பார்ட்டி இந்த வீட்டுக்காக நம்மள தேடி வந்திருக்குது. நாம கேக்கற தொகைய கொடுக்கவும் தயாரா இருக்குது. இதுதான் சரியான நேரம்னு தள்ளி உடறதுதான் புத்திசாலித்தனம்” என்றார்.

“புத்திசாலித்தனமோ முட்டாள்தனமோ, அதெல்லாம் எனக்குத் தெரியாது. வாங்கற பணத்துக்கு ரெண்டு பங்குதான் கணக்கு. மூனாவதா ஒரு பங்குங்கற பேச்சுக்கே எடமில்லை” என்று சந்தனக்கிளி அம்மையாரின் குரல் தீர்மானமாக ஓங்கி ஒலித்தது. தொடர்ந்து “காலம் முழுக்க இது பாழடஞ்ச பங்களாவா நின்னாகூட எனக்கு கவலையில்ல. அவளுக்கு மட்டும் ஒத்த பைசா கூட போவக்கூடாது, புரியுதா?” என்று சொன்னார்.

வீராம்பட்டணம் வந்துவிட்டது. கடற்கரைக்குச் செல்லும் பாதையில் வண்டியைத் திருப்பச் செய்து குறுகிய தெருக்களூடாக அழைத்துச் சென்று ஒருபக்கம் வேப்பமரமும் இன்னொரு

பக்கம் முருங்கை மரமும் நின்றிருந்த வீட்டு வாசலில் நிறுத்தச் சொன்னேன். முதலில் நான் இறங்கி அவர்கள் இறங்குவதற்கு உதவி செய்தேன்.

புடவையைச் சரிசெய்தபடி அக்கம்பக்கத்தில் வரிசையாக இருந்த வீடுகளின் பக்கம் பார்வையை ஓட்டிவிட்டு முகத்தைச் சுளித்தபடி "எல்லா வீடும் பன்னிக்குடிசை மாதிரி சின்னச்சின்னதா இருக்குது. இதுக்குள்ள எப்படித்தான் மனுஷங்க இருக்காங்களோ?" என்றார் சந்தனக்கிளி. அவர் குரலைக் கேட்டு சொக்கலிங்கம் சற்றே உரத்த குரலில் கண்டிப்பதுபோல "என்ன பேசறம், எங்க பேசறம்னு ஒரு விவஸ்தையே கெடையாதா ஒனக்கு?" என்று சொல்லிவிட்டு முறைத்தார். அவரைப் பார்ப்பதைத் தவிர்த்துவிட்டு நடக்கத் தொடங்கிய சந்தனக்கிளி கீழே விழுந்திருந்த சாணக்குவியலைப் பார்த்து முகம்சுளித்தபடி "அசிங்கம் அசிங்கம்" என்றபடி விலகி நடந்தார்.

"வீடு பூட்டியிருக்குது. யாரும் இல்லையா?" என்று கேட்டபடி பச்சையப்பன் பேச்சை மாற்றினார்.

"ஞாயித்துக்கெழமதான? வீட்டுக்குள்ளதான் இருப்பாங்க சார். வாங்க போவலாம்" என்றபடி வாசல்படலைத் தள்ளி ஓரமாக நிறுத்திவிட்டு உள்ளே நுழைந்தேன். எனக்குப் பின்னால் அனைவரும் வந்தார்கள். உள்ளே பேச்சுக்குரல் கேட்டது. "உள்ள ஆள் இருக்காங்க சார். சத்தம் கேக்குது பாருங்க" என்றபடி பச்சையப்பனைப் பார்த்து புன்னகைத்தேன். அவர் சிரிக்கவில்லை. வீட்டின் உயரத்தையும் அகலத்தையும் அளவு பார்ப்பதுபோல திரும்பத்திரும்பப் பார்த்தபடி இருந்தார்.

"இது என்ன, அவருக்கு சொந்த வீடா?"

"இல்ல சார், வாடகைக்குத்தான் இருக்காங்க"

படியேறிச் சென்று கதவோரமாக பதித்திருந்த அழைப்புமணியை அழுத்தினேன். "அம்மா வந்துட்டாங்க, அம்மா வந்துட்டாங்க" என்றபடி சிறுவர்கள் ஓடிவரும் சத்தம் உட்பக்கத்திலிருந்து கேட்டது. மறுகணமே கதவைத் திறந்தபடி "அம்மா" என்றபடி இரண்டு சிறுவர்கள் வெளிப்பட்டனர். எங்களைப் பார்த்த குழப்பத்தில் அவர்கள் குரல் சட்டென அடங்கியது. பெரியவன் மட்டும் அங்கேயே நின்றிருக்க, சின்னவன் சட்டென பின்வாங்கி "அப்பா, உங்கள தேடி யாரோ வந்திருக்காங்க" என்று சத்தமிட்டபடி அறையின் பக்கம் திரும்பி ஓடினான்.

சில கணங்களில் செல்வகுமாரின் கையைப் பற்றி அழைத்துக்கொண்டு வெளியே வந்து "இங்க பாரு" என்றான். கூட்டமாக இருந்ததால் பொதுவாக "வாங்க வாங்க" என்று வணங்கிய கைகளுடன் வரவேற்றார் செல்வகுமார். இரு சிறுவர்களும் ஆளுக்கொரு பக்கம் இடுப்புடன் ஒட்டிக்கொண்டனர். ஒரு குழப்பமும் திகைப்பும் அவர் கண்களில் படிந்திருந்தாலும் அவை வெளிப்பட்டுவிடாதபடி புன்னகைத்தார். அந்தக் கும்பலில் என் முகத்தைப் பார்த்த பிறகே அவருடைய முகத்தில் ஒரு வெளிச்சம் படர்ந்தது. "என்ன மணவாளன்? எப்படி இருக்கீங்க?" என்று கேட்டபடி என் தோளில் கைவைத்தார்.

"நல்லா இருக்கேன் சார். எல்லாரும் நமக்கு வேண்டியவங்கதான் சார். உள்ள போய் உக்கார்ந்து பேசலாம்"

"வாங்க, உள்ள வாங்க" என்றபடி வாசலில் நின்றிருந்தவர்களை அழைத்துக்கொண்டு உள்ளே சென்றார் செல்வகுமார். எல்லோரும் காலணிகளை வாசல் கதவோரமாக உதறிவிட்டு வீட்டுக்குள் சென்றனர். பெரிய சோஃபாவில் இரு பெண்மணிகளும் உட்கார்ந்துகொண்டனர். பச்சையப்பனும் சொக்கலிங்கமும் தனித்தனியாக இரு சோஃபாக்களில் அமர்ந்தனர். அவர்களுடைய கண்களைப் பார்க்கும்போதெல்லாம் செல்வகுமாரின் கண்களில் ஒருவித குழப்பம் படிந்து விலகுவதை என்னால் உணரமுடிந்தது. செல்வகுமார் ஒரு தட்டில் தண்ணீர் நிறைந்த தம்ளர்களைக் கொண்டுவந்து "எடுத்துக்குங்க" என்றபடி நடுவில் வைத்தார். நான் மட்டும் ஒரு தம்ளரை எடுத்து தண்ணீரைப் பருகினேன். சொக்கலிங்கத்தின் கண்கள் கூடத்தில் அங்குமிங்கும் அலைந்தன. சுவரில் தொங்கிய புகைப்படங்களையும் காலண்டரையும் மாறிமாறிப் பார்த்தன. பச்சையப்பனின் பார்வை சுவர் அலமாரி அடுக்குகளில் வைக்கப்பட்டிருந்த பொம்மைகள் வரிசையின் மீது பதிந்திருந்தது.

"ஏசி இல்லயா இங்க? ஒரே புழுக்கமா இருக்குதே. ஏசி இல்லாம எப்படித்தான் உங்களால இருக்கமுடியுதோ, தெரியலை" என்றபடி நொடிக்கொரு தரம் உஃப் உஃப் என்று ஊதிக்கொண்டார் ரேவதி. பச்சையப்பன் அவரைப் பார்த்து ஒரு கணம் முறைத்ததும் ரேவதி வேறு பக்கம் முகத்தைத் திருப்பிக்கொண்டார்.

அனைவருடைய கவனத்தையும் திருப்பும் வகையில் "இவுங்க எல்லாருமே பாண்டிச்சேரிகாரங்கதான் சார்" என்று பேச்சைத் தொடங்கினேன். "ஆனா இப்ப இங்க இல்ல. ஒரு குடும்பம் திருச்சியில

இருக்குது. இன்னொரு குடும்பம் சென்னையில இருக்குது. நம்ம தனலட்சுமி அக்காவ பாத்து பேசணும், வீடு தெரியாதுனு சித்தப்பா மொதலாளிகிட்ட சொன்னாங்க போல. அவரு காலையில நீ போய் வீட்ட காட்டிட்டு வாடானு என்கிட்ட ராம் இன்டர்நேஷனல்ல ரூம் நெம்பர் குடுத்துனுப்பி வச்சாரு...” என்று தொடங்கினேன். சொல்லிக்கொண்டிருக்கும்போதே கைச்சைகையால் என்னை நிறுத்தினார் செல்வகுமார். சொக்கலிங்கத்தைப் பார்த்து “நான் செல்வகுமார். தனலட்சுமி ஹஸ்பென்ட். என்ன விஷயமா இருந்தாலும் நீங்க எங்கிட்ட தாராளமா சொல்லலாம்” என்று நேரடியாகச் சொன்னார்.

பச்சையப்பன் தயங்கி “தனலட்சுமி வீட்டுல இல்லயா? எப்ப வரும்? பேசும்போது தனலட்சுமியும் இருந்தா நல்லா இருக்கும்” என்றார்.

“ஞாயித்துக்கெழம வீட்டுல இருக்கிற நாள்தான். ஒரு ஃபங்ஷன் ஏற்பாடுன்னு திடீர்னு ஸ்கூல்ல வரச் சொல்லிட்டாங்க. அதுக்காக போயிருக்கு. சாயங்காலம்தான் வரும். நீங்க எதுவா இருந்தாலும் எங்கிட்ட சொல்லலாம்” என்றார் செல்வகுமார்.

சொக்கலிங்கமும் பச்சையப்பனும் ஒருவரையொருவர் ஒருகணம் பார்த்துக்கொண்டனர். அதற்குள் “சொல்லுங்க சொல்லுங்கனு அவரே கேக்கறாரு. நீங்க ரெண்டு பேரும் புடிச்சிவச்ச புள்ளையாரு மாதிரி இப்படி வாய தெறக்காம உக்கார்ந்திருந்தீங்கனா என்ன அர்த்தம்? நீங்களே சொல்றீங்களா, இல்ல நானே சொல்லட்டுமா” என்று முறைத்தார் ரேவதி. “சொல்றன், சொல்றன். அவசரப்படாத” என்றபடி அவர் பக்கம் கையைக் காட்டித் தடுத்தார் பச்சையப்பன்.

“எப்படி ஆரம்பிக்கறதுனு தெரியலைங்க தம்பி, நான் பச்சையப்பன். அவரு சொக்கலிங்கம். நீங்க எங்கள பார்த்திருக்க மாட்டீங்க. நாங்க ரெண்டு பேரும் தனலட்சுமிக்கு அண்ணன்ங்க”

ஒரு வேகத்தில் தொடங்கிவிட்டாரே தவிர, பச்சையப்பனால் தொடர்ந்து பேசமுடியவில்லை. சற்று நிறுத்தி மூச்சு வாங்கினார். பிறகு “ஒங்க ரெண்டு பேரு கல்யாணத்துல அப்பாவுக்கு சம்மதமில்ல. அதனால் உறவு அப்படியே அறுந்துபோச்சி. பத்து வருஷம் போன வேகமே தெரியலை. நாங்க யாரும் இப்ப பாண்டிச்சேரியில இல்ல. ஆளுக்கொரு ஊருல இருக்கோம். யாரும் இல்லாம வீடு பாழா போவுது. அதான் வித்துடலாம்னு ரெண்டு மூனு பேருகிட்ட சொல்லி வச்சிருந்தம். இப்ப வாங்கறதுக்கு ஒரு ஆளு ரெடியா

இருக்காரு. ஆனா அவரு பத்தரப்பதிவுல ஞானப்பிரகாசத்துக்குப் பொறந்த மூனு புள்ளைங்களும் சேர்ந்து கையெழுத்து போடணும்னு சொல்லி கட்டாயப்படுத்தறாரு. அதான் இப்ப பிரச்சின."

"இதுல என்ன சார் பிரச்சினை?" என்று சிரித்தார் செல்வகுமார். "பத்தரத்துல தனலட்சுமி வந்து கையெழுத்து போடணும். அவ்ளோதான? என்னைக்கு வந்து போடணும்னு சொல்லுங்க, அன்னைக்கு வந்து போடும். நான் சொன்னா தனலட்சுமி கேக்கும்."

அக்கணத்தில் நான்கு பேர் முகத்திலும் நிம்மதியும் வெளிச்சமும் படர்வதைப் பார்த்தேன். நான் அண்ணாந்து சுவரில் மாட்டப்பட்டிருந்த தனலட்சுமி அக்கா படத்தின் பக்கம் பார்வையைத் திருப்பிக்கொண்டேன்.

"கேக்கும். அதெல்லாம் சரிதான். ஆனா..." என்று எதையோ சொல்லத் தொடங்கி சரியாக சொல்லவராமல் தடுமாறினார் பச்சையப்பன்.

"பங்குக்கு வந்து நிக்குமோனு நெனச்சி தடுமாறாதீங்க. எதுவும் வேணாம்னு அன்னைக்கு சொன்ன வார்த்தையிலதான் என் தனலட்சுமி என்னைக்கும் நிக்கும்."

பேச்சு தானாக ஒரு புள்ளியில் நின்றுவிட்டது. யாருக்கும் பேச்சே எழவில்லை. செல்வகுமார் சுவரில் தனலட்சுமி அக்காவின் படத்தைப் பார்த்தபடி அடங்கிய குரலில் "உங்ககிட்ட ஒரே ஒரு விஷயம் மட்டும் சொல்லணும்னு தோணுது. தயவுசெஞ்சி உங்க மேல குத்தம் சுமத்தணும்னு சொல்றதா நெனச்சிக்கவேணாம். என் மனசுல இருக்கிற பாரத்த எறக்கறதுக்காக சொல்றேன். தனலட்சுமி அப்பா சாவு தகவல எங்க யாருக்குமே நீங்க சொல்லி அனுப்பலை. இந்த வீராம்பட்டணத்துல நாங்க ஏதோ ஒரு மூலையில இருக்கறோம். நாங்களாவும் தெரிஞ்சிக்க வழியில்லாம போயிட்டுது. திடீர்னு ஒருநாள் ஏதோ ஒரு பஸ்க்கு பின்னால ஒரு கண்ணீர் அஞ்சலி போஸ்டர பார்த்துட்டுதான் எங்களுக்கு விஷயம் தெரிஞ்சிது. எல்லாத்தயும் மறந்துட்டு பைத்தியம் புடிச்சமாதிரி அப்பா அப்பானு கதறி அழுதுச்சி தனலட்சுமி. ஒரு ஆட்டோ புடிச்சி வீட்டுக்கு போனோம். ஊடு பூட்டியிருந்திச்சி. நீங்க எல்லாரும் ஊரவிட்டு போயிட்டீங்கனு அக்கம்பக்கத்துல சொன்னாங்க. செத்தவங்க மூஞ்சிய கடைசியா ஒரு தரம் பாக்க வழியில்லாம போவறதுதான் உலகத்துலயே பெரிய சங்கடம். பாறாங்கல்ல முழுங்கறமாதிரி அந்த சங்கடத்த என் தனலட்சுமி முழுங்கிட்டுது" என்றார்.

பேச்சு நின்றதும் சிறிது நேரம் மௌனம் நீடித்தது. சொக்கலிங்கம் எழுந்து செல்வகுமாரின் தோளைத் தொட்டு “சாரி, பழச மனசுல வச்சிக்காதீங்க” என்றார். விழியோரத்தில் திரண்ட கண்ணீர்த்துளியைத் துடைத்தபடி செல்வகுமார் புன்னகைக்க முயற்சி செய்தார்.

ரேவதியும் சந்தனக்கிளியும் “சரி, அப்ப நாங்க கௌம்பறம்” என்றபடி எழுந்து நின்றனர். “ரொம்ப நன்றி, தேதி குறிச்சதும் எப்ப, எங்க வரணும்னு சொல்லி அனுப்பறேன்” என்று கைகூப்பியபடி பச்சையப்பனும் எழுந்து நின்றார்.

“என்ன அவசரம்? ஒரு டீ சாப்பிட்டுட்டு போவலாமே?” என்று செல்வகுமார் அவர்களை நிறுத்தினார். எழுந்திருக்க மனமில்லாதவராக உட்கார்ந்திருந்த சொக்கலிங்கம் வெளியேறுகிறவர்களை அமைதியாகப் பார்த்து பெருமூச்சு விட்டபிறகு செல்வகுமாரின் பக்கம் திரும்பி “நீங்க போடுங்க தம்பி, நான் சாப்படறேன்” என்று மெதுவாகச் சொன்னார்.

“போடவேண்டிய அவசியமே இல்ல. தனலட்சுமியே போட்டு ஃபிளாஸ்க்ல வச்சிட்டு போயிருக்கு” என்றபடி சமையலறைக்குள் சென்றார். சொக்கலிங்கத்தின் பார்வை மீண்டும் மீண்டும் சுவரில் இருந்த படங்கள் மீதே பதிந்து திரும்பின. குழப்பமும் பதற்றமும் விலகி அவர் முகத்தில் ஒரு தெளிவு பிறந்திருப்பதைப் பார்த்தேன்.

அப்போதுதான் நாற்காலியைப் பிடித்தபடி நின்றிருந்த சிறுவர்களை அவர் ஊன்றிப் பார்த்தார். இருவருடைய தோள்களையும் இரு கைகளால் அழுத்தி “அப்படியே எங்க அப்பா மூஞ்சிய உரிச்சி வச்சிருக்குது” என்று என்னிடம் முணுமுணுத்தார். அவருடைய உதடுகளில் புன்னகை படர்ந்தது. “என்னடா படிக்கறீங்க?” என்று அவர்களிடம் கேட்டார். ஒருவன் “ஃபோர்த் ஸ்டேண்டார்ட்” என்றான். இன்னொருவன் “தேர்ட் ஸ்டேண்டர்ட்” என்றான்.

அவர் தலையசைத்துக்கொண்டே “ஒங்க பேரு?” என்று கேட்டார். பெரியவன் “ஞானசுந்தரம்” என்றான். சின்னவன் “பிரகாஷ்ராஜ்” என்றான். ஒருகணம் திகைத்து பின்வாங்கி, பிறகு புன்முறுவலோடு அவர்கள் தோள்களைத் தட்டிக் கொடுத்தார். “நல்லா இருங்கடா, நல்லா இருங்கடா” என்றார்.

அதற்குள் செல்வகுமார் டீ கோப்பைகளோடு வெளியே வந்தார். ஒரு கோப்பையை பெரியவரிடமும் இன்னொரு கோப்பையை என்னிடமும் கொடுத்தார்.

“அப்பா பேரத்தான் வைக்கணும்னு தனலட்சுமிக்கு ஒரு ஆசை. ஞானப்பிரகாசம்ங்கற பேரய ரெண்டா பிச்சி ஆளுக்கொன்ன வச்சிடுச்சி. ஆனாலும் எந்த புள்ளையையும் பேர் சொல்லி கூப்பிடாது. அப்பா அப்பானுதான் அவனுங்கள கூப்புடும்.”

வெற்றுக் கோப்பையை மேசை மீது வைத்த சொக்கலிங்கம் “பிள்ளைங்க இருக்கிற வீட்டுல நாங்க இப்படி வெறும் கையோடு வந்தது பெரிய தப்பு. ஏதோ கொழப்பம். நீங்க தப்பா எடுத்துக்க வேணாம்” என்றபடி மணிபர்சை எடுத்து இரண்டு இரண்டாயிரம் ரூபாய் நோட்டை எடுத்து பிள்ளைகளிடம் கொடுத்தார். அவர்கள் சட்டென பின்வாங்கினர். “அதெல்லாம் எதுக்கு சார்? வேணாம் சார்” என்று செல்வகுமாரும் தடுமாறினார். “இருக்கட்டும், என் திருப்திக்காக இத எடுத்துக்கணும்” என்றபடி தனலட்சுமியின் படத்தைப் பார்த்தபடியே மேசையின் மீது வைத்தார். பிறகு பிள்ளைகளின் கன்னத்தைத் தட்டிவிட்டு வெளியே நடந்தார். நானும் அவசரமாக செல்வகுமாரிடம் விடைபெற்றுக்கொண்டு பின்னால் ஓடினேன்.

புறப்படுவதற்கான தயார்நிலையில் வண்டி திரும்பியிருந்தது. எல்லோரும் ஏற்கனவே வண்டிக்குள் அமர்ந்திருந்தனர். நான் டிரைவர் பக்கத்தில் அமர்ந்தேன். சொக்கலிங்கம் பின்னிருக்கைக்குச் சென்றார்.

“என்ன, கொஞ்சல் கெஞ்சல்லாம் முடிஞ்சிதா? ஒரு வாய் தண்ணி கூட குடிக்கக்கூடாதுனு உங்கம்மா சொன்னத மறந்துட்டீங்களா? ஒரு வேளை டீ குடிக்கலைனா உயிரா போய்டும்?” என்று சத்தம் போட்டார் சந்தனக்கிளி.

வாசலில் நின்று கையசைத்த பிள்ளைகளைப் பார்த்து நானும் சொக்கலிங்கமும் மட்டும் கையசைத்தோம். மற்றவர்கள் முகத்தைத் திருப்பிக்கொண்டு உட்கார்ந்திருந்தனர். வண்டி ஓடத் தொடங்கியதும் “டிரைவர், மொதல்ல ஜன்னல க்ளோஸ் பண்ணிட்டு ஏசிய போடுப்பா. புழுக்கம் தாங்கலை” என்றார் ரேவதி.

(புரவி, நவம்பர் – 2021)

# புற்று

“எல்லாமே உயிருள்ள மீனுங்க பார்வதி. பானையில தண்ணிக்குள்ள சலக்குபுலக்குனு வட்டமடிக்குதுங்க. எங்க தாத்தா ஏரிக்குள்ள தூண்டில் போட்டு புடிச்சி குடுத்தாரு. இது போதும் ஒன் தொட்டிக்கு. ஊட்டுக்கு எடுத்தும்போம்னு சொல்லி அனுப்பிட்டாரு. நானும் பானைய தூக்கி இடுப்புல வச்சிகினு ஊட்டுக்கு நடந்து வந்துகினே இருந்தன். ஏரியத் தாண்டி, தோப்பத் தாண்டி, கருமாதி கொட்டாயயும் தாண்டி நடந்துவந்துட்டன். கால்வாய் பக்கமா திரும்பி நடந்துவர சமயத்துல எதுத்தாப்புல திடீர்னு ரெண்டு கோழிங்க ஓடியாந்துதுங்க. கெக்கெக்கேனு ஒன்ன ஒன்னு துரத்திகினு என் கால் மேல மோதறமாதிரி வந்துட்டுதுங்க. எங்க மோதிடப் போவுதுங்கனு பீச்சாங்கை பக்கமா கால தூக்கி வச்சி நவுந்த நேரத்துல எப்படியோ கால் சறுக்கி கீழ உழுந்துட்டன். உழுந்த வேகத்துல இடுப்புல இருந்த பானை கால்வாய்க்கரை ஓரமா கெடந்த கல்லுல மோதி துண்டுதுண்டா ஒடைஞ்சிட்டுது. கண்ண மூடி கண்ண தெறக்கற நேரத்துல எல்லாமே நடந்துட்டுது. நாலு பக்கமும் மீனுங்க தரையில துள்ளித் துள்ளி துடிக்குதுங்க. எனக்கு என்ன செய்யறதுனே புரியலை. சட்டுனு சுதாரிச்சிகினு எழுந்து எல்லா மீனயும் புடிச்சி புடிச்சி பொழச்சிக்கோ போ பொழச்சிக்கோ போனு ஒன்னொன்னா கால்வாய்க்குள்ள வீசினேன். கனவுனு தெரியாம கொஞ்சம் சத்தமாவே போபோனு சொல்லிட்டேன்போல. பசங்க ரெண்டும் உலுக்கி எழுப்பன பிறகுதான் கண்ண தெறந்து பார்த்தன். அப்புறம்தான் நடந்ததெல்லாம் கனவுனு எனக்கே தெரிஞ்சது. பசங்கதான் பயத்துல என்னம்மா என்னம்மானு

கேட்டுகினே கெடந்துதுங்க. நல்ல கனவோ கெட்ட கனவோ தெரியலை. வெடியற நேரத்துல வந்தது. காலையிலேந்து அதயே நெனச்சி பயந்துகிட்டு கெடக்கறேன்."

தையல் மிஷின் பலகையின் மீது தைத்து முடித்த பள்ளிச்சீருடையை வைத்து மடித்து காஜாவுக்கும் பட்டனுக்குமான இடங்களை கலர் பென்சிலால் புள்ளி வைத்துக்கொண்டே சொன்னாள் அஞ்சலை.

உட்கார்ந்திருந்த ஸ்டூலிலிருந்து சற்றே எம்பி கைநீட்டி அந்தச் சட்டையை எடுத்தாள் பார்வதி. "அசந்து தூங்கற நேரத்துல எல்லாருக்கும்தாங்க்கா இப்படி கனவுங்க வரும். அதயெல்லாம் அந்தந்த நேரத்துலயே மறந்துடணும்க்கா. கழுத்த நெரிச்சி கொல பண்றமாதிரிலாம் எனக்கு கனவு வரும் தெரியுமா? அதுக்கெல்லாம் பயந்தா எப்படிக்கா?"

"என்னமோ பக்கத்துல கால்வா இருந்ததால அந்த மீனுங்க பொழைச்சிகிச்சி. இல்லைனா செத்துதான போயிருக்கும். அந்தப் பாவம்லாம் எனக்குத்தான வரும்?"

"ஐயோ அக்கா. பாவம் புண்ணியம்லாம் இதுல எங்கக்கா இருக்குது? நாலு புள்ள பெத்தவங்க மாதிரியா நீங்க பேசறீங்க. இந்த சின்ன விஷயத்துக்கு இப்படி பயப்படறீங்க. இதெல்லாம் எப்பவாவது உங்க சின்ன வயசுல இப்படி நடந்திருக்கும். அது மறுபடியும் ஞாபகத்துக்கு வருதோ என்னமோ?"

"இல்லடி பார்வதி. இந்த மாதிரி எதுவும் என் சின்ன வயசுல நடந்ததில்லடி."

"நேரிடையா உங்க வாழ்க்கையில நடக்காததா இருந்தாலும் யாராவது கூடப் பொறந்தவங்க, கூடப் பழகனவங்க சொல்லி உங்க மனசுல பதிஞ்சிருக்கலாம்."

"அப்படி எதயும் கேட்டதா எனக்கு ஞாபகமே இல்லைடி."

"சரி, அதயே மனசுக்குள்ள போட்டு ஒழப்பரிச்சிகினு கெடக்காம விட்டுத் தள்ளுக்கா."

"இது நல்ல கனவா, கெட்ட கனவானு தெரியலையே. அத நெனச்சிதான்டி வெசனமா இருக்குது"

"ஐய, இதுக்கெல்லாமா வெசனப்படுவ? பெரிய பெரிய துக்கத்தயெல்லாம் தாண்டி கரையேறி வந்து நிக்கற ஆளு நீ. இந்த கனவ நெனச்சி இப்பிடி கொழப்பிக்கறியே. சும்மா இருக்கா"

“எனக்கு எது வந்தாலும் பரவாயில்லைடி. என் புள்ளைங்களுக்கு ஒன்னும் ஆவாம இருக்கணும்டி. கண்ணுமுன்னால அந்த மனுஷன காட்டுக்கு அனுப்பிட்டு, இந்த புள்ளைங்கள வளக்கறதுக்கு நான் படற பாடு கொஞ்சமா நஞ்சமா? எல்லாம் நண்டுசிண்டுங்களா இருக்குதுங்க. இதுங்களயெல்லாம் நல்லபடியா கரையேத்தி உடணும். அத நெனச்சிதான் பயமா இருக்குதுடி.”

“இப்ப என்ன நடந்துட்டுதுன்னு இல்லாததயெல்லாம் யோசிச்சி ஏன் மனச கெடுத்துக்கற? வேணும்னா ஒன்னு செய்யி. அந்த மாரியாத்தாள மனசுல நெனச்சி வேண்டிக்கோ. வர ஆடி மாசம் மொத வெள்ளியில கூழு ஊத்தி ஒரு படையலை வச்சிடு. எல்லாம் சரியாயிடும். மத்தது எல்லாத்தயும் அவ பார்த்துக்குவா”

அஞ்சலை ஒருகணம் முகம் மலர பார்வதியைப் பார்த்தாள்.

“இந்த யோசனை என் அறிவுக்கு வரலை பாருடி. அவரு ஆஸ்பத்திரில படுத்த படுக்கையா கெடந்த சமயத்துல, ஒவ்வொரு நாளும் அந்த மாரியாத்தாவத்தான் தொணயா நெனச்சிட்டு கெடந்தன். ஆனா அவ என்ன கைவிட்டுட்டா. அந்த மனுஷன் மண்ணுக்குள்ள போய் இதோ மூனு வருஷமாய்ட்டுது. அதுக்கப்புறம் இந்த மிஷினே கதினு கெடந்துட்டேன். ஏதோ கசப்புல அந்த கோயிலுபக்கமே நான் திரும்பி பாக்கலை. எப்படியாச்சிம் கோயிலுக்கு என்ன இழுக்கறதுக்குத்தான் இந்த கனவு வந்ததோ என்னமோ.”

எதிர்ப்புறத்தில் மண்சுவரில் ஆணியில் தொங்கிக்கொண்டிருந்த படத்தில் வதங்கிய பூச்சரத்துக்கு நடுவில் தெரிந்த முத்துசாமியின் முகத்தைப் பார்த்தபடி பெருமூச்சோடு சொன்னாலும், அஞ்சலையின் பதற்றம் தணிந்திருப்பதையும் நிம்மதியடைந்திருப்பதையும் அவள் குரல் மூலமாகப் புரிந்துகொண்டாள் பார்வதி. “எப்படியோ ஒன்னு. ஆத்தாள மனசுல நெனச்சிக்கோக்கா. எல்லாம் சரியாய்டும்” என்று அஞ்சலையின் முகத்தைப் பார்த்துச் சொன்னாள்.

அஞ்சலை புன்னகைத்தபடியே மேசையில் சுருட்டிவைத்திருந்த அடுத்த உருப்படியை எடுத்து தைப்பதற்காகப் பிரித்தாள்.

முத்துசாமியை திருமணம் செய்துகொண்டு அஞ்சலை அந்த ஊருக்கு வந்த சமயத்தில் கடைத்தெருவில் இரண்டு மிஷின்களும் இரண்டு மேசைகளும் வைக்கும் அளவுக்கு இடம்கொண்ட ஒரு வாடகைக்கட்டிடத்தில்தான் அவன் கடை வைத்திருந்தான். அந்த வட்டாரத்திலேயே நல்ல தொழிலாளி

என்றும் கைராசிக்காரன் என்றும் பெயர் எடுத்திருந்தான். திருமணத்துக்கான துணிமணிகளைத் தைப்பதில் அவனுக்கு ஒரு நல்ல பெயர் இருந்தது.

பத்து பன்னிரண்டு வருஷங்களில் நிலைமை மாறத் தொடங்கியது. நேரிடையான வாடிக்கையாளர்களின் எண்ணிக்கை கொஞ்சம்கொஞ்சமாக குறைந்தது. இரண்டாவது மிஷினுக்கு வேலை இல்லாமல் போய்விட்டது. அதற்குள் நான்கு பிள்ளைகள் பிறந்து பள்ளிக்கூடம் செல்லத் தொடங்கிவிட்டார்கள். செலவுகள் பெருகிவந்தன. வருமானம் மட்டும் குறைந்துகொண்டே சென்றது. கடையில் அதுவரை துணையாக வேலை செய்துவந்தவனும் சொந்தக் கடையைத் தொடங்கப் போவதாகச் சொல்லிவிட்டுச் சென்றுவிட்டான். கடன் தொகையைக் கட்டுவதற்குக் கஷ்டப்படும்போதெல்லாம் ஒரு மிஷினை விற்றுவிட்டு, குறைந்த வாடகைக்கு சின்ன இடமாகப் பார்த்துக்கொண்டு சீக்கிரமாகச் சென்றுவிடவேண்டும் என்று சொல்லத் தொடங்கினான்.

விற்பனைத்தகவல் கசிந்து பரவத் தொடங்கிய நேரத்தில் ஒருநாள் அஞ்சலையின் அண்ணன் பொன்னையன் கடைத்தெருவில் இறங்கி முத்துசாமியைப் பார்த்தான். “சரக்கு அனுப்பறதுக்காக விழுப்புரம் புக்கிங் ஆபீஸ்க்கு போற வேலை இருந்தது. அப்படியே உங்கள ஒரு எட்டு பாத்துட்டு போவலாம்னு வந்தன்” என்றான். கடையை மூடிவிட்டு பொன்னையனை அழைத்துக்கொண்டு வீட்டுக்குச் சென்றான் முத்துசாமி. “காலையில கூரையில நின்னு காக்கா கத்தும்போதே யாரோ விருந்தாளி வரப்போறாங்கனு நெனச்சிகினே இருந்தேன். வாங்கண்ணே வாங்க” என்று பற்கள் தெரிய சிரித்தபடி வரவேற்றாள் அஞ்சலை. “இந்தாம்மா மல்லாட்ட உண்டைங்க. பசங்க வந்தா சாப்புடறதுக்கு குடு” என்று பையிலிருந்து ஒரு பாக்கெட்டை எடுத்துக் கொடுத்தான். அன்று மதிய உணவை அங்கேயே சாப்பிட்டான் பொன்னையன்.

அவன் சோற்றில் காரக்குழம்பை நன்றாக ஊற்றிப் பிசைந்து சாப்பிடுவதையே பார்த்துக்கொண்டிருந்தாள் அஞ்சலை. “கொஞ்சமா ஊத்து அஞ்சலை. போதும் போதும். புள்ளைங்களுக்கும் வேணுமில்ல?” என்று வாய் சொன்னாலும் இரண்டுமூன்று தரம் குழம்பூற்றும்படி கேட்டு வாங்கிச் சாப்பிட்டுவிட்டு எழுந்தான். “அப்படியே எங்க அம்மா வைக்கற கொழம்புமாதிரியே இருக்குது. அதே ருசி. அதே வாசனை. நாலு நாளானாலும் வச்சி சாப்புடணும்போல இருக்குது” என்று சொல்லிக்கொண்டே கைகளைக் கழுவினான்.

முகத்தில் பெருமையும் வெட்கமும் படர முத்துசாமியைப் பார்த்து புன்னகைத்தாள் அஞ்சலை.

புறப்படுகிற சமயத்தில் மிஷின் விற்பனை விஷயம் எப்படியோ உரையாடலுக்குள் வந்துவிட்டது. "என்கிட்ட நேரிடையா கேட்டிருந்தா நானே ஒரு வெலைய சொல்லியிருப்பேனே மச்சான். நீங்க எதுக்கு ப்ரோக்கர் பசங்ககிட்ட போனீங்க? அவனுங்க என்ன நம்ம லாபத்துக்கா பாடுபடுவானுங்க? தனக்கு எவ்வளவு நிக்கும்ம்னுதான யோசிப்பானுங்க" என்று சிரித்துக்கொண்டே சொன்னான் பொன்னையன். அவன் கண்பார்வை மட்டும் கூர்மையாக முத்துசாமியின் மீதே பதிந்திருந்தது.

"அதுக்கில்ல..." என்று இழுத்து மழுப்பி எதையோ சொல்ல முனைந்து சரியான சொற்கள் கிடைக்காமல் அசட்டுச்சிரிப்போடு நிமிர்ந்தான் முத்துசாமி. அந்த இடைவெளியில் "சரி போவட்டும் விடுங்க. அந்த மாணிக்கம் ப்ரோக்கர் என்ன வெலைக்குப் போகும்னு சொன்னான்?" என்று நேரிடையாகக் கேட்டான் பொன்னையன். "அவன் சொல்றதெல்லாம் ரொம்ப அடிமாட்டு வெலைங்க மாமா. ஏதோ நம்ம கஷ்டத்துக்காக விக்கறோம்கறதுக்காக மனசாட்சி இல்லாம கொறச்சி கேட்டா எப்படி மாமா?" என்று சொல்லத் தொடங்கும்போதே முத்துசாமியின் குரல் தழுதழுக்கத் தொடங்கியது.

"அட, ஒரு தொழில்னு சொன்னா அப்படித்தான் பேசுவானுங்க. அவன் சொன்னாங்கறதுக்காக நாம குடுக்கவா போறோம்?"

பொன்னையனின் முகத்தை நிமிர்ந்து பார்த்தபடி முத்துசாமி பெருமூச்சுவிட்டான்.

"அவன் விஷயத்த விட்டுத்தள்ளுங்க மச்சான். இப்ப என்ன வெலை வந்தா உங்களுக்கு கட்டுபடியாவும் சொல்லுங்க?"

"யாரு மாமா கேட்டாங்க?"

"அதெல்லாம் ஒங்களுக்கு எதுக்கு? யாரோ கேட்டாங்க. நீங்க உங்க மனசுல நெனச்சிருக்கற வெலையச் சொல்லுங்க"

அஞ்சலையின் முகத்தை ஒருகணம் திரும்பிப் பார்த்துவிட்டு விலையைச் சொன்னான் முத்துசாமி.

"இதச் சொல்றதுக்கா இப்படி மென்னு முழுங்கனிங்க? சரியான பைத்தியமா இருக்கிங்களே. ஒங்களுக்கு அதவிட ஐநூறு ரூபா சேத்து குடுக்கறேன். போதுமா?"

“மிஷின் யாருக்கு மாமா?”

“அத அப்புறம் சொல்றேன். நான் சொன்னதுக்கு சம்மதமா, அத சொல்லுங்க மொதல்ல.”

முடிவெடுப்பதற்கு சற்றே தயங்குபவன்போல சிறிதுநேரம் உதட்டைக் கடித்தபடி அங்குமிங்கும் திரும்பிப் பார்த்திருந்த பிறகு, மெதுவாக பொன்னையனை நிமிர்ந்து பார்த்து “சரிங்க மாமா” என்றான் முத்துசாமி.

“இப்ப சொல்றேன் கேட்டுக்கோங்க. எனக்குத்தான் மிஷின் வேணும். எனக்குனு சொன்னா நீங்க பணமே வேணாம்னு சொன்னாலும் சொல்லுவீங்க. அஞ்சலையும் பாசம் உறவுனு நெனச்சி வேணாம்னு சொன்னாலும் சொல்லிடும். ஆனா அது பாவம் இல்லையா? நீங்களும் மனசுல கொறையில்லாம எடுத்துக் கொடுக்கணும். நானும் மனசுல கொறையில்லாம வாங்கிட்டு போவணும். அதுக்காகத்தான் யாருக்குனு சொல்லாம பேச்ச ஆரம்பிச்சேன்.”

மேல்சட்டையின் உள்பாக்கெட்டுக்குள் வைத்திருந்த மணிபர்சை எடுத்து, மிஷினுக்கு விலையாகச் சொன்ன முழுத் தொகையையும் எண்ணிக் கொடுத்தான். இவ்வளவு விரைவாக பணம் கைமாறும் என்று முத்துசாமி எதிர்பார்க்கவில்லை. தடுமாற்றத்தோடு கைநீட்டி பணத்தை வாங்கி அஞ்சலையிடம் கொடுத்தான்.

“அடுத்த தரம் விழுப்புரத்துக்கு சரக்கு ஏத்த வண்டி வரும். அந்த சமயத்துல நம்ம கடை ஆளுங்க வருவாங்க. அவுங்ககிட்ட மிஷின கொடுத்தா போதும்.”

புறப்படுவதற்குத் தயாரானதுபோல தூணோரமாக வைத்திருந்த கைப்பையை குனிந்து எடுத்துக்கொண்டான் பொன்னையன்.

“சரி, அடுத்து என்ன செய்யலாம்னு திட்டம் வச்சிருக்கீங்க? கடையை என்ன செய்யப் போறீங்க?”

“கடையையும் காலி பண்ணணும் மாமா. அவ்ளோ பெரிய எடத்த வச்சிகிட்டு வாடகை கொடுக்க கட்டுப்படியாவாது. ஒத்த மிஷின்தான? எங்கனா கடைத்தெருவுக்குள்ள சின்னதா ஒரு எடம் பாக்கணும். எதுவும் கெடைக்கலைன்னா வீட்டுலயே இப்படி திண்ணைப் பக்கமா போட்டு தைக்கவேண்டிதுதான்”

“அதுவும் சரியான யோசனைதான். வாடகை மிச்சமாவும். ஒரு வேலை செய்ங்க. இன்னைக்கே விழுப்புரத்துக்கு போங்க.

தாசில்தார் ஆபீஸ்க்கு எதுரு வரிசையில பச்சை கலர் பெய்ண்ட் அடிச்ச ஒரு பெரிய கடை இருக்கும். அதுதான் அப்துல் சாதிக் கடை. யார கேட்டாலும் காட்டுவாங்க. அவருக்கு பம்பாய், கல்கத்தா வரைக்கும் ரெடிமேட் வியாபாரம் இருக்குது. துணி அவுங்க கொடுத்துடுவாங்க. அவுங்க சொல்ற அளவுல நாம தச்சி கொடுத்தா போதும். நூறு பாவாடை, நூறு சட்டை, நூறு பனியனு எல்லாமே நூறுநூறாதான் அவுங்க கணக்கு. என் பேரச் சொல்லி அறிமுகப்படுத்திக்கங்க. நானும் வீட்டுக்கு போன கையோட போன்ல சொல்லி வைக்கறேன். அவர்கிட்ட மனம் தெறந்து பேசுங்க. நெலமைய சொல்லுங்க. போவும்போது நீங்க தச்ச ரெண்டு மூனு உருப்படி இருந்தா எடுத்தும்போயி காட்டுங்க. உங்களயும் உங்க வேலைப்பாடும் அவருக்கு புடிக்கணும். அதுதான் முக்கியம். புடிச்சிடுச்சின்னா, தொடர்ச்சியா வேலை கொடுப்பாரு."

பொன்னையன் புறப்படுகிற நேரத்தில் பள்ளிக்கூடத்திலிருந்து பிள்ளைகள் வந்துவிட்டார்கள். அவர்களைப் பார்த்ததுமே "வாங்கடா மருமகப்புள்ளைங்களா, படிச்சி முடிச்சிட்டு வரீங்களா? அம்மாகிட்ட மல்லாட்ட உண்ட குடுத்திருக்கேன், வாங்கி சாப்புடுங்க" என்றான் பொன்னையன். அவன் பிடிக்கே அகப்படாமல் நெளிந்துவளைந்தபடி அம்மாவுக்கு அருகில் ஓடி நின்றுகொண்டான் ஒருவன். இன்னொருவன் சுவரில் அடித்திருந்த ஆணியில் புத்தகப்பையை மாட்டிவிட்டு அங்கேயே ஒதுங்கி நின்று வெட்கத்துடன் புன்னகைத்தபடி வேடிக்கை பார்த்தான். மற்றொருவன் முத்துசாமிக்கு பக்கத்தில் போய் நின்றுகொண்டான். மூத்தவன் மட்டும் பொன்னையன் கேட்ட கேள்விகளுக்குப் பதில் சொன்னான்.

"என்னடா படிக்கிற மருமவனே?"

"ஒன்பதாங்கிளாஸ் மாமா"

"ஓ. அப்படின்னா எஸ்ஸெல்சிய நெருங்கி வந்துட்டனு சொல்லு. பெரிய படிப்புதான். நல்லா படிச்சி அறிவ வளத்துக்கோடா."

"சரி மாமா."

"படிச்சிட்டு ஓய்வா இருக்கிற சமயத்துல அப்பா தொழிலயும் கொஞ்சம் கொஞ்சமா கத்துக்கோ மருமவனே. ஒரு கைத்தொழில் நம்மகிட்ட இருக்கிறது எப்பவுமே ஒரு பாதுகாப்பு. கைத்தொழில் ஒன்றைக் கற்றுக்கொள், கவலை உனக்கிலை ஒத்துக்கொள்னு ஒரு பாட்டே உண்டு, தெரியுமில்ல."

அவன் ஒருகணம் என்ன பதில் சொல்வது என்று தெரியாமல் முத்துசாமியின் பக்கமும் அஞ்சலையின் பக்கமும் ஒருமுறை பார்த்துவிட்டு, பொதுவாக “சரி மாமா” என்றான். அதற்குள் அஞ்சலை ஒரு எட்டு முன்வைத்து “நேசமணி நல்லா படிக்கிற பையன்ண்ணே. அவுங்க க்ளாஸ்ல அவன்தான் பரஸ்ட் ரேங்க் எடுக்கறவன்” என்றாள்.

“மகராசனா எடுக்கட்டும்ம்மா. நெனச்சா ரொம்ப பெருமையா இருக்குது. அப்படி எடுக்கணும்னுதான நாம அவுங்கள பாடுபட்டு கடன ஒடன வாங்கி படிக்க அனுப்பறோம். நான் அதுக்காக சொல்ல வரலை. தொழில்னு ஒன்னு நம்ம கையில இருந்தா, நாம் எங்கயும் தவிச்சி நிக்க தேவையில்லைம்மா. அதப் புரிஞ்சிக்கணுங்கறதுக்காகத்தான் சொன்னேன்”

புன்னகை மாறாத முகத்துடன் அஞ்சலையைப் பார்த்துச் சொன்ன பொன்னையன், பேச்சை மாற்றும் விதமாக நேசமணியின் பக்கம் திரும்பி “சரி, நீ ஒம்பதாங்கிளாஸ் படிக்கிற, தம்பிங்க என்னென்ன படிக்கறானுங்க?” என்று கேட்டான்.

“தமிழ்மணி அஞ்சாங்கிளாஸ் படிக்கிறான். செல்லதுரை ஆறாங்கிளாஸ். தங்கதுரை எட்டாங்கிளாஸ்”

“எல்லாரும் ஒரே ஸ்கூலா?”

“இல்ல இல்ல. தமிழ்மணி மட்டும் பஞ்சாயத்து போர்டு ஸ்கூல்ல படிக்கிறான். நாங்க மூனு பேரும் ஹைஸ்கூல்ல படிக்கறோம்.”

“சரிடா கண்ணுங்களா, வரட்டுமா, முழு பரீட்ச லீவ் விடும்போது அம்மாவோடு ஒரு தரம் வீட்டுக்கு வாங்க, சரியா?”

பொன்னையன் புறப்பட்டுச் சென்ற நாலாவது நாளே வண்டி வந்து மிஷினை ஏற்றிக்கொண்டு சென்றது. முத்துசாமியும் அந்த மாதக் கடைசியில் கடையை காலிசெய்துவிட்டு எல்லாச் சாமான்களையும் ஒரு மாட்டு வண்டியில் ஏற்றிக்கொண்டு வீட்டுக்கு வந்து சேர்ந்தான்.

அடுத்த வாரத்தில் ஒருநாள் விழுப்புரம் அப்துல் சாதிக்கைச் சென்று சந்தித்தான். அவர் முதலில் நூறு தலையணை உறைகளுக்கு ஆர்டர் கொடுத்தார். நாலைந்து ஆர்டர்களுக்குப் பிறகு ஆடை வகைகளுக்கு மாறினார். ஒரு நிரந்தர வருமானத்துக்கு அதன் வழியாகக் கிடைக்கும் பணம் உதவியாக இருக்கும் என்பதில் அவனுக்கு நம்பிக்கை பிறந்தது. வீட்டோடு மிஷின் வந்ததால்

முத்துசாமியிடம் கெஞ்சிக் கேட்டு அஞ்சலையும் மிஷினை இயக்கி துணிதைக்கக் கற்றுக்கொண்டாள்.

விழுப்புரத்துக்குச் சென்று தைத்த உருப்படிகளைக் கொடுத்துவிட்டு ஆர்டர் எடுத்துக்கொண்டு வந்த ஒருநாள் இரவு "சாதிக் கடைக்கு பக்கத்துல புதுசா ஒரு ஆள் பரோட்ட கடை போட்டிருந்தாரு. சூடா போடறாரேனு நாலு பரோட்டா வாங்கி சாப்ட்டேன். வயிறு என்னமோ மாதிரி திம்முனு இருக்குது அஞ்சலை. சாப்பாடு வேணாம்" என்று அஞ்சலையிடம் சொல்லிவிட்டு ஒரு தம்ளர் தண்ணீர் மட்டும் குடித்துவிட்டு படுப்பதற்குச் சென்றான். மறுநாள் காலை, மதியம் இரு வேளைகளிலும் அந்தப் பசியின்மை தொடர்ந்தது. அன்று இரவு வற்புறுத்தியதால் ஒரு வாய் சோறு மட்டும் சாப்பிட்டான். ஒரு முழு நாள் தனக்கு சாப்பாடே தேவைப்படவில்லை என்பதை அவனே ஆச்சரியமாக உணர்ந்தான்.

மறுநாள் வீட்டுக்கு அருகிலேயே இருந்த அரசாங்க ஆஸ்பத்திரிக்குச் சென்றான். படுக்கவைத்து வயிற்றை அழுத்திப் பார்த்துவிட்டு டாக்டர் ஒரு சீசாவில் மருந்தும் மாத்திரைகளும் கொடுத்து அனுப்பினார். இரண்டு வேளை தொடர்ந்து சாப்பிட்டதும் வயிறு இளகிக் கொடுத்தது. ஆனால் அவனால் ஒருமணி நேரம் கூட உட்கார்ந்து வேலை செய்யமுடியவில்லை. அந்த முறை ஆர்டர் எடுத்து வந்த எல்லா ஆடைகளையும் அஞ்சலையே தைத்து முடித்து கொடுப்பதற்காக எடுத்துச் சென்றாள்.

"முத்துசாமி வரலையா? என்னாச்சி அவருக்கு?" என்று கேட்டார் சாதிக்.

"நான் அவரு பொஞ்சாதிங்க. அவருக்கு வயித்துவலி. எழுந்து நடமாட முடியலை. அதான் நான் வந்தேன்" என்றாள் அஞ்சலை.

"அப்ப புது ஆர்டர் வேணாமா?"

"எடுத்துக்கறேங்கய்யா. நானும் தைக்கத் தெரிஞ்சவதான்."

கடைச்சிப்பந்தியிடம் புது ஆர்டரை அஞ்சலையின் பெயரில் கொடுக்கச் சொன்னார் அப்துல் சாதிக். மூன்று ஆர்டர் வரைக்கும் அவர் கேள்வி எதுவும் கேட்கவில்லை. நான்காவது ஆர்டரின்போது "இன்னும் அவருக்கு உடம்பு சரியாகலையா?" என்று கேட்டார். "எல்லா மருந்தும் கொடுத்துப் பாத்துட்டம்ங்கய்யா. ஒன்னும் வழிக்கு வரமாட்டுது. ஒரு வாய் சோத்த எடுத்து மென்னு முழுங்க ஒரு மணி நேரமாவுது. எப்ப பாரு, வலி வலினு துடிக்கறாரு"

என்றாள். பதில் சொல்லும்போதே அவளுக்கு தொண்டை கட்டிக்கொண்டது.

"கேக்கறேனு தப்பா நெனச்சிக்காதம்மா. குடிக்கிற பழக்கம் ஏதாவது இருக்கா அவருக்கு?"

"ஐயோ, அதெல்லாம் எதுவும் இல்லைய்யா."

அவர் ஒருகணம் மேசையின் மீது பென்சிலால் தட்டியபடி யோசனையில் மூழ்கினார். அதற்குள் அஞ்சலைக்குக் கொடுக்கவேண்டிய ஆர்டர் கட்டுகள் அவர் மேசைக்கு வந்துவிட்டன. எடுத்துக்கொள்ள முற்பட்ட அஞ்சலையிடம் "குடிக்கற பழக்கம் இல்லாத ஆளுங்களுக்கு இப்படி வயித்து வலி வருதுன்னா, அதுக்கு வேற காரணம் இருக்கும். அத சரியா கண்டுபிடிச்சி மருந்து சாப்ட்டாதான் சரியாவும். இல்லைனா, உள்ள கொடைஞ்சிகினேதான் இருக்கும். எந்த ஆஸ்பத்திரில காட்டறீங்க நீங்க?" என்று கேட்டார்.

"எங்க ஊட்டுக்கு பக்கத்துலயே இருக்கிற ஆஸ்பத்திரிலதான்"

"கவுர்மெண்ட் ஆஸ்பத்திரிலயா?"

"ஆமாங்கய்யா"

"ஒரு தரம் பாண்டிச்சேரிக்கு போயி ஜிப்மர் ஆஸ்பத்திரில காட்டிப் பாருங்க. அங்க நல்ல நல்ல டாக்டருங்க இருக்காங்க. அவுங்க எல்லா டெஸ்ட்டும் எடுத்து பார்த்துட்டு என்ன பிரச்சினைன்னு சரியா சொல்வாங்க."

ஆறு மாதங்களாக வழி தெரியாமல் தவித்திருந்தவளுக்கு அப்துல் சாதிக் சொன்ன சொற்களைக் கேட்டு ஒரு நம்பிக்கை பிறந்தது.

எதிர்பாராத விதமாக ஒருநாள் பொன்னையன் வந்தான். வாசலில் சரக்கு வேன் நின்றது. "இப்படி உடம்பு சரியில்லாம கெடக்கறாருனு ஒரு வார்த்த எனக்கு தெரியப்படுத்தமாட்டியா? இன்னைக்கு சரக்கு எடுக்க போன எடத்துல பாய் சொல்லித்தான் தெரிஞ்சிகிட்டேன். ஒருத்தவங்களுக்கு ஒருத்தர் ஒத்தாசையா இல்லைனா, கூட பொறந்து என்னம்மா புரோஜனம்? கௌம்பு கௌம்பு" என்று சத்தம் போட்டான். நிற்கமுடியாமல் தடுமாறிய முத்துசாமியை கைத்தாங்கலாக அழைத்துச் சென்று வேனில் ஏற்றினான்.

அஞ்சலைக்கு வேறு வழி தெரியவில்லை. எப்படியாவது முத்துசாமி குணமடைந்தால் போதுமென்று தோன்றியது.

அவன் வேலை செய்து சம்பாதிக்கமுடியவில்லை என்றாலும் பரவாயில்லை, பக்கத்தில் ஓர் ஆளாக நின்றால் போதும் என்று நினைத்தாள். மாரியம்மன் கோவில் இருக்கும் திசையைப் பார்த்து மனத்துக்குள் முணுமுணுத்துக்கொண்டாள். பக்கத்துவிட்டுப் பார்வதியிடம் பள்ளியிலிருந்து திரும்பிவரும் பிள்ளைகளிடம் தகவல் சொல்லுமாறு தெரிவித்துவிட்டு ஆஸ்பத்திரி நோட்டுகளோடு அவளும் வேனில் ஏறிக்கொண்டாள்.

ஜிப்மர் ஆஸ்பத்திரியில் எந்தப் பக்கம் பார்த்தாலும் வரிசை வரிசையாக நோயாளிகள் நின்றிருந்தார்கள். கல்யாணமண்டபம் மாதிரி பெரிய திறந்தவெளிக்கூடம் ஒன்று காணப்பட்டது. நூற்றுக்கணக்கானவர்கள் அதில் சுருண்டு படுத்திருந்தார்கள். உலகத்தில் இவ்வளவு நோயாளிகளா என்று பார்த்து மலைத்தாள் அஞ்சலை.

முத்துசாமியைப் பரிசோதித்த டாக்டர் “இத்தன மாசமா வீட்டுல வச்சிகிட்டு என்னம்மா செஞ்சீங்க? இந்த காலத்துலயும் இப்பிடி இருக்கீங்களேம்மா” என்று சலித்துக்கொண்டார். சில அறை எண்களின் பெயர்களைச் சொல்லி அங்கு சென்று சில சோதனைகளைச் செய்துகொண்டு முடிவு அறிக்கைகளோடு வருமாறு சொன்னார்.

முடிவுகள் எதுவும் அவர்களுக்குச் சாதகமானதாக இல்லை. வயிற்றில் புற்றுக்கட்டி இருப்பதாகத் தெரிவித்தார்.

“இந்த நேரத்துல அதுல கை வைக்கவே முடியாது. கண்ணாடித்துண்டு மாதிரி உடைஞ்சி எல்லா இடங்களுக்கும் பரவிடும். அட்மிஷன் போடறேன். ட்ரீட்மெண்ட அவர் உடம்பு எந்த அளவுக்கு தாங்குமோ தெரியலை, முயற்சி செஞ்சி பார்ப்போம்.”

அஞ்சலை உடைந்துபோனாள். கண்ணீர் நிறைந்த கண்களோடு பொன்னையன் பக்கமாகத் திரும்பினாள். “கடவுள்மேல பாரத்த போட்டுட்டு நாம செய்யவேண்டியத செய்வோம் அஞ்சல. கண்டதயும் நெனச்சி கொழப்பிக்காம இரு” என்றான். அவளை முத்துசாமிக்கு அருகிலேயே அமரவைத்துவிட்டு, எங்கெங்கோ அலைந்து யார்யாரையோ பார்த்து ஒரு படுக்கைக்கு ஏற்பாடு செய்துவிட்டு வந்தான். அவன் கொண்டுவந்த குறிப்பைப் பார்த்துவிட்டு, அவனுக்கு நோயாளிகள் பிரிவில் ஒரு படுக்கை ஒதுக்கப்பட்டது.

“இந்தாம்மா, இத வச்சிக்கோ” என்றபடி பத்து நூறு ரூபாய்த் தாள்களை எடுத்து அஞ்சலையிடம் கொடுத்தான். அவள் தயங்கியபோது “திடீர்னு யாராவது வருவாங்க. அவுங்ககிட்ட இல்லாத மருந்து மாத்திரைங்கள வெளிய வாங்கிவான்னு சொல்வாங்க. அப்ப உதவும், வச்சிக்கோ” என்றான்.

அவன் புறப்பட்டுச் சென்ற சில கணங்களிலேயே அவள் அச்சத்தில் மூழ்கினாள். அவள் தனக்குத்தானே பேசிக்கொண்டு அமைதியாக கண்ணீர் வடிப்பதைப் பார்த்துவிட்டு முத்துசாமியின் படுக்கைக்கு எதிர்ப்படுக்கையில் இருந்தவருக்குத் துணையாக அமர்ந்திருந்த ஒரு பெண்மணி நெருங்கிவந்து பேச்சுக் கொடுத்தாள். அவள் பேச்சு அஞ்சலைக்கு ஆறுதலாக இருந்தது. தன் முழு குடும்பக்கதையையும் அவளிடம் சொன்னாள் அவள். அதற்குப் பிறகுதான் தன் மனபாரம் சற்றே குறைந்ததைப்போல உணர்ந்தாள் அஞ்சலை.

“மொதல்ல ஊருக்கு கௌம்புங்க நீங்க. போய் புள்ளைங்கள பாத்துட்டு வாங்க. இங்க என்ன வேணுமோ அத நான் இங்க இருந்து செய்றேன். போங்க”

அவள் சொன்னதையே ஒரு கட்டளைபோல எடுத்துக்கொண்டாள் அஞ்சலை. திரும்பி படுக்கையில் உறங்கும் முத்துசாமியைப் பார்த்தாள்.

“அவுங்க கொடுக்கிற மருந்து மயக்கம் சில சமயங்கள்ல பத்து பன்னெண்டு மணி நேரம் கூட இருக்கும். நீங்க பயப்படாம போய்ட்டு வாங்க”

அந்தப் பெண்மணியைப் பார்த்து தலையசைத்துவிட்டு ஆஸ்பத்திரியை விட்டு வெளியே வந்தாள் அஞ்சலை. பேருந்து பிடித்து ஊருக்குச் சென்றபோது இரவு ஒன்பது மணி சங்கு ஊதியது.

வாசலில் பார்வதியைச் சுற்றி மூன்று பிள்ளைகள் வட்டமாக உட்கார்ந்து கேட்டுக்கொண்டிருக்க, மூத்தவன் மட்டும் உள்ளே சுவரில் சாய்ந்தபடி படித்துக்கொண்டிருந்தான். எல்லோருக்கும் கஞ்சி வைத்துக் கொடுத்ததாகச் சொன்னாள் பார்வதி. “அப்பா எங்கம்மா?” என்று கேட்டான் சின்னவன். “ஆஸ்பத்திரியிலயே இருக்காருடா. உடம்பு நல்லானதும் அம்மா கூட்டிட்டு வந்துருவேன். சரியா?” என்றாள் அஞ்சலை.

ஒரு வருஷம் ஓடிவிட்டது. ஆஸ்பத்திரிக்கும் வீட்டுக்கும் அலைந்து அலைந்து அவள் அடையாளம் தெரியாத அளவுக்கு

இளைத்துவிட்டாள். முத்துசாமியை குணப்படுத்தி அழைத்துவந்து விடலாம் என்கிற நம்பிக்கை கொஞ்சம் கொஞ்சமாகத் தேய்ந்துவிட்டது. கடைசியில் முத்துசாமியை உயிரற்ற உடலாகத்தான் கொண்டுவர முடிந்தது. அதற்கிடையில் மூத்தவன் படிப்பை நிறுத்திவிட்டு பார்வதியிடம் தைப்பதற்குக் கற்றுக்கொண்டான். மூன்று தம்பிகளையும் அக்கறையோடு பார்த்துக்கொள்வது மட்டுமே அவனுடைய கடமையாக மாறிவிட்டது.

இறுதிக்கடன் செலவையெல்லாம் பொன்னையனே ஏற்றுக்கொண்டு எந்தக் குறையுமில்லாமல் நடத்திவைத்தான். அவன் செய்த செலவுக்கணக்கை அவள் எங்கேயும் குறித்துவைக்கவில்லை. “எங்க அண்ணனே இல்லைனா, என் பொழப்பு நாறிப் போயிருக்கும். அனாதப் பொணமாத்தான் என் ஊட்டுக்காரன அள்ளிப் போட்டிருப்பாங்க” என்று அவள் சொல்லாத நாளே இல்லை.

காரியம் முடிந்து பத்து பதினைந்து நாட்கள் ஓடிவிட்டன. திண்ணையையும் வாசலையும் மட்டுமே பார்த்தபடி இன்னும் எத்தனை நாட்கள் ஓட்டுவது என்று அஞ்சலைக்குத் தோன்றியது. மனத்தில் உறுதியை வரவழைத்துக்கொண்டு நேசமணியின் துணையுடன் அப்துல் சாதிக் கடைக்கு ஆர்டர் வாங்கி வருவதற்காகச் சென்றாள்.

அஞ்சலையைப் பார்த்ததும் சற்றே துணுக்குற்றதுபோல எழுந்து நின்றார் அப்துல் சாதிக். ஒருகணம் கைகுவித்து அவளை வணங்கிவிட்டு உட்கார்ந்தார். சிப்பந்தியிடம் சொல்லி ஆர்டர் துணிக்கட்டை விரைவாகக் கொடுக்கும்படி செய்தார். “போய் வரங்க பாய்” என்று விடைபெற்றுக்கொண்டு தெருவில் இறங்கினாள் அஞ்சலை. நேசமணி மூட்டையை வாங்கிக்கொண்டான்.

ஐந்தாறு கடைகளைக் கடந்து நடந்துசென்றபோது ஓர் உணவுவிடுதியிலிருந்து பொன்னையன் வெளியே வந்ததைப் பார்த்தாள் அஞ்சலை. “எப்படிண்ணே இருக்கீங்க? கருமாதிக்கு பிறகு ஏன்ண்ணே வீட்டுப்பக்கம் வரவே இல்லை?” என்று கேட்டாள்.

“வரணும்னுதாம்மா நெனச்சிட்டிருந்தேன். ஒவ்வொரு நாளும் புதுசுபுதுசா ஏதோ வேலை. அதான் வரமுடியலை. பாய் கடையிலேருந்து வரியா?” என்றபடி நேசமணியின் கை பற்றியிருந்த துணிமூட்டையைப் பார்த்தான்.

“ஆமாம்ணே”

“இவன எதுக்கும்மா கூட இழுத்துகினு அலையற?”

“சும்மா தொணைக்குத்தாண்ணே வந்தான். சின்ன புள்ளைங்கள்லாம் பள்ளிக்கூடத்துக்கு போயிட்டானுங்க. இவன அடுத்த வருஷம்தான் அனுப்பணும். தனியாதான ஊட்டுல உக்காந்திருப்பான். பேச்சுத்தொணைக்கு இருக்கட்டுமேனு அழைச்சிட்டு வந்தேன்.”

“அடுத்த வருஷம்தான அவன் பள்ளிக்கூடத்துக்கு போவணும்? அதுவரைக்கும் ஏன் பொழுத வீணாக்கணும்? பேசாம என் கூட அனுப்பி வைம்மா. ராஜா மாதிரி வீட்டுல வச்சிக்கறேன். ஒனக்கு தெரியாதது ஒன்னுமில்ல. எனக்கு பொறந்ததெல்லாம் பொண்ணா போச்சி. அந்தக் கடவுள் ஒரு ஆம்பள புள்ளயகூட குடுக்கலை. துணி ஏபாரம், பாத்திர ஏபாரம், கல் குவாரி, தேங்கா ஏபாரம்னு எல்லா பக்கமும் தொழில் நடக்குது. நம்பிக்கையா பாத்துக்க ஆளில்லை. இவன் என் கூட இருந்தா எனக்கு ரொம்ப உதவியா இருக்கும்மா”

நேசமணி சற்றே ஓரடி பின்வாங்கி அஞ்சலையின் முதுகோடு அழுந்தியபடி ஒட்டிக்கொண்டான். அந்த அழுத்தத்தின் பொருளை அக்கணமே அவள் உணர்ந்துகொண்டாள். ஆனால் எதையும் தடுக்கும் நிலையில் அவள் இல்லை.

“அவன் படிக்கிற புள்ளைணே. அவன் ஸ்கூலுக்கு போகணும். அவுங்க அப்பாவுக்குக் கூட அவன் படிச்சி பெரிய ஆளாவணும்கறதுதான் ஆசை.”

“ஆண்டவன் புண்ணியத்துல அவன் நல்லா படிக்கட்டும்மா. ஐஏஎஸ் ஐபிஎஸ்னு பெரிய ஆளா வரட்டும். பார்க்கும்போது எனக்கும் சந்தோஷமாத்தான இருக்கும். அடுத்த வருஷம்தான ஸ்கூலு? அது வரைக்கும் கொஞ்சம் கூடமாட இருக்கட்டுமேனுதான் சொன்னேன். இதோ இப்ப உன்கூட ஒத்தாசையா வரலையா, அந்த மாதிரி கொஞ்ச காலம் என் கூட ஒத்தாசையா இருக்கக்கூடாதா? இந்த அண்ணனுக்கு அத கூட செய்யமாட்டியா?”

“செய்யறேன்ணே. கண்டிப்பா செய்யறேன். அதயெல்லாம் இப்படி ரோட்டுல வச்சித்தான் பேசணுமா? வீட்டுக்கு வாங்கண்ணே பேசலாம்.”

“வரேம்மா. வரேன். வீட்டுக்கு வந்து பேசனாலும் இதத்தான் பேசணும். இன்னொரு விஷயம் ஞாபகத்துக்கு வருது. அதயும் இப்பவே சொல்லிடறேன்.”

“என்னணே?”

“ஒன்னுமில்லைம்மா. இவ்ளோ காலம் ஒனக்கு என்ன கொடுத்தேன், ஏது கொடுத்தேன்ங்கறதயெல்லாம் நான் கணக்கு எதயும் வச்சிக்கலை. ஒரு கூடப் பொறந்த பொறப்புக்கு செய்யற கடமையாத்தான் நெனச்சி நான் செஞ்சேன். ஆனா ஒங்க அண்ணிக்காரி என்ன போட்டு கொடைஞ்சிகினே இருக்கா. வீடு கட்டறதுக்காக அவ சீட்டு போட்டு எடுத்து வச்சிருந்த பணம் அது. அதுலேருந்துதான் எடுத்து எடுத்து கொடுத்தேன். அவ கொடைச்சல என்னால தாங்க முடியலை. பணம் பணம்னு அலையறா.”

அஞ்சலைக்கு நாக்கு உலர்ந்துவிட்டது. “திடீர்னு கேட்டா என்னால பணத்த எப்படிண்ணே பொரட்டமுடியும்?” என்று கேட்கும்போதே அவள் குரல் நடுங்கியது.

“ஐய, ஒன்ன யாரு பணத்த பொரட்ட சொன்னா? நம்ம அப்பா இந்த நெல்லித்தோப்பு பக்கத்துல ஒனக்கும் எனக்குமா ஆளுக்கொரு துண்டு நெலம் எழுதி வச்சிருக்காரே, ஞாபகம் இருக்குதா? அந்த எடத்துலதான் வீடு கட்டணும்னு அந்தக் கழுதை ஒத்தைக்கால்ல நிக்குது. ஒருநாள் நான் வண்டி எடுத்துட்டு வீட்டுப்பக்கமா வரேன். வந்து ஒரு கையெழுத்த போட்டுட்டு போம்மா. அவ புடுங்கல்லேருந்து காப்பாத்தன புண்ணியம் உனக்கு கெடைக்கும். தெனம் தெனம் என் உயிரை வாங்கிகினே இருக்கா அவ. அந்த டார்ச்சர்ல தூக்கமே வரமாட்டுது.”

அதிர்ச்சியில் அஞ்சலையால் பேசவே முடியவில்லை. உறைந்துபோய் பொன்னையனின் முகத்தைப் பார்த்தபடியே நின்றுவிட்டாள். ஆற்றாமையுடன் “அண்ணே” என்று அரற்றினாள்.

“என்ன என்னம்மா பண்ண சொல்ற? இத செய்யலைனா, அந்தக் கழுதைகிட்டேர்ந்து நான் தெனமும் மூஞ்சடி மொறத்தடிதான் வாங்கணும்.”

அஞ்சலைக்கு மூச்சே நின்றுவிடும்போல இருந்தது.

“சரிமா, நீ கெளம்பு. நான் ஒரு நல்ல நாள் பார்த்து ரெஜிஸ்ட்ரேஷன் வச்சிட்டு வண்டிய எடுத்துகினு வரேன். வண்டியில ஏத்திம்போயி வண்டியிலயே கொண்டாந்து விட்டுடறேன். அப்படியே அவனயும் ரெடி பண்ணி வை. வரட்டுமா?”

நேசமணியின் தோளை எட்டித் தொட்டு தட்டிவிட்டு சிரிப்பு மாறாத முகத்துடன் நடந்தான் பொன்னையன்.

அக்கணத்திலிருந்து பொன்னையனை நினைக்கும்போதெல்லாம் அந்தச் சிரிப்பைத்தான் அவள் முதலில் நினைத்துக்கொண்டாள். அடுத்த வாரமே அவன் வீட்டுக்கு வந்து இருவரையும் அழைத்துச் சென்றான். திரும்பி வரும்போது தன் பங்குக்குரியதாக இருந்த துண்டுநிலத்தை பொன்னையனுக்கே எழுதிக் கொடுத்துவிட்டு அஞ்சலை மட்டும் தனியாகத் திரும்பிவந்தாள். நேசமணி கடையில் உதவியாளனாகச் சேர்ந்துவிட்டான்.

அதன் பிறகு சரிந்துவிட்ட குடும்பத்தை நிமிர்த்தி நிறுத்துவதற்கு கடுமையாகப் பாடுபட்டாள் அஞ்சலை. அப்துல் சாதிக் கொடுத்த ஆர்டர்கள் மூலமாகக் கிடைத்த வருமானமே அவளும் பிள்ளைகளும் பட்டினியிலிருந்து மீள உதவியாக இருந்தது.

அடுத்த ஆண்டு பள்ளிக்கூடம் தொடங்கும் சமயத்தில் நேசமணியை அனுப்புவதாகச் சொன்ன பொன்னையன் கொடுத்த வாக்கைக் காப்பாற்றவில்லை. முதலில் நாலைந்து தபால்கார்டு வாங்கி எழுதிப் போட்டாள். எதற்கும் பதில் இல்லை. ஒருநாள் போன் நெம்பரை எழுதிச் சென்று சாதிக் கடையிலிருந்து பொன்னையனை அழைத்து நேசமணியை அனுப்பும்படி வலியுறுத்தினாள். "வெண்ணெ தெரண்டு வர நேரத்துல தாழியை உடைச்ச கதையா இருக்குது நீ சொல்றது. அவன் கைராசிக்கு தொழில்ல நல்லா ஒரு புடிமானம் கெடைச்சிடுச்சி. நான் சொல்றத நல்லா புரிஞ்சிக்கோ. அவன பத்திய கவலையே வேணாம். இன்னும் நாலு வருஷத்துல இதே ஊருல அவனுக்கு ஒரு கடையை உண்டாக்கி ஒரு பெரிய ஆளா நிறுத்தப் போறேன் பார்த்துக்கோ. இனிமேல அவன படிக்கவைக்கறேன் எழுத வைக்கறேன்னு எதையாச்சிம் பேசி அவன் மனச கெடுத்துடாத" என்று வழக்கமான சிரிப்போடு சொல்லிவிட்டு பேச்சை முடித்துக்கொண்டான்.

ஒரு வருஷம் கழித்து தீபாவளி விடுமுறையில்தான் நேசமணி வீட்டுக்கு வந்திருந்தான். அவன் முகமே கறுத்திருந்தது. குச்சியாக இளைத்திருந்தான். அதைப் பார்த்ததும் அதிர்ச்சியுடன் "என்னடா வெயில்ல சுத்தற வேலையா? இப்படி கறுத்து போயிட்டியே" என்று கேட்டாள் அஞ்சலை. அவன் "த்ச். அப்படிலாம் ஒன்னும் இல்லம்மா" என்று பதில் சொல்லிக்கொண்டே விலகிவிட்டான். அவன் பார்வையில் படிந்திருந்த நிதானமும் அமைதியும் அவளுக்கு அச்சத்தை ஊட்டின.

64 நயனக்கொள்ளை

“கடையில வேலை செய்யறியா? வேன்ல சுத்தற வேலையா?”

“வேளாவேளைக்கு சரியா சாப்படறியா? அத்தை ஒழுங்கா சாப்பாடு போடறாங்களா?”

“ராத்திரியில வீட்டுக்குள்ளதான படுத்துக்குவ?”

“வாரா வாரம் சனிக்கிழமைல எண்ணெ தேச்சி குளிக்கறியா? ஒடம்பு சூடு அதிகமா போனாலும் கூட நெறம் கருத்திடும் தெரிஞ்சிக்கோ.”

அவள் கேட்ட எந்தக் கேள்விக்கும் அவன் சரியாகப் பதில் சொல்லவில்லை. அந்தந்த நேரத்துக்கு தோன்றுவதையெல்லாம் பதிலாகச் சொல்லி சிரித்து மழுப்பினான். அதை நினைத்து அவள் துக்கத்தில் மூழ்கினாள். சட்டென ஒரு குறுகிய இடைவெளியில் அவன் முகமும் போக்கும் முப்பது வயதுடைய ஓர் ஆணுக்குரியவனவாக மாறிவிட்டன. தன்னை நெருங்கியதுமே அவன் முகம் இறுகிவிடுவதை அவளால் உணரமுடிந்தது.

ஒருநாள் அடுப்படியில் காய்கறிகளை நறுக்கிக்கொண்டிருந்த நேரத்தில் நேசமணியும் தங்கதுரையும் பேசிக்கொண்டிருப்பது அவள் காதில் விழுந்தது.

“நம்ம ஸ்கூல்ல மூர்த்தினு யாரோ ஒரு பையன் ஸ்டேட் ரேங்க் வாங்கியிருக்கான்போல. ஐநூறுக்கு நானூற்றி தொண்ணத்தஞ்சி. பேப்பர்ல பார்த்தேன். அவன் போட்டோவெல்லாம் போட்டிருந்தாங்க. அவன தெரியுமா உனக்கு?”

“தெரியும் தெரியும். நல்லாவே தெரியும். ப்ரேயர்ல அவனுக்கு ஹெட்மாஸ்டர் மாலையெல்லாம் போட்டு வாழ்த்தினாரு”

“அவன மாதிரி நீயும் ஸ்டேட் ரேங்க் எடுப்பியா?”

“எடுப்பேன். நிச்சயமா எடுப்பேன்”

“வாயால சொன்னா போதாது. எடுத்துக்காட்டணும். ஒன் படம் பத்திரிகையில வரணும். புரியுதா?”

“கண்டிப்பா வரும்”

“நல்லா படி. நான் உன்ன காலேஜ்க்கெல்லாம் அனுப்பி படிக்க வைக்கறேன், புரியுதா?”

“சரி”

“நீ மட்டுமில்லை தம்பிங்களயும் நல்லா படிக்க சொல்லு. எல்லாரும் ரேங்க் வாங்கணும்.”

நேசமணியின் முகத்தை அவன் அறியாதபடி ஓரப்பார்வையால் பார்த்தாள் அஞ்சலை. ஒரு தந்தைக்குரியவைபோல பாசமும் நேசமும் அவன் கண்களில் திரண்டிருந்தன. அந்தப் பார்வை அவள் மனத்தை நிறைத்தது. அவன் புறப்பட்டுச் சென்ற பிறகான நாட்களின் இருளையெல்லாம் அந்தப் பார்வையின் சுடரால் விலக்கிக்கொண்டாள்.

தீபாவளிக்கு வந்துபோன பிறகு நேசமணி ஊர்ப்பக்கம் வரவே இல்லை. பொங்கல் சமயத்தில் கட்டாயமாக அவன் வந்துவிடுவான் என்று உறுதியாக அவள் நம்பினாள். அந்த நம்பிக்கையை மற்ற பிள்ளைகளிடமும் ஊட்டி வைத்திருந்தாள். அப்போதும் அவன் வரவில்லை. தன்னைவிட்டு தன் மகன் வெகுதொலைவு சென்றுவிட்டானோ என்று நினைத்து நினைத்து கவலையில் உருகினாள் அஞ்சலை.

அப்துல் சாதிக் கடைக்கு ஆடைகளை ஒப்படைக்கச் செல்லும்போதெல்லாம் அங்கிருந்து பொன்னையனுக்கு ஒரு போன் செய்து விசாரிக்கவேண்டும் என்றெல்லாம் அஞ்சலைக்குத் தோன்றும். ஆனால் அவனுடன் பேசுவதற்கே அவளுக்குப் பிடிக்காமல் போய்விட்டது. அவனிடம் பேச்சுவார்த்தையே வைத்துக்கொள்ளக் கூடாது என்று ஒரு வைராக்கியம் வந்துவிட்டது. சொத்து போனதைப் பற்றிக் கூட அவளுக்குக் கவலை இல்லை. பெற்ற பிள்ளையை அபகரித்துக்கொண்டு போய்விட்டானே என்பதைத்தான் அவளால் தாங்கிக்கொள்ள முடியவில்லை. சிரித்துச் சிரித்து காரியங்களைச் சாதித்துக்கொள்ளும் அவன் முகத்தில் நெருப்பைக் கொட்டி எரிக்கவேண்டும் என்று குமுறினாள்.

ஒவ்வொரு நாளையும் எதிர்பார்ப்போடும் ஏமாற்றத்தோடும் கழித்துக்கொண்டிருந்த நேரத்தில் இப்படி ஒரு கனவைக் கண்டதை நினைத்து அவள் மனம் நடுங்கியது.

ரயில் கூவும் சத்தம் கேட்ட பிறகுதான் மணி இரண்டாகிவிட்டது என்பதை இருவருமே உணர்ந்தார்கள். அஞ்சலை மிஷினை நிறுத்திவிட்டு எழுந்து நின்று கைகால்களை உதறிக்கொண்டாள். அவள் மடிமீது விழுந்திருந்த துணிப்பிசிறுகள் கோழியிறகுகள் மாதிரி சிதறி விழுந்தன. பட்டன் தைத்து முடித்த சட்டையை மடித்துவைத்துவிட்டு பார்வதியும் எழுந்தாள்.

“கொழம்பு வேணும்னா எடுத்தும் போடி. நேத்து வச்ச கருவாட்டுக் கொழம்பு இருக்குது...”

“இல்லைக்கா. அம்மா எதாச்சிம் வச்சிருக்கும். பாக்கறேன். இல்லைனா சோத்த மட்டும் போட்டுகினு இங்க வந்து கொழம்ப ஊத்திக்கறன்.”

பார்வதி வெளியேறியதும், அஞ்சலை பின்கட்டுக்குச் சென்று முகம் கழுவிக்கொண்டு வந்தாள். அடுப்பிலிருந்த பானையை இறக்கி ஒரு தட்டில் சோற்றை அள்ளிவைத்துக்கொண்டு அதில் குழம்பை ஊற்றினாள். கூடத்துக்கு வந்து மிஷினுக்குப் பக்கத்தில் சுவரோரமாக சாய்ந்து உட்கார்ந்தாள்.

நாலாவது வாய் சாப்பிட்டு முடித்தபோது விக்கல் வந்தது. தட்டை கீழே வைத்துவிட்டு பானையிலிருந்து தண்ணீர் எடுத்துக் குடித்தாள். மீண்டும் குனிந்து தட்டை எடுக்கச் சென்றபோது வாசலில் ஒரு நிழலைப் பார்த்தாள். அவள் உடல் ஒருகணம் அதிர்ந்தது. உற்றுப் பார்த்தபடி அந்த உருவத்தை நோக்கி அடியெடுத்து வைத்தாள். ஒரு எட்டு வைத்ததுமே அவள் ஆழ்மனம் உணர்ந்துவிட்டது. “நேசமணி, ஐயா” என்றபடி ஓட்டமாக ஓடி அவன் தோளைப் பற்றிக்கொண்டாள்.

அவளுக்கு அழுகை பொங்கிவந்தது. “நேசமணி, என் ராசா” என்று சொல்லிக்கொண்டே இருந்தாள். அமைதியும் நிதானமும் கூடிய அவனுடைய பார்வை இத்தனை மாதங்களில் கொஞ்சம் கூட மாறவில்லை. அவன் கண்களையே அவள் பார்த்தாள். சட்டென ஒரு துளி கண்ணீர் அவன் விழியோரங்களில் திரண்டு நிற்கக்கூடும் என்று அவள் தன் பார்வையால் தேடினாள். ஒருகணம் சற்றே ஏமாற்றமாக இருந்தாலும், உறுதி மாறாத அவனுடைய பார்வையைக் காண அவளுக்கு மகிழ்ச்சியாகவே இருந்தது. அவனுடைய தலையையும் முதுகையும் ஒட்டிய தோள்களையும் தொட்டுத்தொட்டு பார்த்து தனக்குத்தானே சிரித்துக்கொண்டாள்.

“வா, வந்து ஒரு வாய் சாப்புடு”

அவனை அழைத்துச் சென்று மிஷினுக்கு அருகில் உட்காரவைத்துவிட்டு ஒரு தட்டில் சோறு போட்டு குழம்பு ஊற்றிப் பிசைந்து எடுத்துவந்து கொடுத்தாள்.

“ஏம்பா பொங்கலுக்கு வரலை? தம்பிங்கள்லாம் உன்ன எதிர்பார்த்து ஏமாந்துட்டானுங்க தெரியுமா?”

“வேளாவேளைக்கு ஒழுங்கா சாப்புடறியா ராசா?”

“ஏன் இவ்ளோ அழுக்கா சட்டை போட்டிருக்க? கொஞ்சம் நல்ல சட்டையா போட்டுக்கக்கூடாதா?”

“ஒன் அத்த ஒன்ன ஒழுங்கா கவனிச்சிக்கறாங்களா?”

“ஒன்ன அங்க நான் அனுப்பனது தப்புதான் ராசா? அம்மா தெரியாம செஞ்சிட்டேன். இனிமே அங்க போவவே வேணாம். இங்கயே தம்பிங்க கூடயே இருந்துடு. எது வந்தாலும் நாம சேந்து நின்னு சமாளிக்கலாம்.”

அவன் அஞ்சலையின் எந்தக் கேள்விக்கும் பதில் சொல்லவில்லை. அமைதியாக சோற்றை உருட்டிச் சாப்பிட்டான். கடைசி வாய் சோற்றைச் சாப்பிட்ட பிறகு த்ச் என்று நாக்கு சப்புக்கொட்டியபடி அஞ்சலையைப் பார்த்த பார்வையில் ஒரு சிறு புன்னகை படிந்திருந்தது. அவன் வேகமாக பின்கட்டுப் பக்கமாகச் சென்று கையைக் கழுவிக்கொண்டு திரும்பினான்.

அவன் தன் கைப்பையைத் திறந்து நூலால் சுற்றி வைத்திருந்த இரு கட்டு ரூபாய்த்தாள்களை எடுத்து அப்படியே அஞ்சலையிடம் கொடுத்தான். “ஏதுடா இவ்வளவு பணம்?” என்று சற்றே அதிர்ந்து பின்வாங்கினாள் அஞ்சலை. பிறகு அவளே “உனக்கு சம்பளமா கொடுத்த பணமாடா? இவ்ளோ காலத்துல உங்க மாமன்காரனுக்கு இப்பத்தான் சம்பளம் கொடுக்கணும்னு தோணிச்சா?” என்று கேட்டாள்.

நேசமணி அவளை ஒருகணம் ஏறிட்டுப் பார்த்தான். அவனுடைய உதடுகள் மேலும் காதோரமாகவும் முளைத்துப் படர்ந்திருந்த கருமையைப் பார்த்து நெருங்கி வந்து அவன் கன்னத்தைத் தொட்டுத் திருப்பிப் பார்த்து சிரித்துக்கொண்டாள். ஒருகணம் முத்துசாமியின் முகம் அவள் நினைவில் தோன்றிக் கலைந்தது.

“இந்தப் பணத்த யாரும் எனக்குக் கொடுக்கலை. இது நானா சம்பாதிச்ச பணம். எங்கயும் திருடலை. யாருகிட்டயும் பொய் சொல்லலை. தப்பா நடந்துக்கலை. நேர்மையா உழைச்சி சம்பாதிச்ச பணம். என் மேல ஒனக்கு நம்பிக்கை இருக்குதில்ல? நாளைக்கு தம்பிங்க மேல்படிப்புக்கு, வெளியூரு போவறதுக்குனு நெறய பணம் தேவைப்படும். நாளைக்கே பேங்க்ல ஒரு கணக்கு தொடங்கி, அதுல சேத்துவை”

மிஷின் மேசை மீது வைத்திருந்த செம்பை எடுத்து தண்ணீர் அருந்தினான்.

"நான் கௌம்பணும், நேரமாய்ட்டுது."

"சாயங்காலமா தம்பிங்க வந்துடுவானுங்கடா, ஒரு நிமிஷம் பார்த்துட்டு போடா."

"இல்லம்மா, அதுக்கெல்லாம் நேரமில்லை. அடுத்த தரம் பார்க்கலாம். அவுங்ககிட்ட நான் கொடுத்தேனு கொடு."

மூன்று பெரிய சாக்லெட் அட்டைகளை எடுத்து அஞ்சலையிடம் கொடுத்துவிட்டு நகர்ந்தான் நேசமணி. சுவரில் தொங்கிய முத்துசாமி படத்தின் மீது ஒருகணம் அவன் பார்வை பதிந்தது. அதே கோணத்தில் அஞ்சலையின் பக்கமும் திரும்பிப் பார்த்துவிட்டு வெளியே நடந்து சென்றான். அமைதியும் நிதானமும் படிந்த அவன் பார்வையால் தூண்டப்பட்டவள்போல அவனைப் பின்தொடர்ந்து வாசல் வரைக்கும் வந்து நின்றாள் அஞ்சலை.

(கனலி இணைய இதழ் – 2022)

## வள்ளல்

"இன்னைக்காவது எம்ஜியாரு வருவாராடா?" என்று கிண்டலான குரலில் பன்னீர் கேட்டதுமே தங்கமணிக்குக் கோபம் வந்தது. அவனும் ரங்கசாமியும் அப்போது தண்டவாளத்துக்கு இரண்டு பக்கமும் ஊஞ்சல்போல தொங்கிக்கொண்டிருந்த லெவல் கிராஸிங் தடுப்புச்சங்கிலிகளில் உட்கார்ந்து விளையாடிக்கொண்டிருந்தார்கள். பன்னீரின் வார்த்தைகளை கொஞ்சம்கூட கவனிக்காதவன்போல சின்னச்சின்ன கற்களாக தேடியெடுத்து தண்டவாளத்தின்மீது வைப்பதிலேயே கண்ணும்கருத்துமாக இருந்தான் தங்கமணி. "உங்கிட்டதான்டா கேக்கறன் செவுடா? காதுல என்ன பஞ்சியா வச்சி அடச்சிருக்குது?" என்று மறுபடியும் கேட்டுவிட்டுச் சிரித்தான் பன்னீர்.

அதைக் கேட்டதுமே தங்கமணிக்குக் கோபம் வந்தது. "கேட்டுகேட்டு கடுப்பேத்தாதடா சொல்லிட்டன். வெறி வந்துட்டா நான் பொல்லாத ஆளாய்டுவன், தெரியுமில்ல?" விரலை நீட்டி எச்சரிக்கும் குரலில் சொன்னான்.

அதைக் கொஞ்சம்கூட பொருட்படுத்தாமல் அவனைப்போலவே விரலை நீட்டி, அவனைப்போலவே பேசிவிட்டு அவனைப் பார்த்து ஏளனமாகச் சிரித்தான். மேலும் தொடர்ந்து "அட போடா குள்ள வாண்டு. நீ என்ன பெரிய ராவணனா? உன்ன பாத்து ஊரே நடுங்குதா?" என்று சீண்டினான்.

அடுத்த கணமே கையிலிருந்த கற்களோடு அவனை நோக்கி ஓடினான் தங்கமணி. சங்கிலியிலிருந்து அவசரமாக குதித்து

கீழே இறங்கிய ரங்கசாமி ஓடிவந்து தங்கமணியைத் தடுத்து நிறுத்தினான். "என்னடா இதுக்கு போயி கோவிச்சிக்கற? மாமன் மச்சானுங்க நடுவுல இதெல்லாம் ஒரு தப்பாடா?" என்றபடி அவன் தோளைத் தொட்டு தட்டிக்கொடுத்தான்.

"ஒருதரம் கேட்டா பரவாயில்ல. ரெண்டு தரம் கேட்டா பரவாயில்லடா. இதோட நூறுதரம் கேட்டுட்டான், தெரிமா? என்ன பாத்தா அய்யாருக்கு கேணப்பையன்மாரி தோணுதுபலக்குது."

கையில் எடுத்த கற்களை ஒவ்வொன்றாக தொலைவிலிருந்த வேலமரத்தை நோக்கி கெட்ட வசையோடு வேகமாக வீசினான். அவன் எரிச்சல் சற்றே தணிந்ததுபோல இருந்தது. அவனுக்கும் பன்னீருக்கும் இடையிலான பிரச்சினைகள் முடிவில்லாமல் நீண்டுகொண்டே இருந்தன. எல்லாக் கட்டங்களிலும் தங்கமணியை மட்டம் தட்டுவதிலேயே குறியாக இருந்தான் பன்னீர். எந்தப் பேச்சைத் தொடங்கினாலும் "ஒனக்கென்னடா தெரியும், பேசாம இரு" என்று ஒரே வார்த்தையில் அடக்கத் துடிப்பான். "இங்க பாரு. நீ படிச்சிகினு லீவு நாள்ல மாடு மேய்க்க வர ஆளு. படிப்பும் வேணாம் கிடிப்பும் வேணாம்னு எல்லாத்தயும் தூக்கி கெடாசிட்டு மாடு மேய்க்கற ஆளு நானு. அத ஞாபகம் வச்சிக்கோ" என்று விரலை நீட்டி மீண்டும்மீண்டும் சொல்வதில் அவனுக்கு என்னமோ பெரிய பெருமை. அவனை நினைத்தால் கோபமாகவும் இருந்தது. பாவமாகவும் இருந்தது. "இங்க உக்காந்திருக்கறதுல ஒரு அர்த்தமும் இல்லடா. எம்ஜியாரும் வரமாட்டாரு. சிவாஜியும் வரமாட்டாரு. சினிமாகாரங்க நம்மள நல்லா ஏமாத்திட்டு போயிருக்காங்க" என்று மெதுவாக ரங்கசாமியிடம் சொன்னான்.

வானத்தில் ஒரு கொக்குக்கூட்டம் பறந்துபோனது. வெட்டவெளி மேட்டில் மாடுகள் எங்கெங்கோ புல்லை மேய்ந்துகொண்டிருந்தன. தன்னிச்சையாக அவன் கண்கள் அவற்றைப் பின்தொடர்ந்து சென்றன. "வாடா போவலாம். எங்கயாச்சிம் பள்ளத்துல மாடுங்க எறங்கிடபோவுது. அப்பறம் அதுங்கள மேல ஏத்தறதுக்குள்ள நம்ம உயிருதான் போவும்" என்றான்.

பன்னீர் சங்கிலியிலிருந்து இறங்கி தங்கமணிக்குப் பக்கத்தில் வந்தான். அவனைப் பார்த்து மெதுவாகப் புன்னகைத்தான். கால்சட்டைப் பையிலிருந்து கர்ச்சிப்பை எடுத்து சுழற்றி மடித்து, கழுத்தைச் சுற்றி கட்டிக்கொண்டான். அவனுக்கு உருண்ட முகம். உதடுகளுக்குமேல் முளைக்கத் தொடங்கியிருந்த பூனைமுடியை அழுத்தியழுத்தித் தடவினான். பிறகு அவனைப் பார்த்து "நீ

எம்ஜியாரு ஆளுதான? கோவம் வந்தா சிவாஜிமாரி வசனம் பேசறியே, அது எப்பிடிடா?” என்று கேட்டான். அதைக் கேட்டதும் தங்கமணிக்கு சிரிப்பு வந்தது.

“வெக்கம் கெட்டவனே, உனக்கு சூடுசொரணயே கெடயாதா? உன்ன என்ன செய்றன் பாரு” என்று முட்டித் தள்ளுவதுபோல தலையைக் குனிந்துகொண்டு அவனைநோக்கி வேகமாக ஓடினான். ஒரே கணத்தில் விலகி தங்கமணியைப் பிடித்து நகரமுடியாதபடி கிடுக்கிப்பிடி போட்டுவிட்டான் பன்னீர். “உடுடா உடுடா. வலிக்குது” என்று எம்பிய பிறகுதான் பிடியைத் தளர்த்தினான்.

எல்லோரும் திரும்பி நடந்தார்கள்.

புல்வெளிக்கு மறுபக்கம் மேற்கில் பெரிய காடு. அதைத் தாண்டி பச்சைப்பசேலென மலை அடுக்குகள். அருவி. பள்ளத்தாக்கு. அங்கே படம் பிடிப்பதற்காக அபூர்வமாக சிலர் வந்துபோனதுண்டு. அவர்களுடைய வாகனங்கள் ஆளில்லாத லெவல் க்ராஸிங்கைத் தாண்டுவதற்காக நிற்கும்போது, அக்கம்பக்கத்தில் காத்திருப்பவர்களைப் பார்த்து கையசைப்பார்கள். சிரிப்பார்கள். காரைவிட்டு இறங்கிவந்து சிலர் பணமும் தருவார்கள்.

வேலமரத்தடியில் சாக்கு விரித்து பலகாரக்கூடையோடு உட்கார்ந்திருந்தாள் மீனாட்சி ஆயா. துணிபோட்டு மூடிய கூடையிலிருந்த மள்ளாட்டை சட்னியின் மணம் வீசியது. ஓரங்களில் வாழையிலை நறுக்குகள் செருகப்பட்டிருந்தன.

அவர்களைப் பார்த்ததும் ஆவலோடு “எம்ஜியார பாத்திங்களாடா?” என்று கேட்டாள்.

“நீ ஒன்னு ஆயா. எவனோ கத உட்டுட்டு போயிருக்கானுங்க. அத நம்பி அங்க போயி நின்னு நாங்கதாம் முட்டாளாயிட்டம்...” சலிப்புடன் பதில் சொன்னான் ரங்கசாமி.

“அருவி பக்கம் படம் புடிக்கறாங்கன்னு பேசிகிட்டாங்க...”

“அது யாரு நடிக்கற படமோ. யாருக்கு தெரியும்? போற போக்குல எவனோ எம்ஜியாரு படம்னு இங்க சொல்லிட்டு போயிட்டானுங்க. அதான் வென.”

ரங்கசாமி பையிலிருந்து பத்து பைசாவை எடுத்து ஆயாவின் பக்கம் நீட்டியபடி “ஆளுக்கு ஒரு அரிசி உண்ட குடு ஆயா” என்றான்.

"இன்னும் அஞ்சி பைசா?"

"நாளைக்கி குடுக்கறன் ஆயா."

உண்டையின் ஒரு பக்கத்தில் பல்லால் கடித்து நாக்கில் வைத்து குதப்பியதும் அதன் இனிப்பு வாய்முழுக்கப் பரவியது. பிறகு, தொண்டைக்குழியில் தேங்கி உடல்முழுக்க படர்ந்தது.

ஒரு வருடத்துக்கு முன்னால் பொங்கல் சமயத்தில் எம்.ஜி.ஆர். மன்றத்தில் எல்லோருக்கும் காலண்டர் வழங்கினார்கள். அந்த விழாவுக்காக, மன்றத்தின் வாசலைப் பெருக்கி, குளத்திலிருந்து பத்து பதினைந்து குடங்கள் தண்ணீர் எடுத்துச் சென்று தெளித்து சுத்தமாக வைத்திருந்தான் தங்கமணி. அதனால் அந்தக் கூட்டத்தில் அவனுக்கும் ஒரு காலண்டர் கிடைத்தது. அன்று இரவு தன் வீட்டுச் சுவரில் அதை மாட்டிவைத்தான். செக்கச் செவேலென தாமரை இதழ்போன்ற முகம். எந்தப் பக்கம் நின்றாலும் தன்னையே திரும்பிப் பார்ப்பதுபோன்ற கண்கள். புன்சிரிப்பு ததும்பி நிற்கும் உதடுகள்.

சூளையில் செங்கல்லுக்காக மண்ணைக் குழைத்துக்கொண்டிருந்த ஆறேழு பேர் கூட்டமாக வந்து ஆயாவிடம் இட்லி வாங்கிக்கொண்டு சென்றார்கள்.

"நான் அந்த காலத்துல பாலையாவ பாத்திருக்கேன் தெரியுமாடா பசங்களா?" என்று வெற்றிலைபாக்கு பையை எடுத்து பிரித்தபடி கேட்டாள் ஆயா. தோல் சுருங்கிய முகத்தில் சில கணங்கள் பரவசம் படர்ந்து மறைந்தது. சுடர் எரிவதுபோல அவள் கண்களின் வெளிச்சம் மின்னியது.

"சும்மா கத உடாத ஆயா" என்று சொல்லிவிட்டு உடனே சிரித்தான் பன்னீர். அவனை கோபத்தில் முறைத்தான் தங்கமணி. "துடுக்குத்தனமா ஏதாச்சிம் ஒளறாதடா. ஆயா சொல்றத மொதல்ல காது குடுத்து கேளுடா" என்றான் அவன். அதை சற்றும் பொருட்படுத்தாதவனாக "மொதல்ல பாலையா யாருன்னு நீ சொல்லு ஆயா. நீ பாத்த கத, பேசன கதயலாம் அப்பறமா வச்சிக்கலாம்" என்று அலட்சியமாகச் சொன்னான்.

"நான் சொல்றதுல ஒனக்கு நம்பிக்க இல்லன்னா, நேரா போயி ஒங்கம்மா கிட்ட கேளுடா. ஒங்கப்பன் கிட்ட கூட கேட்டுப் பாரு. அதுவும் பத்தாதுன்னா நீ மாடு மேய்க்கற ஊட்டு படயாச்சிகிட்ட கூட கேட்டுப் பாரு. அவுங்க சொல்வாங்க. பாலையாவ நான் பாத்தனா இல்லயான்னு..." கொஞ்சம்கூட

கோபமே இல்லாமல் பொறுமையாக சொன்னாள் ஆயா. வெற்றிலையின் சுருக்கத்தை நீவி பாக்குத்துணுக்குகளையும் புகையிலைத் துணுக்கையும் வைத்து மடித்து வாய்க்குள் அதக்கிக்கொண்டாள்.

“அவுங்கள இவுங்கள கேக்கற கதைலாம் எதுக்கு ஆயா?. பாலையா யாருன்னு மொதல்ல ஒன் வாயால நீயே சொல்லு. அது போதும்” என்று எழுந்து நின்று மறுபடியும் சிரித்தான் பன்னீர். அந்த நேரத்தில் அவனை அப்படியே கீழே தள்ளி காலால் மிதிக்கவேண்டும்போல தங்கமணிக்குக் கோபம் வந்தது. பற்களைக் கடித்தபடி அவனைப் பார்த்து முறைத்தான்.

“உண்ட கட வச்சி பொழைக்கறவதான, இவ எந்த காலத்துல சினிமாவ பாத்திருக்கப் போறானு நெனச்சிட்ட, இல்ல? அந்த காலத்துல புளியாந்தோப்பு பக்கத்துல நடராஜ மொதலியாரு கொட்டாய கட்டி இந்த ஊருக்கு சினிமாவ கொண்டாந்த நாள்லியே சினிமா பாத்தவ நானு, தெரிமா? தாத்தா செத்ததுக்கப்பறம் நானாவேதான் எல்லாத்தயும் நிறுத்திட்டன்” நிறுத்திநிறுத்தி நிதானமாகப் பேச ஆரம்பித்தாள் ஆயா.

“அந்த கதைலாம் எதுக்கு ஆயா? பாலையா யாருனு சொல்லு. அது போதும்” என்று கையை ஆட்டி சிரித்தான் பன்னீர். தனக்குள் பொங்கிய எரிச்சலை கஷ்டப்பட்டு அடக்கிக்கொண்டான் தங்கமணி.

“ராஜகுமாரினு அந்த காலத்துல ஒரு படம் வந்திச்சி. அதுல எம்ஜியாரு கூட கத்திசண்ட போட்டவரு பாலையா. ஆர்யமாலாவுல பி.யு.சின்னப்பாவுக்கு எதிரியா நடிச்சவரு பாலையா. அந்த பாலையாவே வேற. காலத்துக்கு தகுந்தபடி சிரிப்பு நடிகரா நடிச்சி எல்லாரயும் குலுங்ககுலுங்க சிரிக்கவச்ச பாலையாவே வேற...” தன் நினைவுகளிலிருந்து பாலையாவின் விதவிதமான தோற்றத்தை எடுத்தெடுத்துச் சொல்லிக்கொண்டே இருந்தாள் ஆயா. அதை வாய்பிளந்தபடி ஆச்சரியத்தோடு கேட்ட பன்னீர் சில கணங்கள் உறைந்துவிட்டான். பிறகு மெதுவாக ஆயாவின் அருகில் நெருங்கிவந்து “போதும் ஆயா. போதும் ஆயா. தப்பா கேட்டுட்டன். மன்னிச்சிக்க. உண்மையிலயே நீ பெரிய ஆளுதான்” என்று கைகுவித்து கும்பிட்டு அவள் பேச்சை நிறுத்தினான். அவனைப் பார்த்து ‘கொன்னுடுவன் கொன்னு’ என்பதுபோல விரலைக் காட்டி அசைத்தபடி வெற்றிலைக் கறைபடிந்த பற்கள் தெரிய சிரித்தாள் ஆயா.

கிழக்குப் பக்கமாக மாடுகளை ஓட்டிக்கொண்டு சென்ற இரண்டு பேர் "ஆளுக்கு ரெண்டு தோச குடு ஆயா" என்று கேட்டு நின்றதும் ஆயாவின் கவனம் திரும்பியது. வேகமாக கூடையிலிருந்து இலையை எடுத்து சுருக்கம் நீக்கி, தோசைகளை வைத்து நீட்டினாள். சட்னி சிந்திவிடாமல் இலையை கையில் வாங்கிக்கொண்டு மரத்தடியிலேயே உட்கார்ந்து சாப்பிட்டார்கள் அவர்கள். சைக்கிளில் வந்து இறங்கிய ஒருவன் தூக்குவாளியில் இட்லியும் சட்னியும் வாங்கிக்கொண்டு சென்றான்.

"பாலையாவ எங்க ஆயா பாத்த?" என்று கேட்டு மறுபடியும் பேச்சைத் தொடங்கினான் ரங்கசாமி.

"எம்ஜியார பாக்கறதுக்கு நீங்க எந்த எடத்துல நின்னிங்களோ, அந்த எடத்துலதான் பாலையாவ நான் பாத்தன். அப்பலாம் அந்த க்ராஸிங் பக்கத்துல பெரிசுபெரிசா நாலஞ்சி நாவமரங்க இருந்திச்சி. நல்லா நெழலா இருக்கும். அங்கதான் கட போடுவன். ஒரு பெரிய புயலடிச்சி அந்த மரம்லாம் உழுந்துட்டுது. அதுக்கப்புறம்தான் இந்த பக்கம் வந்துட்டன்..."

"பாலையா கதய சொல்லுனா புயலடிச்ச கதய சொல்றியே ஆயா" பொறுமையில்லாமல் துடித்தான் பன்னீர்.

"சொல்லிகினேதான வரன். எதுக்குடா அவசரப்படற? சரியான முந்திரிக்கொட்டயா இருக்கியே நீ. ஒரு நாளு பலகார கூடய வச்சிகினு ஒக்காந்தினிருந்த சமயத்துல சர்புர்னு ஏழெட்டு காருங்க வந்து க்ராஸிங் பக்கத்துல நின்னுட்டுது. ஒருத்தன் என்ன பாத்து ரயிலு எப்ப வரும்னு கேட்டான். வண்டி ஏற வந்த ஆளுங்கனு நெனச்சிகினு, ஸ்டேஷனு அந்த பக்கம் இருக்குங்க சாமினு எழுந்து நின்னு கைய காட்டனன். அப்பறம்தான் அவன் கிராஸிங் எப்ப தெறப்பாங்கனு கேட்டான். தண்டவாளத்த தாண்டி போவ கேக்கறானு எனக்கும் அப்பதான் புரிஞ்சிது. நேரா போயி சங்கிலிக்கு போட்டிருந்த நடுகொக்கிய எடுத்து பிரிச்சி வழிய உட்டன். அது பூட்டியிருக்குதுனு அவுங்க நெனச்சிட்டாங்க போல. சிரிச்சிகினே கைய காட்டிட்டு வண்டிய எடுத்துட்டு போயிட்டாங்க. சர்சர்னு எல்லா வண்டியும் தாண்டி போனதும் மறுபடியும் சங்கிலிய இழுத்து நடுகொக்கிய மாட்டி உட்டுட்டு திரும்பனன். கடசியா போன வண்டியிலேருந்து ஒருத்தர் எறங்கி அம்மா, கொஞ்சம் நில்லும்மானு சொல்லிகினே என் பக்கமா வந்தாரு. பாத்தா பாலையா நிக்கறாரு. என்னால நம்பவே முடியலை. ஐயா கும்புடறன் சாமி. நீங்கனு எனக்கு தெரியாம

போய்ட்டுதே சாமினு என்னென்னமோ ஒளறனன். இங்க என்னம்மா பண்றீங்கனு கேட்டாரு அவரு. பலகாரம் வித்து பொழைக்கறன் சாமினு கூடைய காட்டனன். புது படம் ஒன்னு, அந்த அருவி பக்கமா எடுக்க போறாங்க. அங்கதான் நாங்க போறம்னு சொன்னாரு அவரு. எங்க ஊரு கொட்டாய்ல ஒங்க படங்கள நெறயா பாத்திருக்கேன் சாமினு சிரிச்சிகினே சொன்னன். அவரும் சிரிச்சிகிட்டாரு. அப்பறமா பையில கைய உட்டு ஒரு நூறு ரூபா நோட்ட எடுத்து இந்தாங்கம்மா வச்சிக்குங்கனு என் கைய புடிச்சி வச்சிட்டு சிரிச்சிகினே போயிட்டாரு...”

“நூறு ரூபாதான?”

“டேய். அந்த காலத்துல நூறு ரூபானா எவ்ளோ மதிப்பு தெரிமாடா? எங்க குடிசைய பிரிச்சிட்டு அந்த பணத்துலதான் அந்த காலத்துல ஊட்டயே மாத்தி கட்டனன். பெரிய மவராசன். இந்த ஊருக்கே தெரியும் நான் ஊடு கட்டன கத.”

“நீ பெரிய தப்பு பண்ணிட்டியே ஆயா” என்று குறுக்கில் புகுந்து சொன்னான் ரங்கசாமி.

“என்னடா தப்பு?” ஆயாவின் புருவங்கள் உயர்ந்தன.

“அந்தப் பணத்துக்கு அவ்ளோ மதிப்புன்னா, பேசாம நீ ஒரு கன்னுகுட்டியோ, கறவ மாடோ பாத்து வாங்கியிருக்கணும். ஒரு பக்கம் பால் கெடச்சிகினே இருக்கும். இன்னொரு பக்கம் மாடு, கன்னுகுட்டி, மாடு கன்னுகுட்டினு பெருத்துகினே போவும். இன்னிய தேதிக்கு ஒரு மாட்டு பண்ணயே ஒங்கிட்ட இருந்திருக்கும். நாங்களும் ரெட்டியாரு ஊட்டு மாடுங்க, படயாச்சி ஊட்டு மாடுங்களோட ஒன் ஊட்டு மாடுங்களயும் ஓட்டியாந்து மேய்ச்சிட்டிருப்பம். கெடைக்கற லாபத்துல இந்த ஒரு ஊடு இல்ல, இதுமாரி நாலு ஊடுங்க கட்டியிருக்கலாம்...” ரங்கசாமி சொல்லச்சொல்ல ஆயாவுக்கு சிரிப்பு பொங்கிக்கொண்டு வந்தது. வெற்றிலைச்சாறு கடைவாயின் ஓரம் வழியவழிய அடக்க முடியாமல் சிரித்தாள். பிறகு எழுந்து சென்று வெற்றிலைச்சாறை துப்பிவிட்டு வாயைத் துடைத்துக்கொண்டு வந்து உட்கார்ந்தாள். “ரொம்ப அருமயா யோசன சொல்றியே, ஒன் அளவுக்கு எனக்கு அந்த காலத்துல புத்தி இல்லாம போயிடுச்சே” என்று மறுபடியும் சிரித்தாள்.

வெயில் சுட்டெரித்தது. மேட்டைத் தாண்டி வெகுதொலைவில் பனைமரங்கள் தெரிந்தன. ஒரு பெரிய கழுகு அவற்றின்மீது வட்டமடித்து பறந்தபடி இருந்தது. எங்கோ ஒரு மாட்டின் அழைப்புக்குரல் கேட்டது.

மூன்று பேரும் ஒரே நேரத்தில் திரும்பினார்கள். "மாடுங்க பள்ளத்து பக்கமா போவுது டோய்" என்று சத்தம் கொடுத்தபடி எழுந்த ரங்கசாமி அவற்றை நோக்கி ஓடத் தொடங்கினான். அடுத்த கணமே பன்னீரும் தங்கமணியும் அவனுக்குப் பின்னால் ஓடினார்கள்.

சேற்றில் இறங்கிவிட்டால் மாடுகளை மேட்டில் ஏற்றுவது ரொம்ப கஷ்டம். பத்து பேர் பிடித்து இழுத்தாலும் நகர்த்த முடியாது. அதுவாகவே உடன்பட்டு ஏறி வந்தால்தான் உண்டு. பொசுக்கும் வெயிலில் மாடுகள் இதமான சேற்றை விரும்பின. மாட்டின்மீது சேற்றுக்கறை படிந்திருப்பதைப் பார்த்தாலேயே ரெட்டியாருக்கு கோபம் வந்துவிடும். ஓடும்போது ஏதேதோ நினைவுகள் அலைமோதிக் குழப்பின. ரெட்டியார் பயன்படுத்தும் விதவிதமான வசைகள் காதுக்கு மிக அருகில் ஒலிப்பதுபோலத் தோன்றியது.

ஓடும்போதே மூன்று பேரும் மூன்று திசைகளில் பிரிந்து ஓடியதால் மாடுகளை எளிதாக சுற்றி வளைத்துக்கொள்ள முடிந்தது. அதட்டி அதட்டி வேறு பக்கமாக ஓட்டி வந்தார்கள். சேற்றின் திசையிலிருந்து திரும்ப மறுத்த மாடுகளிடம் செல்லம் கொஞ்சி, கழுத்தைத் தடவி, வருடிக் கொடுத்து மெதுவாக திருப்பி அழைத்துவந்து வேறொரு பக்கத்தில் மேயவிட்டார்கள். கூட்டத்தில் அடங்காப்பிடாரியான ஒரு மாடு இருந்தது. உடல்முழுதும் வெள்ளைவட்டங்களும் கருப்புவட்டங்களும் மாறிமாறி நிறைந்திருந்தன. அரிவாள்மாதிரி வளைந்த சின்ன கொம்புகள். மெலிந்த உடலென்றாலும் உறுதியான உடல்வாகு. அது ஒருபக்கமாக அடங்கி மேய்வதைப் பார்த்தால் போதும், மற்ற மாடுகளும் அதைச் சுற்றி ஒழுங்காக மேய ஆரம்பித்துவிடும். கவனம் மாறி எல்லா மாடுகளும் புல்லைத் தின்னத் தொடங்கிவிட்டதை உறுதி செய்துகொண்ட பிறகு மெதுவாக ஆயாவிடம் திரும்பினார்கள்.

ஆயாவைச் சுற்றி ஆறேழு தயிர்க்காரப் பெண்களும் தட்டுக்கொடி அறுத்து சுமந்துவந்த பெண்களும் உட்கார்ந்து தோசை தின்றுகொண்டிருந்தார்கள். நெற்றியில் பெரிய வட்டமாக குங்குமம் வைத்துக்கொண்டிருந்த ஒருத்தி "இன்னம் கொஞ்சம் சாம்பார ஊத்து ஆயா" என்று இலையை நீட்டினாள். "எவ்ளோ ஊத்தனாலும் வெடியாதுடி ஒனக்கு" என்று சிரித்தபடி வாளியிலிருந்து சாம்பாரை கரண்டியால் எடுத்து ஊற்றினாள் ஆயா. சாப்பிட்டு முடித்து இலையை வீசிவிட்டு கைகழுவிக்கொண்டு திரும்பி

சாப்பாட்டுக்கணக்கைக் கேட்டு பணத்தைக் கொடுத்துவிட்டுச் சென்றார்கள்.

கொண்டையில் செம்பருத்திப்பூவைச் செருகிக்கொண்டிருந்த ஒருத்தி ரங்கசாமியைப் பார்த்து “எந்தத் தெரு பசங்கடா நீங்க?” என்று கேட்டாள். அவள் கண்களிலிருந்து பார்வையை வேகமாக விலக்கிய ரங்கசாமி “ம்... மோட்டுத்தெருவு” என்று பதில் சொன்னான். சரி என்பது போல தலையசைத்துக்கொண்டு போனாள் அவள். அவள் சிறிது தூரம் செல்வதுவரை காத்திருந்துவிட்டு “எதுக்குடா அந்த அம்மாகிட்ட பொய் சொன்ன?” என்று கேட்டான் தங்கமணி. அவன் தங்கமணியின் பக்கமாகத் திரும்பி சில கணங்கள் முறைத்துப் பார்த்தான். பதில் எதுவும் சொல்லவில்லை.

“எம்ஜியார பாத்தா என்னாடா கேப்பீங்க பசங்களா?” என்றொரு கேள்வியைக் கேட்டுவிட்டு சிரித்தாள் ஆயா.

“சும்மா இரு ஆயா. ஆளே வரலைனு நாங்களே வெறுப்புல கெடக்கறோம். நீ வேற, இல்லாததயும் பொல்லாததயும் கேட்டு வெறுப்பேத்தறியே” என்றான் ரங்கசாமி.

“வராரு, வரலை. அதெல்லாம் அப்பறம் வச்சிக்கலாம். அவர பாத்தா என்ன கேப்பீங்க, சும்மா சொல்லுங்கடா.” என்று மீண்டும் சிரித்தாள் ஆயா.

“அதிகமாலாம் ஆசப்படக்கூடாது ஆயா. அவரா பாத்து என்ன குடுக்கறாரோ அத வாங்கிகினு போய்ட்டே இருக்கணும்...” என்றான் ரங்கசாமி.

“எங்க அம்மா ஆஸ்பத்திரி செலவுக்கு ரொம்ப கஷ்டப்படுது. ஒரு ஐந்நூறு ரூபா இருந்தா போதும்னு கேப்பன்” என்ற பன்னீர் மறுகணமே யோசனையில் மூழ்கினான்.

“பணம்லாம் வேணாம் சாமி. நான் படிக்கணும். என்ன படிக்கவைங்கனு கால்ல உழுவன்” என்றான் தங்கமணி.

“நல்லா வெவரமான பசங்கதான்டா நீங்க” என்று சிரித்த ஆயா கூடையிலிருந்த அரிசி உண்டைகளில் ஆளுக்கு ஒன்றை எடுத்துக்கொடுத்தாள்.

“எங்களுக்கு எதுக்கு ஆயா உண்ட? ஏற்கனவே அஞ்சி பைசா பாக்கி நிக்குது. மேலமேல கடன் வாங்கி தின்னா, அடைக்கவேணாமா?” என்று கேட்டான் ரங்கசாமி.

"டேய் பெரிய மனுஷா, கடனா குடுக்கறனு ஒங்கிட்ட யாருடா சொன்னா? சும்மாதான் குடுக்கறன். தின்னுங்கடா" என்றாள் ஆயா.

"என்னா ஆயா திடீர்னு?" என்று தயங்கினான் தங்கமணி. "ஒன்னுமில்லடா பசங்களா. சும்மா ஒரு பிரியத்துக்குதான்டா ஆயா குடுக்கறன்.., தின்னுங்கடா" என்றாள் ஆயா.

வெல்லத்தின் சுவையும் துருவிப்போட்ட தேங்காய்ப்பூவின் சுவையும் நாக்கில் குழைந்தது. சீக்கிரம் தீர்ந்துபோய்விடக்கூடாது என நினைத்து கொஞ்சம்கொஞ்சமாக கடித்துத் தின்றும்கூட விரைவிலேயே உண்டை கரைந்துவிட்டது. உள்ளங்கையில் ஒட்டியிருந்த சின்னச்சின்ன இனிப்புத்துணுக்குகளை நாக்கால் தொட்டு விழுங்கினான் தங்கமணி.

"எம்ஜியாரு பெரிய கொடவள்ளல் ஆயா. ஏழைங்களுக்குலாம் வாரிவாரி குடுக்கறதுல மன்னன். அவரமாரி அள்ளிக்குடுக்கற ஆளு இந்த ஒலகத்துலயே இல்ல."

"ரிக்ஷா ஓட்டறவங்களுக்கு ரிக்ஷா. இஸ்திரிவண்டி வச்சிருக்கவங்களுக்கு இஸ்திரி பொட்டினு ஏராளமா வாங்கி குடுத்திருக்காரு."

"மெட்ராஸ்ல மழபேஞ்சி வெள்ளம் வந்து குடிசைங்கலாம் அடிச்சிம்போன சமயத்துல எல்லார்க்கும் ஆயிரக்கணக்குல குடுத்தாராம். எல்லோருக்கும் புதுசா வேட்டி சட்ட, புதுசா பொடவ. புதுசா ஊடுனு கட்டி குடுத்தாராம். பேப்பர்ல கொட்ட எழுத்துல போட்டிருந்தாங்க. மன்றத்துல படிச்சத நான் காதால கேட்டிருக்கன்."

ஆயாவைச் சுற்றி அமர்ந்துகொண்டு எம்.ஜி.ஆர்.பற்றி தெரிந்துவைத்திருக்கும் தகவல்களையெல்லாம் சொன்னார்கள் அவர்கள்.

எல்லாவற்றையும் கேட்டு தலையசைத்துக்கொண்டாள் ஆயா. பிறகு "ஒங்ககிட்ட இன்னொரு கேள்வி கேக்கறன். பதில் சொல்றிங்களாடா?" என்று மூன்று பேரையும் பார்த்துக் கேட்டாள். "கேளுங்க ஆயா. சொல்றம்" என்று சொல்லி ஆயாவை உற்சாகப்படுத்தினான் தங்கமணி.

"ஒங்கள பாத்ததுமே எம்ஜியாரே எறங்கி வந்து நூறு ரூபா நோட்ட எடுத்து ஆளுக்கொனு குடுக்கறாருனு வை, அப்ப என்னடா செய்விங்க?" என்று கேட்டாள் ஆயா.

ஒருகணம் கூட தாமதிக்காத ரங்கசாமி, கைவிரல்களால் தலைமுடியை கோதியபடி "ரயில புடிச்சி நேரா டவுன்ல போயி எறங்கி கோழி பிரியாணி சாப்படறதுதான் மொதல் வேல. அப்பறம் ஒரு சினிமா. ராத்திரிக்கு மறுபடியும் கோழி பிரியாணினு தின்னுட்டு வரவேண்டிதான்" என்றான். திகைப்புடன் அவனையே பார்த்துக்கொண்டு நின்றார்கள் மற்றவர்கள். அவர்களுக்கு பேச்சே வரவில்லை.

"நீ" என்று பன்னீரின் பக்கம் ஆயா கையை நீட்டிய பிறகுதான் அவனுக்கு சுய உணர்வு திரும்பியது. "அதெல்லாம் எனக்கு எதுவும் தெரியாது ஆயா. வாங்கிம் போயி எங்க அம்மாகிட்ட குடுத்துருவன். அதுவா பாத்து எந்த செலவு முக்கியமோ அத செய்யும்" என்றான்.

ஆயா தங்கமணியின் முகத்தைப் பார்த்ததும் "ஸ்கூலுக்கு போட்டுக்க நல்ல சொக்காவே இல்ல ஆயா. எங்க அம்மாகிட்ட சொல்லி ரெண்டுமூணு சட்ட எடுத்துக்குவேன்" என்றான் தங்கமணி.

எல்லோருமே சந்தோஷமான ஒரு மனநிலையில் இருந்தார்கள். திடீரென பன்னீர் கையைத் தட்டி கேலியாகச் சிரித்தபடி "இவன் ஒருத்தன் ஆக்கம் கெட்ட கூவ. எப்ப பாரு தவளயாட்டம் ஸ்கூலு ஸ்கூலுனு அடிச்சிங்கெடப்பான். படிச்சிட்டு நீ என்னாடா கலெக்டரு வேலைக்கா போவபோற? அப்பவும் மாடுதான மேய்க்க போற? இதுக்கு போயி பெரிசா பீத்திக்கிற?" என்று சொன்னதும் எல்லாமே சரிந்துவிட்டது.

அந்த அவமானத்தை தங்கமணியால் தாங்கிக்கொள்ளவே முடியவில்லை. "படிப்பபத்தி ஒனக்கு என்னாடா தெரியும் முண்டம்" என்று அவனும் வேகமாகச் சொல்லிவிட்டான். பன்னீர் சட்டென்று தாவி அவன் தலைமுடியைப் பிடித்து இழுத்து அடிக்கவந்தான். "உடுடா உடுடா" என்று நடுவில் புகுந்தான் ரங்கசாமி. பன்னீரின் பிடியிலிருந்து தங்கமணியை விடுவித்தபடி "பேசிட்டிருக்கும்போதே ஏன்டா கொரங்குங்களாய்டறிங்க? ஒங்களுக்குலாம் அறிவே கெடயாதுடா" என்று கோபத்தோடு தள்ளிவிட்டான்.

தங்கமணிக்கு அக்கணத்தில் அந்தக் கூட்டத்தில் நிற்கவே பிடிக்கவில்லை. சட்டென விலகி மாடுகள் மேயக்கூடிய இடத்தைநோக்கிச் சென்றான். ஒரு சினைமாடு வெயில் தாங்கமுடியாமல் கீழே சாய இடம் தேடி தடுமாறிக்கொண்டிருந்தது.

அதன் வாயிலிருந்து கோடுபோல நுரை இறங்கியிருந்தது. அதைத் துடைத்த பிறகு மெதுவாக தொலைவில் தெரிந்த புங்கமரத்தின் நிழல்வரைக்கும் ஓட்டிச் சென்று அமரவைத்தான். கழுத்துக் கயிற்றை மரத்துடன் கட்டிவிட்டு ஓடைப்பக்கம் போனான். உடைந்துபோன வாயில்லாத பானையில் தண்ணீரை நிரப்பி எடுத்துக்கொண்டு வந்து பசுவின் முன்னால் வைத்தான். தவிப்போடு நாக்கை நீட்டி வேகவேகமாக தண்ணீரை குடித்தது பசு.

நிலைகொள்ளாத எண்ணங்களுடன் மனம்போன போக்கில் வெகுதொலைவு நடந்துபோய் திரும்பினான் தங்கமணி. சிறுநீர் கழிப்பதற்காக ஓரிடத்தில் ஒதுங்கிவிட்டு மறுபடியும் திரும்பி நடந்துவந்தான். காலையில் தண்டவாளத்தின்மீது அவன் அடுக்கிய கல்வரிசையைப் பார்த்த பிறகுதான் மறுபடியும் க்ராஸிங் பக்கத்தில் வந்துவிட்டதை உணர்ந்தான். புன்னகையோடு கல்வரிசையை காலாலேயே கலைத்து கீழே தள்ளியபோது தொலைவில் எங்கோ ஹாரன் சத்தம் கேட்டது. முதலில் அவன் மனம் ரயில் என நினைத்து துணுக்குற்று கல்குவியலை ஒரே தாவாகத் தாண்டி கீழே இறங்கினான். இருபக்கங்களிலும் தன்னிச்சையாக பார்வை படர்ந்து மீண்ட பிறகுதான், இந்த நேரத்தில் எந்த ரயிலும் இல்லை என்னும் எண்ணம் உறைத்தது. மறுபடியும் சத்தம் வந்து பார்வையை எல்லாப் பக்கங்களிலும் படரவிட்டபோது எதிர்ப்பக்கத்தில் புழுதி பறக்க ஒன்றன் பின்னால் ஒன்றாக மூன்று கார்கள் வருவது தெரிந்தது.

தங்கமணி விலகி நின்றான். அந்தக் கார்கள் வேகமாக வந்து நின்றன. முதல் காரில் வண்டியோட்டி தவிர முன்பக்கத்தில் ஒருவர் பின்பக்கத்தில் ஒருவர் என இருவர்மட்டுமே வண்டியில் இருந்தார்கள். முன்பக்கத்தில் இருந்தவர் அவனை கைகாட்டி அழைத்து “இந்த நேரத்துல ரயில் இருக்குதா தம்பி? எப்ப அது போவும்?” என்று கேட்டார். “இப்ப ரயில் எதுவும் இல்லிங்க” என்றான் தங்கமணி. அவர் ஒருகணம் குழம்பி “அப்படின்னா, க்ராஸிங் சங்கிலிய எப்ப எடுப்பாங்க?” என்று சந்தேகத்தோடு கேட்டார்.

“நான் எடுத்து உடறேன் சார், கொஞ்சம் இருங்க” என்றபடி சங்கிலிகளின் பக்கம் ஓடினான் தங்கமணி. இணைப்புக்கொக்கிகளை விடுவித்து இரண்டு சங்கிலிகளையும் பிரித்து விலக்கி கார் செல்ல வழிசெய்துவிட்டு, அவர் அருகில் ஓடிவந்து “இப்ப போவலாங்க” என்றான். அதே கணத்தில் அடுத்த வண்டியின்

பின்னிருக்கையில் அமர்ந்திருப்பவர்மீது தற்செயலாக அவன் பார்வை படிய, பரவசத்திலும் அதிர்ச்சியிலும் பேசுவதற்கு நாக்கு புரளாதவனாக கைகுவித்து வணங்கினான். எம்ஜியார் என என் ஆழ்மனம் உச்சரித்தது. தினம்தினமும் தன் வீட்டுக் காலண்டரில் அவன் பார்க்கும் செக்கச் செவேலென தாமரை இதழ்போன்ற முகம். புன்சிரிப்பு ததும்பி நிற்கும் உதடுகள். பரபரப்போடு கிளம்பிவிடக்கூடும் என அவன் நினைத்ததுபோல வாகனம் உடனே கிளம்பவில்லை. தன் அருகில் வரும்படி அழைத்தார் அவர். வண்டியை சுற்றிக்கொண்டு அவரிருந்த ஜன்னலுக்கருகில் போய் நின்றான் அவன்.

"ஒன் பேரென்ன?"

"தங்கமணி"

"படிக்கறியா?"

"ம்"

"என்ன படிக்கற?"

"ஆறாவது"

"நல்லா படிக்கணும். தெரிதா?" என்றபடி அவன் தோளைத் தொட்டு அழுத்தினார் அவர். பிறகு வண்டிக்குள் குனிந்து ஒரு பையை எடுத்து அவனிடம் கொடுத்தார். அக்கணமே அவன் கால்கள் பின்வாங்க "வேணாங்க" என்றான். அவர் புன்சிரிப்பு மாறாமலேயே "வச்சிக்கோ, வா,வா" என இழுத்து கையில் வைத்துவிட்டு, அவன் கன்னத்தைத் தட்டிக்கொடுத்தார். மறுபடியும் ஒரு புன்னகை. அப்போது முன்னிருக்கையில் அமர்ந்திருந்தவரும் வண்டியோட்டியும்கூட புன்னகைத்தார்கள். இருவரும் கையசைக்க மறுகணமே வண்டிகள் ஒவ்வொன்றாக நகர்ந்து தண்டவாளத்தைக் கடந்துசென்றன. வாகனங்கள் ஒரு புள்ளியாக மாறி கண்பார்வையைவிட்டு மறையும்வரை பார்த்திருந்துவிட்டு, பைக்குள் இருப்பதென்ன என பார்த்தான் தங்கமணி. செக்கச்சிவந்த நிறத்தில் ஆப்பிள்கள். வேகவேகமாக சங்கிலிகளை இழுத்து கொக்கிகளுடன் இணைத்துவிட்டு ரங்கசாமியிடம் செய்தியைச் சொல்ல ஓடினான் அவன். "எம்ஜியாரு போறாருடா டேய்" என அவன் எழுப்பிய கூச்சலைக் கேட்டு அவர்கள் எழுந்திருந்து நிற்பதை அவனால் பார்க்கமுடிந்தது.

“என்னடா புதுசா கத உடற?” என்று கோணலாகச் சிரித்தான் பன்னீர். அவன் பார்வையில் ஒரு வெறுப்பும் அவநம்பிக்கையும் தெரிந்தது. தங்கமணி அவன் பக்கம் திரும்பாமலேயே ரங்கசாமியையும் ஆயாவையும் பார்த்து “எம்ஜியாரு போறாரு. நான்தான் சங்கிலி கொக்கிங்கள தெறந்து வுட்டன்” என்று கூவினான். “தகதகன்னு என்னா ஒரு நெறம். என்னா ஒரு சிரிப்பு. செக்கச்செவேல்னு செலயாட்டம் இருக்காரு” என்று ஆனந்தத்தில் கூத்தாடினான். “உண்மையாவா? உண்மையாவா?” என்று கேட்டபடி மற்றவர்களும் மாறிமாறி கூவினார்கள்.

“ஆமாம்டா. தோ பாரு, எனக்கு ஆப்பிள்லாம் குடுத்தாரு”

எம்ஜிஆர் கொடுத்த பையை அவர்களிடம் பிரித்துக் காட்டினான் தங்கமணி. “எங்களுக்கும் ஒரு கொரல் குடுத்திருக்கலாமில்ல, நாங்களும் ஓடியாந்து பார்த்திருப்பம். அவர பாக்க நாங்களும்தான ஆசயா இருந்தம்...” என்றான் ரங்கசாமி. அவன் குரலில் ஏமாற்றமும் எரிச்சலும் கலந்திருந்தன.

“நானே மொதல்ல பாக்கலைடா. வண்டி கெளம்பும்போதுதான் கண்டுபுடிச்சி பேசனன்” என்றான் தங்கமணி. தனக்குள் பொங்கிவழியும் ஆனந்தத்தை அவனால் கட்டுப்படுத்தவே முடியவில்லை.

“அவரும் பேசனாரா உன்கிட்ட? என்ன பேசனாரு?” என்று ரங்கசாமி ஆவலோடு கேட்டான்.

“நல்லா படிக்கணும்னு சொல்லிட்டு இந்த ஆப்பிள் பைய குடுத்தாரு” என்றான் தங்கமணி.

“நீ மட்டும் ஆப்பிள் பைய வாங்கிக்கின. நாங்களும் பார்த்திருந்தா எங்களுக்கும் ஏதாச்சிம் குடுத்திருப்பாரு, இல்ல” ரங்கசாமியின் குரலில் ஏக்கம் தொனித்தது. அதைப் பார்க்கும்போது தங்கமணிக்கும் கஷ்டமாக இருந்தது. பரபரப்பில் எதுவுமே தோன்றாததை நினைத்து அவனுக்குள் குற்ற உணர்ச்சி எழுந்தது. மறுகணமே அந்த உணர்விலிருந்து மீண்டெழுந்து “எனக்கு குடுத்தா என்ன, உனக்கு குடுத்தா என்னடா? இது எல்லாருக்குமே குடுத்தமாதிரிதான்டா” என்றான். எப்படி அந்த வார்த்தைகளை சொன்னோமென அவனுக்கே புரியவில்லை. ரங்கசாமி குழப்பத்தோடு ஒருகணம் அவனைப் பார்த்தான்.

“ஆளுக்கொன்னு எடுத்துக்கலாம், இந்தாடா” என்றபடி ரங்கசாமியிடம் ஒரு ஆப்பிளைக் கொடுத்தான். நம்பிக்கை

இல்லாதவன்போல அவன் அதைப் பெற்றுக்கொண்டான். இன்னொரு ஆப்பிளை ஆயாவிடம் கொடுத்தான். "எனக்கு எதுக்குடா பையா, நீ சின்னப்புள்ள. நீதான் சாப்ட்டு உறுதியா இருக்கணும்" என்று மறுத்தாள் ஆயா. "சும்மா அறுத்து தின்னு ஆயா. நீ உண்ட குடுத்தா நாங்க வாங்கிக்கல, அதுமாரி நான் குடுக்கறத நீ வாங்கிக்க" என்று கெஞ்சிக் கேட்டுக்கொண்ட பிறகுதான் வாங்கிக்கொண்டாள்.

அடுத்த ஆப்பிளை எடுத்து பன்னீரிடம் கொடுத்தான் தங்கமணி. ஒருகணம் நம்பிக்கையில்லாமல் தயக்கத்தோடு அவனைப் பார்த்தான் பன்னீர். "இந்தாடா, புடிடா" என்றபடி அவன் கையை இழுத்து வைத்தான். திடீரென ஏதோ நினைவு வந்தவனாக "உங்க அம்மாவுக்கு உடம்பு சரியில்லாம ஆஸ்பத்திரிக்கு போறாங்க இல்ல. அவுங்களுக்கும் ஒன்னு எடுத்தும் போயி குடு" என்று மேலுமொரு ஆப்பிளை எடுத்து அவனிடம் கொடுத்தான்.

தனக்கொரு ஆப்பிளை வைத்துக்கொண்டதுபோக, இன்னுமொரு ஆப்பிள் மிச்சமிருப்பதைப் பார்த்தான் தங்கமணி. "என்னடா செய்லாம் இத?" என்று கேட்டதுமே "ஆளுக்கு கொஞ்சம் கடிச்சிக்கலாம்டா" என்றான் ரங்கசாமி. "இருடா இருடா" என்றபடி யோசனையோடு நாலுபக்கமும் திரும்பிப் பார்த்த கணத்தில் மரத்தோடு கட்டப்பட்டிருந்த பசுவின்மீது பார்வை படிந்தது. "இந்த ஆப்பிள நம்ம செனமாட்டுக்கு குடுத்துடலாம்டா" என்றபடி மரத்தின்பக்கம் கையைக் காட்டினான். "மாடு ஆப்பிள் தின்னுமாடா?" என்று ஒருகணம் சந்தேகத்தோடு கேட்டான் ரங்கசாமி. "எல்லாம் தின்னும், வாடா" என்றபடி மரத்தைநோக்கி ஓடத் தொடங்கினான் தங்கமணி. "ஏய்ய்ய்" என்று சத்தமிட்டபடி ரங்கசாமியும் பன்னீரும் அவனுக்குப் பின்னால் ஓடினார்கள்.

(அம்ருதா - 2016)

# வெள்ளைக்காரன்

ஜன்னல் வழியாகத் தெரிந்த பெயர்ப்பலகையைக் காட்டி பக்கத்தில் உட்கார்ந்திருந்த ஜிப்பாக்காரரிடம் "என்ன ஊர் இது?" என்பதுபோல சைகையால் கேட்டான் அவன். ஒருகணம் அவனைத் திரும்பிப் பார்த்த ஜிப்பாக்காரர் கையிலிருந்த சூடான தேநீரை அருந்தியபடி "ஜபல்பூர்... ஜபல்பூர்..." என்று ஒன்றுக்கு இரண்டு தடவையாக பதில் சொன்னார். அதைக் கேட்டு அவனும் 'ஜபல்பூர்' என்று முணுமுணுத்தபடி தலையசைத்துக்கொண்டான்.

வண்டியிலிருந்து இறங்கிய கூட்டம் மூட்டைமுடிச்சுகளோடு நடந்துபோவதை பார்த்ததும் ஒருகணம் அப்படியே இறங்கிப் போய்விடலாமா என்று அவனுக்குத் தோன்றியது. அப்போது யாரோ ஒரு சிறுமியின் பிடியிலிருந்து நழுவிய பலூன் எல்லோருடைய தலைக்கும் மேல் ஒரு பறவையைப்போல உயர்ந்தும் தாழ்ந்தும் பறந்து செல்லும் காட்சி அவன் பார்வையில் விழுந்தது. பச்சை நிறத்தில் ஒரு பூசணிக்காய் அளவுக்கு ஊதியிருந்தது அந்தப் பலூன்.

ஆட்களின் தோளைத் தொட்டு இடைவெளியை உண்டாக்கியபடி பலூனை நோக்கி கையை நீட்டியவாறு வெகுதொலைவில் ஒருவர் அவசரமாக வந்துகொண்டிருந்தார். அவரால் வேகமாக வரமுடியாதபடி கூட்டம் அதிகமாக இருந்தது. அவரையும் பலூனையும் மாறிமாறிப் பார்த்துக்கொண்டிருக்கும் போதே ஏதோ ஒருகணத்தில் பலூன் மறைந்துவிட்டது. கிட்டத்தட்ட மறுகோடி

வரைக்கும் சென்று ஏமாற்றத்தோடு அவர் திரும்பிவருவதைப் பார்க்க வருத்தமாக இருந்தது.

சிக்னல் விழுந்து, ரயில் கிளம்புவதற்கு அடையாளமாக பெருஞ்சத்தத்துடன் சங்கு முழங்கியது. சட்டென்று இருக்கையைவிட்டு எழுந்து வேகமாக நடந்து சென்று கதவைத் திறந்துகொண்டு ரயிலிலிருந்து இறங்கினான் அவன். ஜிப்பாக்காரர் அவனைப் பார்த்து பதற்றமும் திகைப்புமாக இந்தியில் எதையோ சொல்வதை அவன் ஜன்னல் வழியாகப் பார்த்தான். "ஒன்னும் கவலப்படாதீங்க, போய் வாங்க" என்று சைகையால் உணர்த்தியபடி புன்னகையோடு அவரை நோக்கி கையசைத்தான் அவன்.

ஸ்டேஷனைவிட்டு வெளியே வந்தான். வாசலில் நின்றிருந்த ஆலமரம் அந்த வளாகத்துக்கே நிழல் கொடுத்துக்கொண்டிருந்தது. நிழலில் ஏராளமான ரிக்ஷாக்களும் குதிரைவண்டிகளும் நின்றிருந்தன. காதில் விழும் இந்திச் சொற்களை விசித்திரமான உணர்வுடன் காதுகொடுத்துக் கேட்டான். ஒரு கம்பத்தின் கீழே இளநீர்க்குலைகளைக் குவித்து வாடிக்கையாளர்களை அழைத்துக்கொண்டிருந்தார் ஒருவர். ஆறேழு சுற்றுகளாக அவர் மடித்துச் சுற்றியிருக்கும் தலைப்பாகையை ஆச்சரியத்துடன் சில கணங்கள் பார்த்துவிட்டு நடக்கத் தொடங்கினான். சொகுசாக கால் நீட்டி உட்கார்ந்திருக்கும் வாடிக்கையாளர்களோடு ரிக்ஷாக்களை இழுத்துக்கொண்டு ஓடிக்கொண்டிருந்தார்கள் ரிக்ஷாக்காரர்கள். அடுத்தடுத்து நிற்கும் பெரியபெரிய கட்டடங்களைப் பார்த்து ஆச்சரியத்தில் திளைத்தன அவன் விழிகள். அந்த ஆரவாரத்துக்குத் தொடர்பே இல்லாததுபோல பாதையோரத்தில் தண்ணீர் நிறைந்த கால்வாயொன்று ஓடிக்கொண்டிருந்தது. கரையோர மரங்களில் கொக்குகள் கூட்டம்கூட்டமாக உட்கார்ந்திருந்தன. கொக்குகளை வேடிக்கை பார்த்தபடி கரையோரமாகவே அவன் நடக்கத் தொடங்கினான். ஒரு கணம் அவன் மனம் தனது ஊரில் ஓடும் கெடிலம் ஆற்றங்கரையையும் அதைக் கடந்து விரிந்திருக்கும் சிங்காரத்தோப்பையும் நினைத்துக்கொண்டான். நகரத்தின் எல்லையைத் தாண்டி அடுத்த ஊரை நோக்கி அந்தக் கால்வாய் போய்க்கொண்டிருந்தது.

ஓர் உணவுக்கடையைக் கடக்கும்போது தன் வயிற்றில் பசியின் அனலை உணர்ந்தான் அவன். கொஞ்சம் கூட யோசிக்காமல் வாசலில் வைக்கப்பட்டிருந்த வாளியிலிருந்த தண்ணீரை எடுத்து கைகளைக் கழுவிக்கொண்டு கடைக்குள் சென்றான். இலையைக் கொண்டுவந்து வைத்த பரிசாரக அம்மாவின் இந்தி புரியாமல்

சாப்பாடு வேண்டும் என்று சைகையால் கேட்டான். அவர் சுடச்சுட சப்பாத்திகளைக் கொண்டுவந்து வைத்து உருளைக்கிழங்குக் கூட்டை வைத்தார். முதல் வாய் உணவு தொண்டைக்குள் இறங்கியதும் அவன் மனம் அம்சவல்லி அம்மாவை நினைத்துக்கொண்டது. அக்கணமே அவன் கண்கள் கலங்கிவிட்டன. இனி ஒருபோதும் பார்க்க வாய்ப்பில்லாத அவருடைய முகம் நெஞ்சில் தோன்றியது. நெற்றியில் திருநீறு துலங்க, ஏற்றிவைத்த விளக்குபோல சுடர்விடும் அவர் முகம். ஈரத்துடன் மின்னும் அவர் கண்கள். அபயக்கரம் காட்டி கருணை பொழியும் பார்வையுடன் நிற்கும் அம்மன் சிலை போன்ற தோற்றம். "வெள்ளக்காரா, வெள்ளக்காரா" என்று பரிவோடும் பாசத்தோடும் அவனை அழைக்கும் அவருடைய குரல். எல்லாவற்றையும் ஒரே கணத்தில் உதறித் தொலைத்துவிட்டு வந்துவிட்டோமே என்னும் துயரம் ஒரு கடலலையைப்போல அவன் நெஞ்சில் புரண்டது.

சப்பாத்தித்துண்டை விழுங்கும்போது புரைக்கேறியதில் விக்கல் வந்துவிட்டது. இடது கையால் நெஞ்சை அழுத்திக்கொண்டு நாலைந்துமுறை விக்கினான். ஓடோடி வந்த பரிசாரக அம்மா தண்ணீர்த்தம்ளரை அவனிடம் கொடுத்தபடி "தீரேஜி தீரேஜி" என்று சொன்னார். இரண்டு வாய் தண்ணீரைப் பருகிய பிறகுதான் தொண்டையின் இறுக்கம் தளர்ந்தது. அந்தப் பரிசாரக அம்மாவின் கண்களில் படிந்திருந்த கருணையை அப்போது அவன் பார்த்தான்.

அந்தக் கண்களை அவனுக்கு மிகவும் பிடித்துவிட்டது. அச்சு அசலாக அம்சவல்லி அம்மாவின் கண்களைப்போலவே இருந்தன. "அவனை திருத்தி வழிக்குக் கொண்டாருவனு நெனச்சா, இன்னும் கொஞ்சம் கெட்டுப் போடானு அவன் போவச் சொல்ற எடத்துக்கெல்லாம் வண்டி ஓட்டிகினு போறயே, இது ஒனக்கே அடுக்குமா? இதுதான் நீ இந்த குடும்பத்துக்கு செய்யற உபகாரமா?" என்று இடிக்கிறமாதிரி பேசும்போதும் சரி, "அன்னிக்கு குலதெய்வத்துக்கு கூழ் ஊத்தி படைக்கறதுக்கு புத்துப்பட்டுக்கு போய் நிக்கறேன், என் பின்னால நாலஞ்சி பொம்பளைவோ நின்னுகினு நெட்டப்பாக்கத்து சின்ன கவுண்டருக்கு பொம்பள சகவாசம் இல்லாத ஊரே இல்லடின்னு ரகசியம் பேசறாளுவோ. அத கேக்கும்போது நாலு மொழம் கயித்துல அங்கயே தொங்கிடலாம்னு நெனச்சன்" என்று மனம் நொந்து பேசும்போதும் சரி, "அப்பன் சாவுக்குப் பிறகு புள்ள தப்பா வளருதுனு நாலு பேரு சொல்ல எடம் குடுத்துறக் கூடாதுனுதான் அவனுக்கு

கூட்டாளியா உன்ன வச்சேன். உன்னாலயும் காலணாவுக்கு பிரயோஜனம் இல்ல” என்று அலுத்துக்கொள்ளும்போதும் சரி, “நாயக் குளுப்பாட்டி நடு ஊட்டுல வச்சாலும் அது வாலை கொழச்சிகினு போவற எடத்துக்குத்தான் போவுமாம். ஒன் சின்ன கவுண்டரு கத அந்தமாரிதான் போவுது. ஊட்டுல தாலி கட்டன பொண்டாட்டின்னு ஒருத்தி இருக்காளேங்கற நெனப்பு கூடவா இல்ல அவனுக்கு? வரவர அவள நிமுந்து பார்த்து பேசறதுக்கு கூட எனக்கு வெக்கமா இருக்குது” என்று உருகும்போதும் சரி, அந்தக் கண்களில் கருணையைத் தவிர வேறு எதுவும் தெரிந்ததில்லை.

கருணைக்கு மாறாக சபலத்தை கண்களில் தேக்கிக்கொண்டவராக இருந்தார் சின்னக் கவுண்டர். அந்த வழியிலிருந்து அவரை விலக்கும் முயற்சியாகத் தோற்றமளிக்கும் உரையாடல்களை வெட்டி வீழ்த்துவதில் வல்லவராகவும் இருந்தார். “வாழ்க்கைய ஒவ்வொரு நிமிஷத்தயும் ஆனந்தமா வாழணும்னு நெனைக்கறவன் நான். அந்த ஆனந்தத்தயெல்லாம் பாட்டா, நடனமா, சிரிப்பா, பேச்சா மாத்தி பெண்கள்கிட்ட குடுத்துட்டு போயிட்டான் அந்த ஆண்டவன். ஆனந்தம் வேணும்ங்கறவனுக்கு பெண்கள் ரொம்பரொம்ப அவசியம், புரியுதா? போய் அந்த அம்சவல்லி அம்மாவுக்கு புரியவை, அப்படியே மாயவரத்து மகாராணிக்கும் புரிய வை, போ” என்று சொற்களைக் கொட்டி வாயை அடைத்தார். தொடர்ந்து “சின்னம்மா சொன்னாங்க பெரியம்மா சொன்னாங்கனு அறிவுரை சொல்ற வேலையெல்லாம் வச்சிக்காத. ஒழுங்கா வண்டிய ஓட்டற வேலைய மட்டும் பாரு” என்று பக்கவாட்டில் நகரும் மரங்களைப் பார்த்தபடியே சொன்னார். நேரடியாகச் சொல்லப்பட்ட அந்த வார்த்தைகள் அவன் நெஞ்சை மாடு முட்டியதுபோல முட்டித் துளைத்துக் கிழித்துவிட்டன.

விழியோரத்தில் கசிந்து தேங்கிய கண்ணீர்த்துளிகளைத் துடைத்துவிட்டு சப்பாத்திகளை உண்டு முடித்தவனிடம் “இன்னும் வேணுமா?” என்று கேட்டார் பரிசாரக அம்மா. “வேணாம்” என்பதன் அடையாளமாக தலையசைத்தபடி இலையை மடித்து வெளியே எடுத்து வந்து கூடைக்குள் வீசிவிட்டு கைகளைக் கழுவிக்கொண்டான். சாப்பாட்டுக்கான பணத்தைக் கொடுத்துவிட்டு வெளியே வந்து சாலையோரமாகவே நடக்கத் தொடங்கினான்.

சிறிதும் பெரிதுமாக வாகனங்கள் வேகமாக பறந்துகொண்டிருந்தன. அவற்றை ஆச்சரியத்துடன் வேடிக்கை பார்த்தபடி சிக்னல்

கம்பத்துக்கு அருகில் வந்து நின்றான் அவன். பச்சை நிறத்தில் ஒளிரும் விளக்குகள் திடீரென சிவப்பாக மாறுவதும் சில கணங்களுக்குப் பிறகு மறுபடியும் பச்சை நிறம் வருவதும் அவனுக்கு ஆச்சரியமாக இருந்தது. அந்த விளக்குகளின் நிறத்துக்குத் தகுந்தபடி வாகனங்கள் நிற்பதும் ஓடுவதும் அதைவிட அதிசயமாக இருந்தது. வெகுநேரம் அங்கேயே நின்று அதை வேடிக்கை பார்த்தபடி நின்றான்.

அப்போது ஏழெட்டு வயது மதிக்கத்தக்க சிறுவனொருவன் தயக்கத்துடன் வந்து அவனுக்குப் பக்கத்தில் நின்று தன் வயிற்றைத் தொட்டுக் காட்டி பசிப்பதாக சைகை செய்தான். துவண்டு சுருங்கிவிட்ட அவன் கண்களைப் பார்த்து அவன் மனம் ஒருகணம் நடுங்கி ஒடுங்கியது. உடனே அவன் தோளை ஆதரவுடன் தொட்டு தட்டிக் கொடுத்தான். சிறுவன் மறுபடியும் பசியின் சைகையைச் செய்தபடி அவனை அண்ணாந்து பார்த்தான். அந்தச் சைகை அவனுக்கு வேதனையாக இருந்தது.

அவன் அந்தச் சிறுவனுடன் உணவுக்கடைக்கு மறுபடியும் சென்று உணவு மேசையின் முன்னால் உட்கார்ந்தான். பரிசாரக அம்மா அவனை விசித்திரமாகப் பார்த்தபடி "மறுபடியும் சாப்பாடா?" என்பதுபோல சைகையால் கேட்டாள். அவன் அவசரமாக தலையசைத்து மறுத்தபடி, அச்சிறுவனின் தோளைத் தொட்டு அவனுக்கு இலைபோடும்படி சொன்னான். அந்த அம்மா கொண்டு வந்து வைத்த சப்பாத்திகளை எடுத்து அவன் வேகமாகச் சாப்பிடத் தொடங்கினான். அவனைப் பார்க்கப்பார்க்க அவனுக்கு தன்னுடைய சிறுவயது நினைவுகள் பொங்கி வந்தன.

அப்போது அவனுக்கும் அச்சிறுவனின் வயதுதான் இருக்கும். திடீரென்று கடலூர் பங்களாவிலிருந்து அவனையும் அவன் அம்மாவையும் வெளியேற்றிவிட்டார்கள். அவர்களுக்கு இடம் கொடுத்து ஆதரித்த அதிகாரியும் மற்றவர்களும் போன இடம் தெரியவில்லை. "சுதந்தரத்த கொடுத்திட்ட பிறகு தொரைங்களுக்கு நம்ம நாட்டுல என்ன வேலை? அவனயும் பக்கத்துலயே வச்சிக்கறதுக்கா காங்கிரஸ்காரங்க கஷ்டப்பட்டாங்க? எல்லாரும் அவுங்கவுங்க நாட்டுக்கு போயிட்டாங்க. போ போ போய் பொழைக்கறதுக்கு வேற எடத்த பாரு" என்று தெருவில் இழுத்துவிட்டார்கள். கூட்டத்தில் ஒருவன் "காவேரி நேத்துவரைக்கும் பங்களாவுக்குள்ள ஓடிச்சி. இனிமேல சாக்கடையில ஓடப் போவுது" என்று எங்கோ பார்த்தபடி குத்தலாகப் பேசிவிட்டுச் சிரித்தான்.

ஒரு துணிமூட்டையோடு அவன் அம்மா போக்கிடம் தெரியாமல் கடலூருக்குள்ளேயே எங்கெங்கோ அவனை அழைத்துக்கொண்டு பகல்முழுக்க நடந்தபடி இருந்தார். ஒருநாள் கோவில் வாசல். ஒருநாள் கெடிலம் படித்துறை. ஒருநாள் சத்திரம். இரவுகளில் எங்கெங்கோ மாறிமாறித் தங்கி முழுப்பட்டினியும் அரைப்பட்டினியுமாக ஊரைத் தாண்டி நடந்தார்கள். தெருவொரம் விளையாடிக்கொண்டிருந்த சிறுவர்கள் அவனை ஆச்சரியத்தோடு பார்த்து “டேய், வெள்ளக்காரன் மாதிரியே இருக்கான் பாருடா” என்று சுட்டிக்காட்டி சிரித்தார்கள். இரண்டு தடிப்பிள்ளைகள் “வெள்ளைக்காரா” என்று சத்தம் போட்டு கூவி கைத்தட்டினார்கள். அவமானத்தில் தேம்பித்தேம்பி அழுதபடி அம்மாவின் விரல்களைப் பற்றி அவன் நடந்துகொண்டே இருந்தான்.

பல சாலைகள். பல திருப்பங்கள். சில பாலங்கள். பொழுது சாய்கிற நேரத்தில் அவர்கள் ஒரு பண்ணையை நெருங்கும் சமயத்தில் அவன் அம்மா மயங்கி சுருண்டு விழுந்தார். சுய உணர்வில்லாமல் கிடந்த அம்மாவின் கன்னத்தைத் தொட்டுத்தொட்டு அவன் “அம்மா அம்மா” என்று சத்தம் போட்டு கதறியழுதான். பக்கத்தில் பசுவை நிற்கவைத்து பால் கறந்துகொண்டிருந்தவரும் பெரிய கவுண்டரும் அங்கே ஓடி வந்து பார்த்தார்கள். “அழதாட தம்பி, அழாதடா தம்பி” என்று அவனைத் தட்டிக் கொடுத்தார் பெரிய கவுண்டர். சத்தம் கேட்டு அம்சவல்லி அம்மாவும் வந்துவிட்டார். அவர்தான் கல்தொட்டியிலிருந்த தண்ணீரை சொம்பில் மொண்டுவந்து அவன் அம்மாவின் முகத்தில் தெளித்தார். முகத்தில் தண்ணீரின் ஈரம் பட்டதும் அவர் மெதுவாக கண்களைத் திறந்தார். அவர்களுடைய பசியை அம்சவல்லி அம்மாவால் புரிந்துகொள்ள முடிந்தது. அங்கேயே மரத்தடியில் அவர்கள் இருவருக்கும் இலை நிறைய சோற்றை எடுத்துவைத்து சாப்பிடச் சொன்னார்.

சாப்பிட்டு முடித்த பிறகு அம்சவல்லி அம்மாவிடம் “ஏதாச்சிம் ஒரு வேல குடுங்கம்மா” என்று கையெடுத்துக் கும்பிட்டார் அவன் அம்மா. “ஏற்கனவே இங்க ஏகப்பட்ட ஆளுங்க இருக்காங்களேடி, உனக்குனு நான் எந்த வேலைய குடுக்கறது?” என்று அம்சவல்லி அம்மா இழுத்தார். “அப்படி சொல்லாதீங்க தாயே. நீங்க காலால இட்ட வேலய நான் தலயால செய்வன்” என்றார் அம்மா. உடனே அம்சவல்லி அம்மா தயக்கத்துடன் “என்ன செய்வே நீ? உனக்கு என்னடி வேல தெரியும்?” என்று கேட்டார். “சமைக்கறது, ஊட்ட கழுவித் தொடைக்கறது, துணி தொவைக்கறதுனு எல்லாமே சுத்தமா செய்யத் தெரியும்மா...” என்று வேகமாக முதலில்

பதில் சொன்னார் அம்மா. பிறகு தொடர்ந்து "மாட்ட கழுவி குளுப்பாட்டி தவுடு காட்டி வைக்கல போடற வேலைலாம்கூட நல்லா செய்வம்மா. சாணி மூத்திரத்தயெல்லாம் அப்பப்ப கழுவி எடுத்துட்டு சுத்தமா வச்சிக்குவேன்..." என்று மூச்சுவிடாமல் சொன்னார். அதைக் கேட்டு அம்சவல்லி அம்மா ஒருகணம் தலையை அசைத்துக்கொண்டார். பிறகு "அப்ப சரி, கொட்டாய்ங்கள்ல இருக்கிற மாடுங்களயெல்லாம் நல்லபடியா பார்த்துக்க" என்றார்.

பக்கத்திலேயே பெரிய தொழுவம் இருந்தது. மூங்கில் தட்டிகள் வைத்து எட்டு பிரிவுகளாக அதைப் பிரித்திருந்தார்கள். ஒவ்வொன்றிலும் இரண்டு பசுக்கள் இருந்தன. அடுத்து இரு தடுப்புகளில் நான்கு எருதுகள் இருந்தன. கடைசியில் காலியாக இருந்த தடுப்பைச் சுத்தப்படுத்தி அங்கே தன் மூட்டையை வைத்துக்கொண்டாள் அம்மா. ஏராளமான சங்கடங்களுக்குப் பிறகு அம்மாவின் கண்களில் நிம்மதியைப் பார்த்தான் அவன்.

மறுநாள் காலையில் பால் கறக்கும் வேலையெல்லாம் முடிந்த பிறகு, சாணத்தையெல்லாம் கூடையில் வாரியெடுத்து வந்து ஓரமாகக் குவிக்கும் வேலையில் மூழ்கியிருந்தார் அவன் அம்மா. கல்தொட்டியில் மாடுகளுக்குத் தேவையான தீவனத்தை கலக்கிக்கொண்டிருந்தான் அவன். அப்போது அவன் வயதுள்ள சிறுவனொருவன் புத்தாடையோடு வீட்டிலிருந்து வந்து வாசலில் இருந்த கூண்டு வண்டியில் ஏறி உட்கார்ந்ததைப் பார்த்தான். அவனுக்குப் பின்னாலேயே புத்தகப்பையை எடுத்து வந்த வேலைக்காரன் வண்டிக்குள் வைத்துவிட்டு ஓரமாக கைகளைக் கட்டிக்கொண்டு நின்றான். மாடுகளை அதட்டியதும் வண்டி ஓடத் தொடங்கியது. "அவருதான்டா சின்னக் கவுண்டரு. கடலூருல பெரிய பள்ளிக்கூடத்துல படிக்கறாரு" என்று தொட்டிக்குப் பக்கத்தில் எருமுட்டைக்காக சாணத்தை மிதித்துக்கொண்டிருந்த ஆள் அவனிடம் சொன்னான்.

மிதிபட்டு வாடி விழுந்த செடி தற்செயலாக கிடைத்த ஈரத்தை உறிஞ்சி உயிர்பெற்று நிமிர்ந்து தளிர்விடும் தருணத்தில் மறுபடியும் மிதிபட்டு விழுவதுபோல அவர்கள் வாழ்வு மறுபடியும் நிலைகுலைந்தது. போரிலிருந்து வைக்கோல் எடுக்கப் போன சமயத்தில் ஒருநாள் அவன் அம்மாவை பாம்பு கடித்துவிட்டது. வைத்தியர் வந்து பார்ப்பதற்குள் விஷம் தலைக்கேறிவிட ஒருசில கணங்களிலேயே உயிரற்ற உடலாகிப் போனார்.

அம்மாவுக்குப் பிறகு அவனை பெயர் சொல்லி அழைக்க யாருமே இல்லை. அவன் நிறத்தை வைத்து, எல்லோருமே

அவனை வெள்ளைக்காரன் என்றார்கள். அதைக் கேட்டுக்கேட்டு அவனும் அதையே தன் பெயராக எடுத்துக்கொண்டான். "டேய் வெள்ளைக்காரா" என்று யார் அழைத்தாலும் ஓட்டமாக ஓடிச் சென்று "சொல்லுங்க சாமி" என்று கைகட்டி நின்றான்.

பத்துப்பதினைந்து வருஷ காலத்தில் தொழுவத்தை அவன் தன்னுடைய கோவிலாகவே நினைத்து வாழ்ந்தான். சின்னப் பிள்ளைகளைப்போல மாடுகள் அவனைச் சுற்றி நின்றன. ஒவ்வொரு மாட்டுக்கும் ஒரு பெயரைச் சூட்டி கூப்பிட்டு மகிழ்ச்சியடைந்தான். அவன் பெயர் சொல்லி அழைக்கும்போதெல்லாம் அவை திரும்பிப் பார்த்துக் குழைந்தன. மனிதர்களோடு பேச முடியாததையெல்லாம் அவன் மாடுகளிடம் பேசினான். "இப்படி ஒரு மாட்டுக்காரன பூமியில எங்க தேடனாலும் பார்க்கமுடியாது" என்று மரணப்படுக்கையில் சொன்ன பெரிய கவுண்டர் அம்சவல்லி அம்மாவை அழைத்து "பாவம், தாயில்லாத புள்ள. அவன நல்லா கவனிச்சிக்கோ" என்று சொல்லிவிட்டு இறந்தார்.

ஒருநாள் மாலை வழக்கமாக வண்டியை ஓட்டும் துளசிங்கத்துக்காக வெகுநேரம் காத்திருந்து ஏமாந்த சின்னக் கவுண்டர் அவனை அழைத்தார். வேட்டி சட்டையோடு மீசையை முறுக்கியபடி நிலைகொள்ளாமல் கூடத்தில் உலவிக்கொண்டிருந்த அவர் முன்னால் சென்று நின்றான் அவன். அவனைப் பார்த்ததுமே அவசரமாக "நீ வண்டி ஓட்டுவியாடா வெள்ளக்காரா?" என்று கேட்டார். "துளசிங்கம் தாத்தாவோடு சேந்து நாலஞ்சி தரம் ஓட்டியிருக்கேன் சாமி, ஆனா தனியா ஓட்டி பழக்கமில்ல" என்று பதில் சொன்னான் அவன். "பொறக்கும்போது எல்லாத்தயும் பழகிகிட்டா பொறக்கறோம். போ. போ. போய் வண்டியில மாட்ட பூட்டி ஓட்டி வாடா" என்றார். அச்சொற்களை அவனால் முழுமையாக உள்வாங்கிக்கொள்ள முடியவில்லை. பதில் சொல்லத் தெரியாமல் விழித்தான் அவன். "டேய் வெள்ளக்காரா, சொல்றது காதுல உழலியா? போடா. போய் வண்டிய சீக்கிரம் ஓட்டி வா" என்று சத்தம் போட்டார். பதற்றத்தோடு தொழுவத்துக்கு ஓடோடிச் சென்று எருதுகளை அழைத்து வந்து வண்டியில் பூட்டி சின்னக் கவுண்டருக்குப் பக்கத்தில் நிறுத்தினான்.

"சிங்காரத்தோப்புக்கு போ?" என்று சொல்லிக்கொண்டே வண்டியில் ஏறி சாய்ந்து காலை நீட்டிக்கொண்டார் அவர். மண்சாலையைக் கடந்து பிரதான சாலையைத் தொட்டதும்

வண்டி வேகமாக ஓடியது. ஆற்றைக் கடந்ததும் ஒரு பெரிய புளியந்தோப்பு. அதைத் தாண்டி பச்சைப்பசேலென காற்றில் நெளிந்தாடும் வயல்வெளி. கோடு இழுத்ததுபோல நீண்டு செல்லும் வண்டிப்பாதை. எங்கோ ஒரு சில வீடுகள். சிங்காரத்தோப்புக்குள் நுழைந்த பிறகு செல்லுமிடத்துக்கு அவரே வழி சொல்லத் தொடங்கினார். நாலைந்து திருப்பங்கள். ஒரு கோவில். ஒரு மடம். கடைசியில் முன்பக்கம் பெரிய முற்றத்தோடு காணப்பட்ட ஓர் ஓட்டுவீட்டின் முன்னால் போய் நின்றது வண்டி. கீழே இறங்கிய சின்னக் கவண்டர் அவனிடம் "இங்க நிக்க வேணாம் நீ. ஆத்தங்கரை பக்கமா எங்கயாச்சிம் நிறுத்திக்கோ. சாயங்காலம் சூரியன் மறைஞ்சதுக்கப்புறமா வந்தா போதும்" என்று சொல்லிவிட்டு அந்த வீட்டுக்குள் போய்விட்டார்.

அன்று இரவு சாப்பாடு போட வந்த அம்சவல்லி அம்மா "எங்கடா போயிருந்தீங்க?" என்று அவனிடம் கேட்டார். போன இடம் வந்த இடம் எல்லா விவரங்களையும் விரிவாகச் சொன்னான் அவன். "நான் இல்லாத விரதமா, செய்யாத பூசையா. எல்லாத்தயும் இந்த படுபாவிக்காக செய்றேன். எந்த தெய்வமும் இவனுக்காக கண்ண தெறக்க மாட்டுதே. இனிமே நான் எந்த தெய்வத்துகிட்ட முறையிடுவன்?" என்று தனக்குத்தானே பேசியபடி கண்கலங்கினார் அம்சவல்லி அம்மா. அவர் கண்ணீரைப் பார்த்ததும் அவனால் தொடர்ந்து சாப்பிடவே பிடிக்கவில்லை. அளவுமீறிய பசியைத் தணிப்பதற்காக அவன் சோற்றை உருட்டி விழுங்கினான்.

சின்னக் கவுண்டரின் சிங்காரத்தோப்பு பயணங்களை யாராலும் கட்டுப்படுத்த இயலவில்லை. நினைத்த நேரத்துக்கு வண்டியை எடுக்கச் சொல்லி உத்தரவு போடுவது வழக்கமாகிவிட்டது. துளசிங்கம் தாத்தாவிடம் இருந்த வண்டிப்பொறுப்பு அவனிடம் கைமாற்றிக் கொடுக்கப்பட்டது. பயணங்களின் எண்ணிக்கை பெருகப்பெருக அம்சவல்லி அம்மாவின் ஆற்றாமையும் பெருகியது. தாய்ப்பாசத்தில் "நீங்கள்லாம் சேந்துதான்டா அவன கெடுக்கறிங்க" என்று வேதனையோடும் ஆத்திரத்தோடும் சொன்னார். "என்னைக்காவது வேணாம் கவுண்டரே, விட்டுடுங்க கவுண்டரேனு அவனுக்கு எடுத்துச் சொல்லியிருக்கிங்களாடா?" என்று குற்றம் சுமத்தினார்.

"எடுத்துச் சொல்ற எடத்துலயாம்மா நாங்க இருக்கம்? அவருகிட்ட நாங்க எப்படிம்மா வாயத் தெறக்கறது?" என்று பணிவோடு அவர் முகத்தைப் பார்த்துக் கேட்டான் அவன்.

அம்சவல்லி அம்மா உடனே வேகமாக "சுயபுத்தி இல்லாம அலயறவனுக்கு எடுத்துச் சொன்னாதானடா தெரியும்? சேத்துல உழுந்து பொரள்றவன சரி பொரளுங்கனு வேடிக்கை பார்க்கவா நீங்கள்லாம் இருக்கிங்க?" என்று எரிச்சலும் இயலாமையும் கலந்த குரலில் கேட்டுவிட்டு எழுந்து போனார்.

மறுநாள் காலையிலேயே வீட்டில் பெரிய சண்டை நடந்தது. சின்னக் கவுண்டர்மீது அவருடைய மனைவியும் அம்சவல்லி அம்மாவும் மாறிமாறி குற்றம் சுமத்திப் பேசினார்கள். பதிலுக்கு அவரும் ஆத்திரத்தில் எதைஎதையோ பேசினார். உச்சிப்பொழுதுக்குப் பிறகுதான் அந்தச் சண்டை ஓய்ந்தது. அதே வேகத்தில் வெளியே வந்த சின்னக்கவுண்டரின் மனைவி "இனிமேல சிங்காரத்தோப்பு கிங்காரத்தோப்புனு எவனும் இனிமேல இந்த ஊட்டு வண்டிய எடுக்கக் கூடாது. அத மீறி எவனாச்சிம் போனானா, அவனுக்கு இந்த பண்ணையில எடமும் கெடையாது, சோறும் கெடயாது. தெரிஞ்சிக்குங்க" என்று எச்சரித்தபடி கொண்டையைப் பிரித்து ஒருதரம் உதறிவிட்டு கட்டியபடியே உள்ளே சென்றார்.

அதற்குப் பிறகு சின்னக் கவுண்டரின் போக்கில் பெரிய மாறுதல் தெரியத் தொடங்கியது. குத்தகைக்கு எடுத்திருந்த தென்னந்தோப்பிலும் பருத்திக் காட்டிலும் பொழுதைக் கழிக்கத் தொடங்கினார். மூன்று மாத காலம் சச்சரவில்லாமல் ஓடியது.

அந்த ஆண்டில் பருத்தி நன்றாக விளைந்திருந்தது. வழக்கத்தைவிட அதிகமான அறுவடை. களத்துமேட்டில் கொஞ்சம்கொஞ்சமாக பஞ்சை உதறி உலரவைத்து மூட்டைமூட்டையாகக் கட்டி அடுக்கினார்கள். பஞ்சுமண்டியின் அறிவிப்பு கிடைத்ததற்கு அடுத்தநாள் பஞ்சு மூட்டைகளை ஏற்றிக்கொண்டு சரக்குவண்டி புறப்பட்டது. கணக்குப் பார்த்து பணம் பெற்று வருவதற்காக கூண்டு வண்டியில் சின்னக் கவுண்டர் கிளம்பினார். அக்கம்பக்கமிருந்த பல கிராமங்களிலிருந்தும் வண்டிகள் வந்து மண்டியில் வரிசையில் நின்றன. மூட்டைகளை இறக்கி எடைபோட்டு ரசீது வாங்குவதற்குள் உச்சிப் பொழுதாகிவிட்டது. பணம் எடுத்து வருவதற்காக வங்கிக்குப் போன ஆள் வரும்வரை காத்திருக்கச் சொன்னார்கள்.

சின்னக் கவுண்டர் பக்கத்தில் இருந்த சாப்பாட்டுக் கடைக்கு அழைத்துச் சென்று சாப்பாடு வாங்கிக் கொடுத்தார். மண்டியில் பணம் கொடுக்கும் ஆள் வந்து சேர இன்னும் நேரமாகும் என்று பேசிக்கொண்டார்கள். சரக்குவண்டியை ஓட்டி வந்தவனிடம் "நீ வேணும்னா வீட்டுக்கு போ. நாங்க பணம் வாங்கிட்டு அப்பறமா வரோம்" என்று சொல்லி அனுப்பிவைத்தார் சின்னக்கவுண்டர்.

மரத்தடியில் தனியே அங்குமிங்கும் உலவிக்கொண்டிருந்தவரிடம் ஒருவித பரபரப்பு மின்னுவதை திகைப்போடு பார்த்தான் அவன். அதே கணத்தில் அவனை அருகில் அழைத்த சின்னக் கவுண்டர் அவனிடம் "சிங்காரத் தோப்பு வரைக்கும் ஒருதரம் போயிட்டு வரலாமாடா?" என்று புன்னகையோடு கேட்டார். அவன் உடம்பு ஒருகணம் நடுங்கி அடங்கியது. அவர் சொல்வதை அவனால் நம்பவே முடியவில்லை. அதிர்ச்சியில் உறைந்து நின்றுவிட்டான். பிறகு "ஐயா... அது... அது..." என்று ஏதேதோ பிதற்றினான். சரியான சொற்கள் கிடைக்காமல் நாக்கு குழறியது. "பணம் கொடுக்கற ஆள் வர்ரதுக்கு இன்னும் வெகுநேரம் ஆவும்னு சொல்றானே, காதுல உழல? அதுவரைக்கும் இங்க நின்னுகினு என்னா செய்யறது? கண்ண மூடி கண்ண தெறக்கற நேரத்துக்குள்ள போயி வந்துடலாம். வாடா..." என்று புன்னகைத்தார் சின்னக் கவுண்டர். அவனால் அந்தப் புன்னகையைக் கடந்து செல்லமுடியவில்லை. மெதுவாக அரைகுறை மனத்துடன் கவுண்டருக்குப் பின்னாலேயே நடந்து வண்டிக்கு அருகில் சென்றான்.

கல்யாணமுருங்கை மரங்களுக்கு அருகில் அவன் வண்டி நின்றிருந்தது. மரங்கள் உயர்ந்துகொண்டே போனால் ஒடிந்துவிடக்கூடும் என்று நினைத்தோ என்னமோ அதை நடுப்பகுதியோடு வெட்டியிருந்தார்கள். வெறும் தூண்கள்போல நின்றிருந்தன மரங்கள். வெட்டுப்பட்ட இடத்துக்கு பக்கவாட்டில் பச்சைப்புழுபோல சின்னதாக துளிர்கள் அரும்பியிருந்தன. ஒருகணம் அவற்றைப் பார்த்த சின்னக் கவுண்டர் திரும்பி மாடுகளை வண்டியில் பூட்டிக்கொண்டிருந்தவனிடம் "இங்க பாருடா வெள்ளக்காரா, ஒரு மரம் கூட வெட்டவெட்ட துளுத்துகிட்டே இருக்குது. மனுஷனுக்கு மட்டும் ஆச துளுக்கக்கூடாதா?" என்று புன்னகைத்தார். பிறகு "நீ எதுக்கு வீணா அலையணும்? இந்தா ரசீது. நீ வச்சிக்க. பணத்த குடுத்தானா வாங்கி வை. அதுக்குள்ள நானே வண்டிய எடுத்தும் போய்ட்டு வந்துர்ரேன்" என்று சொல்லிக்கொண்டே ரசீதுச் சீட்டை அவன் கையில் வைத்து அழுத்திவிட்டு வண்டியில் ஏறி சிட்டுபோலப் பறந்துவிட்டார்.

நான்கு மணி வாக்கில் பணம் கிடைத்துவிட்டது. ஆனால் சின்னக் கவுண்டர் வரவில்லை. இருள் எங்கெங்கும் கவிந்து பரவியது. ஊர் அடங்குகிற நேரம் வரைக்கும் பஞ்சு மண்டிக்குள் வெவ்வேறு பக்கங்களிலிருந்தும் மூட்டைகளை ஏற்றிக்கொண்டு வந்துகொண்டே இருந்தார்கள் ஆட்கள். அவர்கள் அனைவரையும் வேடிக்கை பார்த்தபடி மண்டியையே பல முறை சுற்றிச்சுற்றி

வந்து பொழுதைப் போக்கினான். மடியில் ஆயிரம் ரூபாய்க்கும் மேல் பணம் இருந்தது. சின்னக்கவுண்டர் இல்லாமல் வீட்டுக்குத் திரும்ப அவனுக்குத் தயக்கமாகவும் கூச்சமாகவும் இருந்தது. சின்ன அம்மாவின் எச்சரிக்கைச் சொற்கள் நினைவுக்கு வந்து, அவனைத் தடுத்தன.

ஒரு கட்டையில் உட்கார்ந்து வானத்தை அண்ணாந்து பார்த்தபடி இருந்தான். ஒரு குழந்தை தவழ்ந்து வருவதுபோல நிலா மெல்ல மெல்ல ஊர்ந்து உச்சிக்கு வந்து சேர்ந்தது. ஒரே கணத்தில் அடர்ந்து பரவியிருந்த மேகங்களின் இடுக்கில் நுழைந்து பார்வையிலிருந்து மறைந்துவிட்டது. சின்னக்கவுண்டர் வந்துவிடுவார் என்னும் நம்பிக்கை கொஞ்சம்கொஞ்சமாகக் கரைந்தது. அங்கே நிற்கவே பிடிக்கவில்லை. மண்டியைவிட்டு வெளியேறி குழப்பத்துடன் கால்போன போக்கில் நடந்தான். அந்த அகால நேரத்தில் ஒரு மரத்தில் சில பறவைகள் திடீரென கூச்சலோடு விலகிப் பறந்து வானத்தில் வட்டமிட்டு அடங்கின. எதிரில் ரயில்வே ஸ்டேஷன் தெரிந்தது. பால்போல வெளிச்சத்தைப் பொழியும் விளக்குக்கம்பங்களுக்குக் கீழே அது ஒரு தீவுபோல காணப்பட்டது. அந்த நேரத்தில் எந்த ரயில் வரும் என்னும் விவரம் கூட அவனுக்குத் தெரியவில்லை. விசாரித்து சீட்டு வாங்கிக்கொண்டு உள்ளே சென்று ரயில் வந்ததும் ஏறி உட்கார்ந்தான். மறுநாள் காலை மெட்ராஸ்க்கு வந்து சேர்ந்தது வண்டி. மனபாரத்தையும் மடிபாரத்தையும் அவனால் தாங்கிக்கொள்ளவே முடியவில்லை. குற்ற உணர்வு மனசுக்குள் நெருப்பாகக் கொதித்தது. எங்கேயாவது கண்காணாத இடத்துக்குச் சென்றுவிட வேண்டும் என்று தோன்றியது. அக்கம்பக்கத்தில் கேட்டு நடந்து சென்று காசிக்குப் போகிற ரயிலுக்கு சீட்டு வாங்கிக்கொண்டு ஏறி உட்கார்ந்தான்.

"பானி... பானி..." என்று பரிசாரக அம்மாவிடம் சின்னப்பையன் கேட்ட குரலின் சத்தத்தால் அவன் நினைவுகள் கலைந்தன. கூச்சத்தோடு அவன் பையனின் இலையைப் பார்த்தான். காலியாக இருந்தது. தண்ணீர் கொண்டு வந்து வைத்த அம்மாவிடம் அவன் "இன்னும் ரெண்டு சப்பாத்தி குடுங்க" என்று சைகையால் சொன்னான். மௌனமாக அவற்றையும் சாப்பிட்டு முடித்தான் அவன்.

பணத்தைக் கொடுத்துவிட்டு அவனை அழைத்துக்கொண்டு வெளியே வந்தான். அக்கணத்தில் யாராவது துணைக்கு இருந்தால் நல்லது என்று அவனுக்கும் தோன்றியது. அவன் தமிழில் பேசினான். பையன் இந்தியில் பேசினான். சிக்கலான இடங்களில் இருவருமே

சைகைகளில் பேசிக்கொண்டார்கள். அம்மா அப்பா யாருமற்ற சிறுவன் என்னும் விஷயம் தொடங்கி பல விஷயங்களை அவன் அப்பையனிடமிருந்து தெரிந்துகொண்டான். அந்தப் பையன் தன் மேல்சட்டையைக் கழற்றி முதுகைக் காட்டினான். கோடுகோடாக அவன் வாங்கிய அடிகளின் வடுக்கள் தெரிந்தன. அவற்றைப் பார்த்ததும் அவன் அடிவயிறு ஒருகணம் சுருங்கி அடங்கியது.

சாலையைக் கடந்து கால்வாய்க்கரையோரமாகவே இருவரும் வெகுதொலைவு நடந்தார்கள். கிட்டத்தட்ட அந்த நகரத்தின் எல்லைக்கே வந்துவிட்டதுபோல இருந்தது. ஒரு கட்டத்துக்குப் பிறகு கம்பி வேலி தெரிந்தது. பையன் அதைத் தாண்டிப் போகக்கூடாது என அவனைத் தடுத்து நிறுத்தினான். துப்பாக்கியால் சுடுவதுபோல கையைக் காட்டிவிட்டு "மில்ட்ரி. மில்ட்ரி" என்றான்.

அவர்கள் ஊருக்குள் திரும்பியபோது இரவாகிவிட்டிருந்தது. மீண்டும் பழைய சாப்பாட்டுக்கடைக்கே வந்தார்கள். அவர்களைப் பார்த்ததும் பரிசாரக அம்மாள் சிரித்தபடி வரவேற்றார். இரண்டு பேருக்கும் இலைபோட்டு சுடச்சுட சப்பாத்தி வைத்தார். அந்தப் பையன் அவற்றை மிகவும் ரசித்துச் சாப்பிட்டான். அந்தக் கணத்தில் அவன் மனம் இனி இதுதான் தனக்குச் சொந்த ஊர் என்று முடிவெடுத்தது.

சாப்பாட்டுக்குப் பணம் கொடுத்த பிறகும் நகராமல் அங்கேயே அவன் நிற்பதைப் பார்த்துவிட்டு எதுவும் புரியாமல் கடைக்காரர் அவனிடம் "என்ன வேணும்?" என்று விரல்களை அசைத்துக் கேட்டார். அவன் கொஞ்சமும் தயங்காமல் குனிந்து அவருடைய கால்களைத் தொட்டு "ஒரு வேலை வேணும்" என்றான். கடைக்காரருக்கு தமிழ் புரியவில்லையே தவிர அவனுடைய கோரிக்கை என்ன என்று புரிந்துவிட்டது. மெதுவாக "என்ன வேலை செய்வ நீ?" என்று கேட்டார். "எது சொன்னாலும் செய்வேன்" என்பதுபோல அவன் பணிவோடு கைகளைக் கட்டிக்கொண்டு சொன்னான். கடைக்காரர் பரிசாரக அம்மாவைப் பார்த்து எதையோ சொல்ல, அந்த அம்மா அவர்களை பின்கட்டில் பாத்திரம் விளக்கும் இடத்துக்கு அழைத்துச் சென்று காட்டினார். சமையல் பாத்திரங்கள் அங்கே குவியலாகக் கிடந்தன.

ஓரமாக உட்கார்ந்து அக்கணத்திலேயே வேலையைத் தொடங்கினான் அவன். சுவரோரமாக ஒரு மண்பாத்திரத்தில் தேங்காய் நாரும் ஏதோ பொடியும் இருந்தன. நாரை தண்ணீரில் நன்றாக நனைத்து பொடியில் தொட்டு பாத்திரத்தை நன்றாகத்

பாவண்ணன்

தேய்த்துக் கழுவினான் அவன். ஏதோ ஒரு ஆட்டச்சாமானை வைத்துக்கொண்டு உருட்டி விளையாட்டு காட்டுவதுபோல அவன் பாத்திரம் தேய்ப்பதைப் பார்க்க ஆச்சரியமாக இருந்தது. அவன் சுத்தமாகக் கழுவிக் கொடுத்த பாத்திரத்தை சிறுவன் வாங்கிச் சென்று வேறொரு அறையில் கவிழ்த்து அடுக்கிவிட்டு வந்தான். பின்கட்டிலிருந்து அவர்கள் திரும்பிய நேரத்தில் வாடிக்கையாளர்கள் எல்லோரும் போய்விட்டிருந்தார்கள். அவன் கடைக்காரரின் உத்தரவுக்காகக் காத்திருக்காமல் பெஞ்சுக்கு அடியில் நீட்டிக்கொண்டிருந்த துடைப்பத்தை எடுத்து கடைமுழுக்க சுத்தமாகப் பெருக்கி குப்பையை ஓரமாகக் கூட்டிக் குவித்தான்.

"உன் பேரென்ன?" என்று கேட்டார் கடைக்காரர்.

"வெள்ளைக்காரன்" நிறுத்தி நிறுத்திச் சொன்னான் அவன்.

கடைக்காரர் "வெள்ளிக்காரன், வெள்ளிக்காரன்" என்று தனக்குள் சொல்லிப் பார்த்துக்கொண்டார். "வெள்ளி இல்ல, வெள்ளை. வெள்ளை" என்று மீண்டும் மீண்டும் திருத்தினான் அவன். அவர் நாக்கில் வெள்ளை படிய மறுத்தது. ஒரு கட்டத்தில் அந்தச் சொல்லைத் திருத்தும் முயற்சியை அவனாகவே கைவிட்டுவிட்டான். கடைக்காரர் சிரித்துக்கொண்டே பெயரைக் கேட்பதற்காக அந்தப் பையன் பக்கமாகத் திரும்பி வாய் திறப்பதற்குள் அந்தப் பையனே முந்திக்கொண்டு "அமர்" என்றான்.

கடைக்காரர் அவர்களை அங்கேயே பெஞ்சுகளில் படுத்துக்கொள்ளச் சொன்னார். பையன் படுத்ததுமே தூங்கிவிட்டான். பஞ்சுமண்டியிலிருந்து ஜபல்பூர் வரைக்குமான நினைவுகளை திரும்பத்திரும்ப மனசுக்குள் இழுத்து வந்து நிறுத்தி தூக்கமின்றி நீண்ட நேரம் புரண்டுகொண்டே இருந்தான். பஞ்சு விற்ற பணத்தோடு ஓடிவந்துவிட்டது முதல் குற்றம். சிங்காரத்தோப்புப் பக்கம் சின்னக்கவுண்டரைச் செல்லவிடாமல் தடுக்க முடியாமல் போனது இரண்டாவது குற்றம். குற்ற உணர்ச்சிகளால் தலை வெடிப்பதுபோலக் குழம்பி, பிறகு ஏதோ ஒரு கட்டத்தில் தன்னையறியாமல் தூக்கத்தில் மூழ்கிப்போனான்.

அப்படித்தான் அவர்கள் அந்தக் கடையில் வேலைக்குச் சேர்ந்தார்கள். ஆறு மாதங்களில் அவன் சப்பாத்தி, சமோசா, பூரி செய்வதிலும் உருளைக்கிழங்கு சீவல் போடுவதிலும் தேர்ச்சியடைந்தான். அவன் போடும் சமோசாவின் சுவை அந்த வட்டாரத்திலேயே பேர் போனதாக இருந்தது. ஐம்பது, நூறு

சமோசா விற்றுக்கொண்டிருந்த கடையில் இருநூறு முந்நூறு சமோசாக்கள் விற்பனையாகத் தொடங்கின. அடுத்தடுத்த மாதங்களில் இனிப்புகள் போடும் வேலைகளையும் கற்றுக்கொண்டான். வாடிக்கையாளர்களிடம் பேசிப்பேசிப் பழகியதில் அவன் நாக்கில் இந்தி சரளமாகப் படிந்தது. சம்பளமாக அவன் எதையும் கடைக்காரரிடம் பெற்றுக்கொள்ளவில்லை. தேவைப்படும்போது மொத்தமாக பெற்றுக்கொள்வதாகச் சொன்னான் அவன்.

ஒரு நாள் இரவில் தூக்கம் வரும்வரை இருவரும் படுத்தபடி பழைய கதைகளைப் பேசிக்கொண்டிருந்தார்கள். மகிழ்ச்சிகரமான அந்த உரையாடலின் தொடர்ச்சியாக அமர் அவனிடம் “உங்களிடம் ஒரு விஷயம் கேட்கட்டுமா?” என்று தயக்கத்துடன் கேட்டான். “போலோ அமர்” என்று அவன் தலைமுடியைக் கோதியபடி புன்னகைத்தான் அவன். “உங்களை நான் பிதாஜி என்று அழைக்கட்டுமா?” என்று தடுமாறினான் அமர். அதற்குள் அவன் கண்கள் தளும்பியதை அவன் பார்த்தான். அவனுக்கு உடல் ஒருகணம் சிலிர்த்தது. “தாராளமாக கூப்பிடு அமர்” என்றபடி அவனை இழுத்து தன்னோடு சேர்த்துக்கொண்டான். அவன் உச்சந்தலையில் மெதுவாக ஒரு முத்தம் கொடுத்தான். பிறகு அவன் முதுகைத் தட்டிக்கொடுத்தபடி இருந்தான். அமர் உறக்கத்தில் மூழ்கிய பிறகும் அவன் உறக்கமின்றி ஜன்னல் வழியே தெரியும் துண்டு வானத்தை வேடிக்கை பார்த்தான். அமர் சொன்ன ஒரு சொல்லை பல கோடி முறை நினைவுக்குக் கொண்டு வந்தபடி தூங்கிவிட்டான்.

அவனுக்குச் சேரவேண்டிய தொகையையெல்லாம் முதலீடாகப் போட்டு, ஒரு வருஷத்துக்குப் பிறகு கடைக்காரரே அவனுக்கு வேறொரு இடத்தில் ஒரு கடையை வாடகைக்கு எடுத்து வைத்துக்கொடுத்தார். கடைக்கு என்ன பெயர் வைக்கலாம் என்று கேட்டார் கடைக்காரர். அவனுக்கு அம்மாவின் நினைவு வந்தது. அவன் “காவேரினு வைக்கலாமா?” என்று கேட்டான். “காவேரி கானாவலி” என்று ஒருகணம் மனசுக்குள் சொல்லிப் பார்த்த கடைக்காரர் “ரொம்ப நல்லா இருக்குதே, அதயே வச்சிடலாம்” என்று உற்சாகமாகச் சொன்னார். அடுத்த வாரத்தில் ஒரு நல்ல நாளில் காவேரி கானாவலி செயல்படத் தொடங்கியது. ஆறு மாத காலத்திலேயே அந்த வட்டாரத்தில் அந்தக் கடையின் புகழ் பரவி வியாபாரத்தில் சூடு பிடித்தது.

கடை இல்லாத ஒரு விடுப்பு நாளில் அவனும் அமரும் நகரத்தைவிட்டு வெளியே நடைப்பயிற்சிக்குச் சென்றார்கள்.

வெகு தொலைவில் ஒரு குடியிருப்பில் ஒரு கோவில் தெரிந்தது. புதுசாகத் தெரிந்ததால் கோவிலுக்குள் சென்று வணங்கிவிட்டுத் திரும்பினார்கள். அப்போது கோவிலை ஒட்டி மரத்தடியில் ஒரு வயதான தாடிக்காரரர் பஞ்சை உருட்டி திரியாக்கியபடி உட்கார்ந்திருப்பதைத் தற்செயலாகப் பார்த்தான் அவன். அவருக்குப் பக்கத்தில் ஒரு கூடை நிறைய பஞ்சு இருந்தது. இன்னொரு கூடையில் திரிகளின் கட்டுகள் குவிந்திருந்தன. அவர் விரல்கள் ஒரு இயந்திரத்தின் தண்டுகள்போல திரியைச் சுருட்டும் வேலையில் ஈடுபட்டிருந்தன. முதலில் அவை அனைத்தும் விற்பனைக்காக இருக்குமோ என்று சந்தேகம் எழுந்தது. ஆனால் அவருடைய தோற்றம் அந்த சந்தேகத்தை நிராகரித்தது.

அக்கணத்தில் தன்னைக் கடந்து செல்லும் ஒருவரை நிறுத்தி திரிகளின் கூடையைச் சுட்டிக் காட்டி "எதற்காக அவர் அப்படி செய்கிறார்?" என்று கேட்டான். "கோயிலுக்குக் கொடுப்பாங்க" என்றார் அவர். அவன் "ஓகோ" என்று சொல்வதற்குள் "பொருள் சம்பாதிக்கறமோ இல்லயோ, வாழ்க்கையில எப்படியாவது புண்ணியத்த சம்பாதிக்கணும் இல்லயா?" என்று சொல்லிவிட்டுச் சிரித்தார். ஒருகணம் அவரைப் பார்த்துப் புன்னகைத்தான் அவன். புறப்படுவதற்கு முன்பாக முகத்தைத் திருப்பிக்கொண்டு "ஒருவேள பாவத்தை தொலைக்கறதுக்காகவும் இருக்கலாம். அதயெல்லாம் யாரு கண்டா? அவுங்கவுங்க மனசுக்குத்தான் வெளிச்சம்" என்று சொன்னபடி வேகவேகமாக நடந்துபோய்விட்டார். அவர் முதுகையும் திரியுருட்டும் பெரியவரின் முகத்தையும் சிறிது நேரம் பார்த்துவிட்டு பெருமூச்சோடு திரும்பி நடந்தான் அவன். அக்கணத்தில் மனத்தின் ஆழத்திலிருந்து பஞ்சு விற்ற பணத்தோடு மண்டியிலிருந்து புறப்பட்டு வந்த இரவின் நினைவு மேலெழுந்து வந்து மறைந்தது. எதுவும் பேசாமல் மௌனமாக நடக்கும் அவனைப் பார்த்து அமர் "என்ன பிதாஜி?" என்று கேட்டான். "ஒன்னுமில்ல, வா" என்றபடி அவன் தொடர்ந்து நடந்தான்.

அடுத்த வாரம் எங்கிருந்தோ கூடை நிறைய பஞ்சுப்பொதியை வாங்கிவந்தான். இரவு நேரத்தில் தூங்கச் செல்வதற்கு முன்பாக ஒரு கை நிறைய கொத்தாக பஞ்சை எடுத்து வைத்துக்கொண்டு திரியுருட்டத் தொடங்கினான். "நீங்க எதுக்காக திரி உருட்டறீங்க பிதாஜி?" என்று குழப்பத்தோடு கேட்டான் அமர். அவன் அமரைப் பார்த்து ஒரு புன்னகை சிந்திவிட்டு பதில் சொல்லாமலேயே திரி உருட்டுவதில் ஆழ்ந்திருந்தான். "சொல்லுங்க பிதாஜி, உங்களுக்கு ஏன் இந்த வேல?" என்று மறுபடியும் கேட்டான். தலையை

உயர்த்தி அவனை ஒருகணம் உற்றுப் பார்த்துவிட்டு "எல்லாம் நம்ம பங்குல இருக்கிற பாவத்தைத் தொலைக்கறதுக்குதான்டா" என்று சிரித்தான் அவன். "பாவமா? நீங்க என்ன பாவம் செஞ்சீங்க?" என்று குழம்பியபடி சொற்களை இழுத்தான் அமர். "நான் பொறந்ததும் பாவம். வளந்ததும் பாவம். வாழ்ந்ததும் பாவம். அநியாயமா நம்ம கணக்கு ஏறிகிட்டே போவுது. அதையெல்லாம் முடிஞ்ச அளவுக்கு கொறச்சிடலாம்னு ஒரு நப்பாசை, வேற என்ன?" என்று புதிர்போலப் பேசினான் அவன். "சும்மா இருங்க பிதாஜி, வெளயாடாதீங்க..." என்று சிணுங்கினான் அமர். பஞ்சு உருண்டையிலிருந்து தேவையான அளவுக்குப் பிரித்தெடுத்தபடி "நான் என்ன இருக்கற வேலைய கெடுத்துகிட்டா இத செய்றேன்? ராத்திரியில தூக்கம் வரவரைக்கும் உருட்டுவேன். அவ்ளோதான். போய் நீ படு போ. காலையில சீக்கிரமா எழுந்திருக்கணுமில்ல" என்றான் அவன். ஒரு வாரம் கழித்து அவன் உருட்டிய திரிக்கட்டுகளையெல்லாம் எடுத்துச் சென்று பக்கத்தில் தெரிந்த கோவில்களுக்கு வழங்கிவிட்டு வந்தான். அன்று இரவே இன்னொரு கூடை பஞ்சு வீட்டுக்கு வந்து சேர்ந்தது.

கால ஓட்டத்தில் என்னென்னவோ மாற்றங்கள் ஏற்படத் தொடங்கின. வாடகை இடத்தில் நடந்த காவேரி கானாவலி சொந்த இடத்துக்கு இடம்பெயர்ந்தது. ஒரு கூடம் கொண்டதாக இருந்த கடை, இரு பெரிய கூடங்கள் கொண்டதாக மாறியது. பதினாறு பேர்கள் சம்பளத்துக்கு வேலை செய்தார்கள். பக்கத்திலேயே 'வெள்ளிக்காரன் ஸ்வீட் ஸ்டால்' உருவானது. கடைக்கார அம்மாவின் ஏற்பாட்டில் அமருக்கும் சுமாவுக்கும் திருமணம் நடைபெற்றது. அவர்களுடைய ஆனந்தமான வாழ்க்கையின் அடையாளமாக ரேஷ்மாவும் சதீஷும் பிறந்து வளர்ந்தார்கள். கண்ணெதிரில் தவழ்ந்த குழந்தைகள் வளர்ந்து, படித்து, கல்லூரியில் பட்டம் பெற்று கல்கத்தாவுக்கும் தில்லிக்கும் வேலைக்குப் போய்ச் சேர்ந்தார்கள். ஐம்பது ஆண்டுகள் கழிந்ததே தெரியவில்லை. ஆனால் கடை, நடை, அறை, கோவில் என்கிற அவனுடைய தினசரி அட்டவணையில் ஒருநாளும் மாற்றம் ஏற்பட்டதே இல்லை. அதுவும் நாளடைவில் அறை, கோவில் எனச் சுருங்கியது.

இரவில் கடையிலிருந்து திரும்பியதும் ஒருமுறை, காலையில் கடைக்குப் புறப்படும்போது ஒருமுறை என தினமும் பிதாஜியின் அறைக்கு வந்து அவருடன் சிறிது நேரம் பேசுவதை அமர் ஒரு பழக்கமாகவே வைத்திருந்தான். ஒருநாள் இரவு பிதாஜியின் அறைக்குள் நுழைந்தபோது சுவரோடு பொருத்தப்பட்டிருந்த

தொலைக்காட்சியில் ஏதோ பழைய காலத்துப் பாட்டு ஒன்று ஓடிக்கொண்டிருக்க, அதைக் காதுகொடுத்துக் கேட்டபடி அவர் பஞ்சுத்திரிகளை உருட்டி உருட்டி விரிப்பின் மீது வைத்துக்கொண்டிருந்தார். சத்தம் கேட்டு நிமிர்ந்து அமரைப் பார்த்துப் புன்னகைத்தார். ஞாபகத்துக்கு வந்த பழைய விஷயங்களையெல்லாம் அசைபோட்டபடி இருவரும் பேசிக்கொண்டிருந்தார்கள். “சரி பிதாஜி, நான் வரட்டுமா?” என்று அமர் எழுந்திருந்த தருணத்தில் ஏதோ ஒன்றை நினைத்துக்கொண்டவரைப் போல “அமர், ஒரு நிமிஷம், உன்கிட்ட ஒன்னு சொல்லணும்” என்று அவனை நிறுத்தினார். “சொல்லுங்க பிதாஜி” என்றபடி அவன் அருகில் வந்தான்.

தன் இறந்த காலத்து விஷயங்களையெல்லாம் அவனிடம் கொட்டி மனபாரத்தை இறக்கிவைத்துவிட வேண்டும் என்று நினைத்து, ஆரம்பிக்க ஒரு சொல் கிடைக்காமல் தடுமாற்றத்தோடு அவனை நிமிர்ந்து பார்த்தார். அதற்குள் அவன் மறுபடியும் “சொல்லுங்க பிதாஜி” என்று கேட்டான். பாரம் முழுக்க திடீரென பின்வாங்கி மனசுக்குள்ளேயே அடைபட்டுவிட, “ஒன்னுமில்ல அமர். இந்த திரி உருட்டற வேலை என்னோடு நின்னு போயிடக் கூடாது. எனக்குப் பிறகு நீயும் அதைச் செய்யணும்” என்று பேச்சை திசைமாற்றினார். அதைக் கேட்டு “அதுக்கென்ன பிதாஜி, கண்டிப்பா செய்றேன். சுமாகிட்ட சொன்னா வண்டிவண்டியா உருட்டிடுவா” என்றான் அமர். வெள்ளைமுடி அடர்ந்த தலையை அசைத்தபடி புன்னகைத்துக்கொண்டே பிதாஜி “நீ செஞ்சா போதும் அமர். அவளயெல்லாம் இதுல இழுத்து உடாத. என்ன மாதிரி நீ கட்டுகட்டா உருட்ட வேணாம். தெனம் ரெண்டே ரெண்டு திரி உருட்டி எடுத்தும் போயி கோயில்ல போட்டா போதும். செய்வியா?” என்று கேட்டார். “கண்டிப்பா செய்றேன் பிதாஜி” என்று சொன்னபடி அவருடைய தளர்ந்து சுருங்கிய கையை எடுத்து தன் கைக்குள் வைத்து சில கணங்கள் அழுத்தினான். பிறகு அறைக்கதவைச் சாத்திக்கொண்டு வெளியேறினான்.

மறுநாள் காலையில் தேநீர்க் கோப்பையோடு பிதாஜியை எழுப்புவதற்காக அறைக்குள் சென்ற அமருக்கு பஞ்சுத்திரியுடன் அவர் உட்கார்ந்திருப்பதைப் பார்த்ததும் சிரிப்பு வந்தது. “வயசானாவே தூக்கம் கொறஞ்சிடும் போல” என்று மனசுக்குள் முணுமுணுத்தபடி “என்ன பிதாஜி, இன்னைக்கு காலையிலயே

திரி போட ஆரம்பிச்சிட்டீங்களா?" என்று கேட்டுக்கொண்டே பக்கத்தில் சென்று கோப்பையை அவர் முன்னால் வைத்தான். குனிந்த தலை நிமிராத அவருடைய கோலத்தின் விபரீதம் அப்போதுதான் அவன் மூளையில் சட்டென உறைத்தது. அவசரமாக "பிதாஜி பிதாஜி" என்றபடி அவருடைய தோளைத் தொட்டு அசைத்தான். உயிர் பிரிந்த உடல் அவனுடைய கைகள் மீது ஒரு பஞ்சு மூட்டைபோல சரிந்தது. மெலிந்த அவருடைய விரல்களுக்கிடையில் ஒரு திரி நீட்டிக்கொண்டிருந்தது.

(அம்ருதா – 2016)

# கங்கைக்கரைத் தோட்டம்

கீரையை தனித்தனியாகப் பிரித்து கட்டுபோட்டபடி "திருப்பரங்குன்றத்தில் நீ சிரித்தால்" என்று மனம்போன போக்கில் அம்மா முணுமுணுத்த பாட்டு திண்ணையில் உட்கார்ந்து படித்துக்கொண்டிருந்த எங்கள் காதுவரைக்கும் கேட்டது. வீட்டுக்குப் பின்னாலிருந்த தோட்டம் முழுவதையும் பாத்திகளாகப் பிரித்து கீரை பயிரிட்டு வைத்திருந்தார் அம்மா. அரைக்கீரை, முளைக்கீரை, வெந்தயக்கீரை என ஒவ்வொரு பாத்தியிலும் ஒவ்வொரு விதமான கீரை. அவற்றைத் தவிர வேலியோரத்தில் நான்கு முருங்கை மரங்களும் இரண்டு கறிவேப்பிலை மரங்களும் அவர் பராமரிப்புக்கணக்கில் அடங்கும். ஆட்டுப்புழுக்கைகளை உலரவைத்து இடித்து பொடியாக்கி மண்ணோடு கலப்பதிலிருந்து சாம்பல் தூவுவது வரைக்கும் எல்லா வேலைகளையும் அவரே செய்தார்.

கட்டுகளையெல்லாம் ஒரு பெரிய பைக்குள் அடுக்கிவைத்துவிட்டு நிமிரும்போதுதான் அம்மாவின் பாட்டு நிற்கும். மறுகணமே கைவிரல்களை மடக்கி நீட்டி நெட்டி முறித்தபடி "வாங்கடா, வந்து எடுத்துட்டு போங்க" என்று பொதுவாக அம்மா எங்களை அழைப்பார். வீட்டுப்பாடத்தை எழுதியபடியோ அல்லது ஆங்கிலச்செய்யுளுக்கு ஸ்பெல்லிங்குகளை மனப்பாடம் செய்தபடியோ உட்கார்ந்திருக்கும் நானும் தம்பியும் அந்தத் தருணத்துக்காகவே காத்திருப்போம்.

ராக்கெட் வேகத்தில் பறந்து சென்று அந்தப் பையைத் தூக்கிக்கொள்வோம். அம்மா சொல்லும் வீடுகளுக்குச் சென்று

அவர்கள் விரும்பும் கட்டுகளைக் கொடுத்துவிட்டு பணத்துடன் திரும்பி ஓடிவருவோம். நாலு கட்டு ஒரு ரூபாய் என்பது அம்மாவின் கணக்கு. பணத்தை எண்ணி வாங்கிக்கொண்ட பிறகு அம்மா ஆளுக்கு பத்து பைசா கொடுப்பார். நாங்கள் அதை பத்திரமாக வைத்திருந்து பள்ளிக்கூட இடைவேளை நேரத்தில் மள்ளாட்டை உண்டையும் தேன்மிட்டாயும் வாங்கி நாக்கில் வைத்து கரையும் வரைக்கும் சுவைத்தபடி மயக்கத்தில் திளைத்திருப்போம்.

கீரைக்கட்டுகளோடு ஒருநாள் நாங்கள் புறப்படும் சமயத்தில் "அந்தத் தோட்டத்து ஊட்டுக்கு மொதல்ல எடுத்தும் போங்கடா. அதுக்கப்பறமா மத்த ஊடுங்களுக்கு போங்க" என்றார். "யாரும்மா அவுங்க? அந்த ஊட்டுக்கு புதுசா வந்திருக்காங்களா? நீ எப்ப பாத்த?" என்று ஆர்வத்தோடு கேள்விகளைக் கேட்டபடி அம்மாவைப் பார்த்தான் தம்பி. "யாரோ மாயவரத்துக்காரங்களாம்டா. புதுசா வந்திருக்காங்க போல. நேத்து கோயில்ல பாத்துட்டு தெனமும் குடுங்கனு சொன்னாங்க" என்று பதில் சொன்னார் அம்மா.

எங்கள் தெருவிலேயே உயரமான மதில்களும் வீட்டுக்கு முன்பக்கத்தில் பெரிய தோட்டமும் இருந்த வீடு அது ஒன்றுதான். அதனாலேயே அந்த வீட்டுக்கு தோட்டத்து வீடு என்ற பெயர் நிலைத்துவிட்டது. ரொம்ப பெரிய தோட்டம். வாசலில் இருக்கும் இரும்பு கேட்டைத் திறந்தால் வீடே கண்ணுக்குத் தெரியாது. ரொம்பவும் பின்னால் ஏதோ காட்டுக்குள் இருப்பதுபோல அந்த வீடு தெரியும். அந்த வீட்டுக்குச் சொந்தக்காரர் எப்போதோ பாண்டிச்சேரிக்குப் போய்விட்டார். இரண்டு மூன்று ஆண்டுகளுக்கு ஒருமுறை யாராவது மாறிமாறி வாடகைக்கு வந்து தோட்டத்து வீட்டில் குடியிருந்தார்கள்.

தோட்டத்தைக் கடந்து, துளசி மாடத்தைக் கடந்து வீட்டை நெருங்கும்போது அந்த வீட்டிலிருந்து யாரோ வீணை வாசிக்கும் சத்தம் கேட்டது. ஏதாவது ரேடியோ கச்சேரியாக இருக்கக்கூடும் என்று முதலில் நினைத்தேன். நடந்து சென்று வீட்டு முற்றத்தை அடைந்த பிறகுதான் உண்மை புரிந்தது. வரிசைக்கு இருவராக மூன்று வரிசைகளில் ஆறு அக்காக்கள் வீணை வாசித்துக்கொண்டிருந்தார்கள். அந்தக் காட்சியைப் பார்த்து ஆச்சரியத்தில் திகைத்து நின்றோம். ஆறு பேருக்கும் முன்னால் உட்கார்ந்திருந்த ஒரு பெரியவர் அவர்களுக்கு வாசித்துக் காட்டினார். அந்த இசையின் இனிமை மயிலிறகால் வருடிக் கொடுப்பதுபோல இருந்தது. சட்டென ஒரு அருவிக்குப் பக்கத்தில் வந்து நிற்பதுபோலத் தோன்றியது. பெரியவர் மெதுவாக வாயைத் திறந்து "நிதி சால சுகமோ" என்று

ஒரு வரியைச் சொன்னார். அந்த வரி வீணையின் இசையோடு பொருத்தமாக இயைந்து போனது. உடனே மற்ற அக்காக்களும் அவரைப்போலவே திருப்பிப் பாடியபடி வீணையை மீட்டினார்கள்.

வீட்டுக்குள்ளிருந்த அறையொன்றின் வாசல்திரையை விலக்கி எங்களைப் பார்த்த ஒரு அம்மா "என்ன?" என்பதுபோல சைகையால் கேட்டார். நாங்கள் உடனே கையில் வைத்திருந்த கீரைப்பையை உயர்த்திக் காட்டினோம். அதைப் பார்த்து புன்னகைத்த அந்த அம்மா "இருங்க இருங்க" என்று சைகை செய்தபடியே கூடத்தைச் சுற்றிக்கொண்டு வெளியே வந்தார். "பச்சையம்மா புள்ளைங்களா நீங்க?" என்று கேட்டதற்கு நாங்கள் வேகமாக தலையசைத்தோம். பிறகு அவராகவே பையைத் திறந்து தேவையான கட்டுகளை எடுத்துக்கொண்டார்.

"எவ்ளோனு சொல்லி அனுப்பனாங்கடா ஒங்கம்மா?" கீரைத் தளிரோடு ஒட்டியிருந்த மண்ணைச் சுரண்டியபடியே அந்த அம்மா கேட்டார். தம்பி உடனே "நாலு கட்டு ஒரு ரூபா" என்று வேகமாகச் சொல்லிவிட்டு என்னைப் பார்த்தான்.

அந்த அம்மா கீரைக்கட்டுகளோடு உள்ளே சென்றதும் எங்கள் கவனம் மறுபடியும் வீணையின் மீது பதிந்தது. ஒரே வரியை பலவிதமாக அவர்கள் மாற்றிமாற்றிப் பாடினார்கள். அந்த வரியை தமிழ் என்றும் சொல்லமுடியாது. தமிழே இல்லை என்றும் சொல்லமுடியாது. அதையெல்லாம் கடந்து அந்த வீணையின் இசை எங்கள் இதயத்தைத் தொட்டது. அவர்கள் ஒவ்வொரு வரிக்கும் ஒவ்வொரு விதமான இசையை அந்த வீணையிலிருந்து எழுப்பினார்கள். வீணை நரம்புகளில் அவர்களுடைய விரல்கள் சிட்டுக்குருவிகள் தத்தித்தத்திச் செல்வதுபோல இங்குமங்கும் போய்போய் வந்தன.

பெரியவரின் குரல் தளர்ந்து ஓய்ந்தபோது பாடலும் நின்றது, இசையும் நின்றது. அவர் தமக்கு அருகில் இருந்த தம்ளரை எடுத்து உதடு படாமல் தூக்கி ஒன்றிரண்டு மிடறுகள் விழுங்கினார். சில கணங்களுக்குப் பிறகு தூணோரமாக இருந்த ஒரு அக்காவின் பக்கம் பார்வையைத் திருப்பி "நீ பாடேன் இன்னைக்கு" என்றார். அந்த அக்கா புன்னகைத்தபடி வீணையின் நரம்புகளை மீட்டத் தொடங்கினாள். இசை பொங்கி வழிந்தது. வாகான ஒரு தருணத்தில் அக்கா "கங்கைக்கரைத் தோட்டம்" என்று பாடத் தொடங்கினாள். மிக மென்மையான அந்த உச்சரிப்பைக் கேட்டு எங்கள் உடல் சிலிர்த்தது. அவர் குரலும் இசையும் தோளோடு

தோள் ஒட்டி நடப்பதுபோல இருந்தது. அப்போது வீட்டிலிருந்து வந்த அம்மா கீரைக்கான பணத்தை எங்களிடம் கொடுத்துவிட்டுச் சென்றார். நான் அதை எண்ணிக்கூட பார்க்கவில்லை. அப்படியே கால்சட்டைப் பைக்குள் வைத்துக்கொண்டேன். மனம் முழுதும் அந்தப் பாட்டில் மூழ்கியிருந்தது.

சீராக தரைதொடும் மழைத்தாரைகளென இசையும் பாடலும் பொழிந்தன. நிறைந்து வழிந்தோடும் நீரில் மிதந்து சுழன்றபடி செல்லும் சிறு இலைகளென எங்கள் மனங்கள் மிதந்து சென்றன. கைவீசி தாவி நீந்துவதுபோல அலைந்தன. வட்டமிட்டுச் சுருண்ட சுழல்களால் எடுத்துச் செல்லப்பட்டு ஆழத்தை நோக்கி இறங்கின.

கேட்கும்போதே தம்பி அந்தப் பாட்டை முழுவதுமாக மனப்பாடம் செய்துவிட்டான். வீட்டைவிட்டு வெளியே வந்ததும் என்னை நிற்கவைத்துவிட்டு அந்த அக்காவைப் போலவே ஒருமுறை பாடிக் காட்டி “எப்படி இருக்குது?” என்று கேட்டுக்கொண்டே கண்களைச் சிமிட்டினான். வீட்டுக்குத் திரும்பி அம்மாவிடம் பணத்தைக் கொடுக்கும்போது அவருக்காக இன்னொருமுறை பாடினான். பிறகு குளிக்கும்போது ஒருமுறை. உடைமாற்றிக்கொண்டு சாமியறையில் அரைகுறையாய் ஒருமுறை. சட்டை மாற்றும்போது ஒருமுறை. கேட்டுக்கேட்டு எப்படியோ எனக்கும் அது மனப்பாடமாகிவிட்டது. என்னால் அந்த மகிழ்ச்சியைத் தாங்கமுடியவே இல்லை. பைகளைத் தூக்கிக்கொண்டு பள்ளிக்கூடம் புறப்பட்ட பிறகு வழிமுழுக்க இருவருமாக சேர்ந்து அந்தப் பாட்டைப் பாடிக்கொண்டே சென்றோம். கைகளில் வீணை இல்லாததுதான் பெரிய குறை.

அன்றுமுதல் எங்களுக்கு எப்படியாவது ஒரு வீணை வாங்கிவிட வேண்டுமென்ற ஆசை பிறந்தது. “மள்ளாட்ட உண்டைங்கள சாப்பிடறத நிறுத்திட்டு அம்மா குடுக்கற காசயெல்லாம் சேர்த்தா, வீணை வாங்கிட முடியுமா?” என்று கேட்டான் தம்பி. “அது என்ன நோட்டு புஸ்தகம்னு நெனச்சிட்டியா?” என்று நாக்கை சப்புக்கொட்டினேன். அவன் ஒரு கணம் என் முகத்தையே பார்த்திருந்துவிட்டு, “அப்படினா எவ்ளோ இருக்கும்?” என்று கேட்டான். உண்மையில் எனக்கும் அதன் விலையைப் பற்றியெல்லாம் எதுவும் தெரியாது. கண்டிப்பாக நமது கைக்கு எட்டாத பொருள் அது என்பது மட்டுமே தெரிந்திருந்தது. மறுபடியும் முகத்தை சோகமாக வைத்துக்கொண்டு நாக்கை சப்புக்கொட்டினேன்.

ஒருகணம் பொறுமையாக எதையோ யோசித்தபடி இருந்த தம்பி சட்டென "என்ன ஒரு நூறு ரூபா இருக்குமா?" என்று கேட்டான். "அதுக்கும் மேல இருக்கும்டா" என்றேன் நான். உடனே அவன் இருநூறு, முன்னூறு, ஐந்நூறு என்று அடுத்தடுத்து கேட்டுக்கொண்டே இருந்தான். நான் அவன் வாயை அடைப்பதற்காக "ஆயிரம் ரூபா கூட இருக்கும். யாருக்குடா தெரியும்?" என்று சொன்னேன்.

ஒருநாள் அம்மாவுக்காக எருமுட்டைகளை எடுத்துக் கொடுக்க பரண் மீது ஏறி அமர்ந்திருந்த சமயத்தில், ஓரமாக அழுக்கடைந்து கிடந்த நீளமான மட்டப்பலகையைப் பார்த்தேன். சட்டென என் நெஞ்சில் வீணையின் சித்திரம் உதித்தது. உற்சாகத்தோடு அதையும் எடுத்து தம்பியிடம் கொடுத்தேன். "இது எதுக்கு?" என்று முகத்தைக் கோணலாக வைத்துக்கொண்டு கேட்டான் அவன். நான் கண்ணசைத்தபடி கைவிரல்களால் வீணையை மீட்டுவதுபோல சைகை காட்டியதும் அவன் புரிந்துகொண்டான். அவன் கண்கள் மின்னியதை அப்போது நான் பார்த்தேன். அடுத்த அரைமணி நேரத்தில் நாங்கள் இருவரும் சேர்ந்து அழுக்குப் போக அதைக் கழுவித் துடைத்து பளபளப்பாக மாற்றிவிட்டோம்.

பலகையின் இரு முனைகளிலும் இரு சிறிய ஆணிகளை அடித்து அளவு பார்க்கத் தொடங்கியபோது தம்பி சந்தேகம் தொனிக்கும் குரலில் "உனக்கு வீணை செய்யத் தெரியுமா?" என்று கேட்டான். அவன் கேள்வியையே காதில் விழாததுபோல அந்த ஆணிகளிடையே கம்பியை இழுத்துக் கட்டும் வேலையில் மும்முரமாக இருந்தேன். "சொல்லுடா, நீ எங்க கத்துகிட்ட இதயெல்லாம்?" என்று மீண்டும் கேட்டான் தம்பி. "இங்க பாரு, தொணதொணக்காம கொஞ்ச நேரம் நீ சும்மா இரு. செஞ்சி முடிச்சதுக்கப்புறம் உனக்கே தெரியும்" என்றேன். பிறகு "போ, உள்ள போயி புட்டுக்கூடய எடுத்தா" என்று அவனுக்கு ஒரு வேலை வைத்தேன். எழுந்துபோக அவனுக்கு விருப்பமே இல்லை. "போடா" என்று அதட்டிய பிறகு முணுமுணுத்தபடியே வீட்டுக்குள் சென்று கூடையை எடுத்து வந்தான். கூடையின் வாயை ஒரு துணியால் மூடி, அதை பலகையின் ஒரு முனையோடு கட்டியதும் வீணையின் குடத்துக்கான தோற்றம் வந்துவிட்டது. "ஐய், வீணை, வீணை" என்று எம்பியெம்பிக் குதித்தான் தம்பி. "பாக்கறதுக்கு அந்த அக்கா வச்சிருந்த வீணையாட்டமாவே இருக்குது" என்று சிரித்தான்.

நான் அந்த பலகை வீணையை தரையில் வைத்துவிட்டு விலகிவந்து வெவ்வேறு கோணங்களில் நின்று அதைப் பார்த்தேன். என் மனம் திருப்தியில் விம்மியது. அதற்குள் அந்த வீணையின் முன்னால் காலை மடக்கி தம்பி உட்கார்ந்துவிட்டான். ஆனால் அதைத் தொடாமலேயே என்னைப் பார்த்தபடி "கங்கைக்கரைத்தோட்டம்" என்று பாடல்வரிகளை இழுத்தான். அவன் முகத்தில் பரவசம் தேங்கியிருந்தது. கம்பியில் மீட்டும்படி அவனுக்கு சைகையாலேயே அனுமதி கொடுத்தேன். அவன் ரொம்ப சந்தோஷத்தோடு கம்பிகளைத் தொட்டான். தலையில் கொட்டியதுபோல நங்கென்று ஒரு சத்தம் கேட்டது. நாங்கள் எதிர்பார்த்த இசை வரவில்லை. அக்கணமே அவன் முகம் இருண்டுவிட்டது. ஏமாற்றத்தோடு என் கண்களை நோக்கினான். "வேற எடத்துலேருந்து ஆரம்பிடா" என்றேன் நான். உடனே அவன் கம்பியின் மறுமுனைப்பகுதியில் வருடி மீட்டினான். அப்போதும் நங் சத்தமே கேட்டது.

கலவரத்தோடு அதை நெருங்கி அவனுக்கு எதிர்ப்புறத்தில் உட்கார்ந்து கம்பியின்மீது வெவ்வேறு இடங்களில் விரலால் வருடியும் அழுத்தியும் ஓசையெழுப்பி கவனித்தேன். தொட்ட இடத்திலெல்லாம் நங்கென்ற சத்தமே கேட்டது. விரும்பிய ஓசையை எழ வைக்கமுடியவில்லை என்பதைவிட, தம்பியின் முகம் நிராசையில் இருண்டு போவதை என்னால் தாங்கமுடியவில்லை. "இருடா, இருடா, எங்கயோ ஒரு சின்ன தப்பு இருக்குது, சரிப்படுத்திடலாம்டா" என்று அவன் தோளைத் தொட்டு அழுத்தினேன்.

வேகவேகமாக கம்பியைப் பிரித்து ஆணிகளைப் பிடுங்கியெறிந்துவிட்டு புதிதாக சற்றே பெரிய ஆணிகளை அடித்து ஊன்றிவிட்டு, அவற்றிலிருந்து கம்பியை இழுத்துக் கட்டி இறுக்கி முடித்தேன். அதைத் தொட்டு மீட்டியபோது நங் சத்தம் முன்பைவிட மோசமாக இருந்தது. அதைக் கேட்டு என் உடல் குறுகி முற்றிலும் சத்தில்லாததுபோல குளிர்ந்துவிட்டது. அவசரமாக மறுபடியும் எல்லாவற்றையும் கலைத்துவிட்டு ஒருபக்கம் பெரிய ஆணிகளையும் மறுபக்கம் சின்ன ஆணிகளையும் அடித்து, கம்பியால் இணைத்துச் சுற்றி இறுக்கிக் கட்டினேன். எனக்கு மூச்சு வாங்கியது. மெதுவாக கம்பியை விரல்நகத்தால் தீண்டி இழுத்தேன். அந்தச் சத்தமும் மோசமாகவே இருந்தது. கோபத்தில் அந்தப் பலகையை ஓங்கி ஒரு உதை உதைக்கலாமா என்றொரு வேகம் பீறிட்டுக் கிளம்பியது. உதட்டைக் கடித்தபடி

அடக்கியவாறு தலைகுனிந்து உட்கார்ந்துவிட்டேன். தம்பியின் முகத்தை ஏறிட்டுப் பார்க்கவே முடியவில்லை. “சரி சரி உடு, இன்னோரு நாள் பாத்துக்கலாம்” என்று அவன் சொன்ன சொற்களைமட்டும் காதில் வாங்கிக்கொண்டேன்.

மறுபக்கம் சமையல்கட்டிலிருந்து வெளியே வந்த அம்மா “வெளக்கு வைக்கற நேரத்துல தொட்டிகிட்ட என்னாடா பண்றீங்க? கைகால கழுவிகினு படிக்க ஒக்காருவம்னு இல்லாம அங்க என்னா கத நடக்குது?” என்று சத்தம் போட்டபடி பக்கத்தில் வந்தார். பலகைவீணையைப் பார்த்து ஒரு கணம் திகைத்து நின்றார். குழப்பமான பார்வையோடு எங்கள் பக்கமாகத் திரும்பியபோது “வீணை செஞ்சி வாசிக்கலாம்னு...” என்று இழுத்தேன் நான். “வீணை கோணைனு என்னாடா ஒளர்ற?” என்று குரலை உயர்த்தினார் அம்மா.

“காலண்டர்ல சரஸ்வதி கையில வச்சிருப்பாங்களே, அந்த மாதிரி வீணைம்மா. அதுல வாசிச்சி பார்க்கணும்னு ஒரு ஆசை. அதான்...” என்று இழுத்தேன். அம்மா அமைதியாக எங்களையே பார்ப்பதைக் கண்டு சற்றே தைரியமாக “டேய், அம்மாவுக்கு அந்த பாட்ட பாடிக் காட்டுடா” என்று தம்பியைத் தூண்டினேன். அடுத்த கணமே கங்கைக்கரைத் தோட்டம் என்று தொடங்கிவிட்டான். மடியில் இல்லாத வீணையை இருப்பதுபோல நினைத்தபடி அவன் விரல்கள் காற்றை மீட்டின. இரண்டு வரிகள் கடப்பதற்குள் அம்மாவின் முகம் ஆச்சரியமாகத் தணிந்து மாறிவிட்டது. கையை உயர்த்தி அவன் பாட்டை நிறுத்திய அம்மா “இந்தப் பாட்டுலாம் எப்பிடிடா தெரியும் ஒனக்கு? ஸ்கூல்ல சொல்லிக்குடுத்தாங்களா?” என்று கேட்டார். “ஸ்கூல்ல இல்லம்மா. தோட்டத்து ஊட்டுக்கு கீரை குடுக்கப் போவும்போது அந்த ஊட்டுல பாடுவாங்கம்மா. அங்க ஒரு தாத்தா இத வச்சிகிட்டுதான் எல்லாருக்கும் பாட்டு சொல்லிக் குடுப்பாரு” என்று வேகமாகச் சொல்லி முடித்து மூச்சு வாங்கினான் தம்பி.

“சரிசரி. போய் படிக்கற வேலைய பாருங்கடா. ஒங்கப்பா வர நேரம். ஓடுங்க...” என்றார் அம்மா. முந்தானையை உதறி முகத்தில் படிந்திருந்த வியர்வையைத் துடைத்துக்கொண்டார். தணிந்து கனிவு ததும்பிய அம்மாவின் முகத்தைப் பார்க்க அப்போது மகிழ்ச்சியாக இருந்தது. நான் மெதுவாக அம்மாவின் தோளைத் தொட்டு “அம்மா, எங்களுக்கு ஒரு வீணை வேணுமா. வாங்கித் தரியாமா?” என்று கேட்டேன். அதைக் கேட்டு முதலில் திகைத்த

அம்மா மறுகணமே வெடித்துச் சிரித்தார். “கெடக்கறதுலாம் கெடக்கட்டும், மொதல்ல கெழவன தூக்கி மனையில வைன்னு சொல்றமாரி இருக்குதுடா ஒங் கத. ஊட்டு நெலம தெரியாம பகல்கனவு காணாதடா, போய் ஒழுங்கா படி போ” என்று சொல்லிக்கொண்டே போய்விட்டார். சிணுங்கிக்கொண்டே நான் மறுபடியும் “ம்மா...” என்று இழுத்தேன். “அடிக்கற அடில முதுகுத்தோல் பிஞ்சிரும். ஒழுங்கா சொல்ற பேச்ச கேளு. போ...” என்று அம்மா குரலை உயர்த்தினார். அதை நான் எதிர்பார்க்கவே இல்லை.

படிக்கிற வேலைகளையெல்லாம் முடித்து வீட்டுப்பாடம் எழுதிக்கொண்டிருந்த சமயத்தில் அப்பா உள்ளே வந்து உட்கார்ந்தார். அம்மாவிடம் தண்ணீர் வாங்கிக் குடித்துவிட்டு சுவரில் சாய்ந்துகொண்டார். “அப்பாவிடம் கேட்கட்டுமா?” என்பதுபோல கண்ணால் கேட்டான் தம்பி. நான் வேண்டாம் என்று மறுப்பதுபோல தலையசைத்தேன். அதற்குக் கட்டுப்பட்டு குனிந்த தலை நிமிராமல் எழுதத் தொடங்கினான். நானும் வேறு பக்கம் திரும்பி உட்கார்ந்து என் வேலைகளில் மூழ்கியிருந்தேன். திடீரென எழுந்த அப்பாவின் குரலைக் கேட்டு பதற்றத்தோடு திரும்பினேன்.

“செருப்பு பிஞ்சிடும். வீணய வச்சிகினு நீ என்னா கச்சேரியா பண்ணப் போற? ஒழுங்கா படிக்கறதுனா படி. இல்லனா நாளைலேருந்து என் கூடவே கெணறு வெட்ட வா. ஆள் கூலியாச்சும் கெடைக்கும்.”

குனிந்த தலை நிமிராமல் உட்கார்ந்திருந்தான் தம்பி. “சரி சரி. நீ ஏந்து போ. தண்ணி சுட்டிருக்கும். மேல ஊத்திகினு சட்டுனு வா. சாப்படலாம்” என்று நடுவில் புகுந்த அம்மா அவரை எழுப்ப முயற்சி செய்தார். உடனே அவர் கோபம் அம்மாவின் மீது திரும்பியது. “எல்லாம் நீ குடுக்கற செல்லம்தான்டி. ஒன்ன அடிக்கணும்டி மொதல்ல. தாயப் போலத்தான புள்ளைங்க இருக்கும். ரவயாச்சிம் ஊட்டுக் கஷ்டம் தெரிஞ்ச மாதிரியா பேசறிங்க?” என்று எரிச்சலோடு துண்டை உதறி தோளில் போட்டுக்கொண்டு தோட்டத்துப்பக்கம் சென்றார்.

சாப்பிட்டு முடித்த பிறகு வாசலில் நிலா வெளிச்சத்தில் எல்லோரும் உட்கார்ந்திருந்தோம். அம்மாவின் மடியில் தலைசாய்த்தபடி தம்பி காலை நீட்டியிருந்தான். அவன் தலைமுடியை வருடியபடி அம்மா ஒரு கதையைச் சொன்னார்.

குள்ளக்கத்தரிக்காய் குட்டிக்கரணம் போட்ட கதையை அம்மா எத்தனை முறை சொன்னாலும் எங்களுக்குப் புதிதாகக் கேட்பதுபோலவே இருக்கும். விழுந்துவிழுந்து சிரிப்போம். சிரிப்பும் கும்மாளமுமாக அன்றும் பொழுது கழிந்துகொண்டிருந்தது. அந்த நேரம் வாசலில் சாத்திவைத்த படலோரம் யாரோ வந்து நிற்பதுபோலத் தெரிந்தது. “யாரு, யாரு அங்க?” என்று சத்தம் போட்டார் அப்பா. அந்தப் பக்கத்திலிருந்து பதிலே இல்லை. சில கணங்கள் தயங்கி அந்த இடத்திலேயே நின்றுவிட்டு படலைத் திறந்துகொண்டு உள்ளே வந்துவிட்டார் அவர். கேள்வி கேட்ட அப்பாவின் பக்கம் திரும்பாமலேயே “என்னா அண்ணி? சோழிய உருட்டி உட்டமாரி உங்க சிரிப்பு கோயில் வாசல் வரைக்கும் கேக்குது, என்னா விஷயம்னு எனக்கும் சொன்னா நானும் சிரிப்பனில்ல?” என்று கேட்டபடி நெருங்கி நடந்து வந்தார்.

எங்கள் அத்தை அவர். அப்பாவுடைய தங்கை. அந்த நேரத்தில் அவர் வீட்டுக்குள் வருவதைப் பார்க்க ஆச்சரியமாக இருந்தது. அப்பாவுக்கு அவரைக் கண்டால் பிடிக்காது. அவர் முகத்தில் எள்ளும்கொள்ளும் வெடிக்கும். எங்கள் அத்தையும் சாதாரணமாக வீட்டுக்கெல்லாம் வருகிற ஆளல்ல. தெருவில் எங்காவது பார்த்துப் பேசிக்கொள்வதோடு சரி. “கொஞ்சம் சோறு இருந்தா குடுங்க அண்ணி. ரொம்ப பசிக்குது” என்று அம்மாவைப் பார்த்துக் கேட்டபடி உட்கார்ந்துவிட்டார். அவரைப் பார்க்க பாவமாக இருந்தது. சட்டென்று அந்த இடத்திலிருந்து எழுந்து வாசல் படலைத் திறந்துகொண்டு எதையோ முணுமுணுத்தபடி அப்பா வெளியே சென்றுவிட்டார். “மாத்தர மயக்கத்துல எவ்ளோ நேரம் தூங்கறம்னு கணக்குவழக்கே தெரியல அண்ணி. இப்பதான் எழுந்தேன். தலய சுத்துது. ஒரே வலி. இனிமேல எப்ப நான் ஒலய வச்சி, எப்ப நான் சாப்படறது?” என்றார். அவரைப் பார்க்கவே பாவமாக இருந்தது. “மொதல்ல ஒக்காருடி மகராசி” என்றபடி எழுந்து உள்ளே சென்ற அம்மா ஒரு தட்டு நிறைய சோற்றை நிரப்பி குழம்பை ஊற்றி எடுத்து வந்தார். ஒரு வார்த்தை பேசாமல் அத்தை அதை வாங்கி அவசரம் அவசரமாகச் சாப்பிட்டு முடித்தார். பிறகு “நான் போய்படுத்துக்கறேன் அண்ணி. ஒன்னும் முடியலை” என்றபடி புறப்பட்டுச் சென்றுவிட்டார்.

அத்தைக்கு வாழ்க்கை சரியாக அமையாமல் போய்விட்டது. தாத்தா ஆயா காலத்திலேயே ஒரு மாப்பிள்ளையைப் பார்த்து கல்யாணம் செய்து கொடுத்தார்கள். மோசமான குடியடிமை அவர். பொழுதெல்லாம் மதகடிப்பட்டு சாராயக்கடை வாசலிலேயே

கிடந்து ஒரு சாலை விபத்தில் இறந்துபோனார். நாலைந்து வருஷம் கழித்து பன்னிரண்டு நாள் பாரதக்கூத்து நடத்த ஊருக்கு வந்த கூட்டத்தில் ஒருவரோடு பழகி அவரோடேயே கிளம்பிப் போய்விட்டார் அத்தை. அந்த அவமானமே ஒரு நோயாக மாறி தாத்தாவையும் ஆயாவையும் பலி வாங்கிவிட்டது. அத்தைக்கு அவராகவே தேடிக்கொண்ட வாழ்க்கையும் அதிக வருஷங்கள் நிலைக்கவில்லை. மூத்த தாரமும் அவர் பிள்ளைகளும் சேர்ந்து ஒருநாள் அவரை ஊரைவிட்டே விரட்டி அனுப்பிவிட்டார்கள். அதற்குப் பிறகுதான் கோவில் மண்ணில் ஒரு கூரைவீட்டைக் கட்டிக் கொடுத்து தனியாக அவரைக் குடிவைத்தார் அப்பா. களையெடுக்க, கதிரறுக்க, கரும்பு வெட்ட என கிடைக்கும் வேலைக்குச் சென்று பசியைப் போக்கிக்கொண்டார் அத்தை. வயிற்றில் ஏதோ கட்டி என்று மருத்துவமனைக்குச் சென்று அறுவை சிகிச்சை செய்துகொண்ட பிறகு கையிலிருந்த பணமும் கரைந்து, உடல் தெம்பும் குறைந்து நிரந்தர சீக்காளியாகிவிட்டார். அத்தை படலைத் திறந்துகொண்டு வெளியே போவதைப் பார்த்துக்கொண்டே இருந்த அம்மா பெருமூச்சோடு "வயசுல எப்படி ரதி மாதிரி இருப்பா தெரிமா? அவளுக்கு இப்படி ஒரு நெலம வரும்னு நான் நெனச்சி கூட பார்த்ததில்ல" என்றபடி நெஞ்சை அழுத்திப் பிடித்துக்கொண்டார். அவர் கண்கள் கலங்கின. நிலா வெளிச்சத்தில் அவர் கன்னங்களில் கண்ணீர்க்கோடு இறங்கி ஓடுவதைப் பார்க்கமுடிந்தது.

தோட்டத்து வீட்டுக்கு கீரை கொடுப்பதற்காகச் செல்லத் தொடங்கி இரண்டு மூன்று மாதங்கள் ஓடிவிட்டன. அக்காக்கள் பாடும் பாடல்களும் வீணையின் இசையும் எங்களை உருக்காத நாளே இல்லை. வீணையை மீட்டும் ஆசை எங்கள் அடிமனசில் குருத்துவிட்டு மெல்ல மெல்ல செடியாக வளர்ந்துகொண்டிருந்தது. அவர்கள் பாடும் பாடல்கள் எதற்குமே எங்களுக்கு அர்த்தமே தெரியவில்லை. ஆனால் கேட்டுக்கேட்டு வரிகள் மனப்பாடமாகிவிட்டன. 'ராரா நன்னேலு கோரா' என்ற பாட்டு தம்பிக்கு மிகவும் பிடித்துவிட்டது. பள்ளியில் யாரையாவது கிண்டல் செய்யவேண்டுமென்றால் அந்த வரிகளைச் சொல்லிவிட்டு ஓடிவிடுவான். 'வினயமுனனு கௌஸிகுனி வெண்ட' 'ராமராம கோவிந்த நனு க்ஷமிஞ்சு முகுந்த' என்று சில பாடல்கள். எல்லாமே எங்களுக்கு விளையாட்டுதான். கங்கைக்கரைத் தோட்டம் பாடும்போது மட்டும் மனம் உருகி கண்கள் தளும்பிவிடும். வீணையை மீட்டியபடி அப்பாடல்களை

எங்களால் பாடமுடியவில்லையே என்னும் வருத்தத்தைத்தான் எங்களால் தாங்கமுடியவில்லை.

ஒருநாள் உறவுக்காரர் திருமணத்துக்காக வீராம்பட்டணத்துக்குப் போன அம்மா வரும்போது எங்களுக்காக ஒரு அதிசயமான பொருளை வாங்கி வந்து கொடுத்தார். “இதுலயும் வீணையில வர சத்தம் மாதிரியே வருமாம். அந்தக் கடக்காரன் வாசிச்சிக் காட்டனான். ஆனா பத்து ரூபாய சொளயா புடுங்கிக்கிட்டான் தெரிமா?” என்றார்.

அதை வாங்கி திருப்பித்திருப்பிப் பார்த்த தம்பி நிராசையுடன் “அம்மா, இது வீணை இல்லம்மா. யாரோ ஒன்ன ஏமாத்தியிருக்காங்க” என்று முகத்தைச் சுளித்தான். அதைப் பார்த்ததும் அம்மாவுக்கு கோபம் வந்துவிட்டது. “சொல்றத முழுசா காதுல வாங்குடா முந்திரிகொட்ட. அப்படியே மூஞ்சிய பேத்துருவன். நான் மட்டும் இத வீணைனா சொன்னன்? வீணையெல்லாம் கண்டுபுடிக்கறதுக்கு முன்னாடி அந்த காலத்துல இதுதான் இருந்திச்சாம். இஷ்டம் இருந்தா வச்சிக்க. கஷ்டமா இருந்தா தூக்கிப் போட்டுட்டு போ” என்று சொல்லிவிட்டுப் போய்விட்டார்.

மரப்பெட்டியின் மீது கிடந்த அதை வெகுநேரம் பார்த்தபடியே உட்கார்ந்திருந்தேன் நான். வில்மாதிரியான தோற்றம். ஆனால் வில்லைவிட கூடுதலாக வளைந்திருந்தது. ஆறேழு தந்திக்கம்பிகள் சீரான இடைவெளியில் இரு முனைகளையும் இணைத்திருந்தன. மெதுவாக அதை எடுத்து மடியில் வைத்துக்கொண்டு அந்தக் கம்பிகளை விரல்நுனியால் மீட்டினேன். ஏறத்தாழ வீணையின் இசைக்குச் சமமானதொரு ஓசை எழுந்ததைக் கேட்டு மனம் சிலிர்த்தது. உடலில் ஓடிக்கொண்டிருந்த ரத்தமெல்லாம் ஒரே சமயத்தில் இதயத்தை நோக்கிப் பாய்ந்ததுபோல இருந்தது. சந்தேகத்தோடு மறுபடியும் மீட்டினேன். மறுபடியும் அதேபோன்ற சத்தம். புன்னகையோடு தம்பியின் பக்கம் திரும்பி கண்களாலேயே எப்படி என்று கேட்டேன். அவசரமா எழுந்து வந்து அதை என் கையிலிருந்து வாங்கி மீட்டி அந்த இசையை உறுதிப்படுத்திக்கொண்டான். அதில் ஆறு கம்பிகள் இருந்தன. அடுத்தடுத்து ஆறு கம்பிகளையும் அவன் விரல்கள் தொட்டுவிட்டுத் திரும்பின. ஒரு குருவி தத்தித்தத்திச் செல்வதுபோல இசை துள்ளித்துள்ளி வந்தது. எங்கள் கால்கள் தரையிலேயே நிலைகொள்ளவில்லை.

அம்மா எங்களுக்கு சோறு போடுகிற சமயத்தில்தான் அப்பா வீட்டுக்குள் வந்தார். கொடியில் இருந்த துண்டை எடுத்துக்கொண்டு

திரும்பியபோது அது அவர் பார்வையில் பட்டுவிட்டது. கையில் எடுத்து ஒன்றும் புரியாமல் திருப்பித்திருப்பிப் பார்த்தபடி "என்ன இது?" என்று அம்மாவிடம் கேட்டார். அவர் பக்கம் திரும்பாமலேயே அம்மா பதில் சொன்னார். சலிப்போடு அதை எடுத்த இடத்தில் வைத்தபடி "அவனுங்கள கெடுக்கறதே நீதான்டி. மொதல்ல ஒன்ன அடிக்கணும்" என்று முனகினார். பிறகு மெதுவாக "யார் தலயெழுத்த யார் திருத்த முடியும்? எப்படியாவது ஒழிஞ்சி போங்க" என்றபடி தோட்டத்துப் பக்கம் சென்றுவிட்டார்.

அன்றுமுதல் பள்ளிக்கூடத்திலிருந்து திரும்பியதும் அந்தக் கம்பிக்கருவியை மீட்டுவதுதான் எங்கள் முதல் வேலை. கம்பியின் எந்தப் பகுதியைத் தொட்டாலும் அது வீணைபோலவே ஒலிப்பதைக் கேட்கக்கேட்க எங்களுக்கு அளவில்லாத ஆனந்தம் பெருகியது. எப்படியாவது தொடர்ச்சியான இசையை அதிலிருந்து வரவழைத்துவிட வேண்டும் என்னும் ஆசை எங்களைத் தூண்டியபடியே இருந்தது. அது சாத்தியமான பிறகு கங்கைக்கரைத்தோட்டம் பாட்டின் ஒரு வரியையாவது அதில் மீட்டவேண்டும் என்பதை ஒரு லட்சியமாகவே வைத்துக்கொண்டோம். அன்றுமுதல் ஏரிக்கரைக்குச் சென்று விளையாடுவது, தோப்புக்குப் பக்கத்தில் சடுகுடு ஆடப் போவது என எல்லாவற்றையும் நாங்கள் நிறுத்திவிட்டோம். ஓய்வுப் பொழுது முழுதையும் அந்தக் கருவியை வைத்துக்கொண்டு மீட்டிப் பார்ப்பதிலேயே கழித்தோம். தம்பி ஏதாவது ஒரு வரியை குருட்டம்போக்கில் பாடுவான். நான் அந்தக் கம்பிகளை ஏதோ ஒரு கணக்கில் மீட்டுவேன். ஏதோ ஒரு அபூர்வமான தருணத்தில் எழும் ஓசை கிட்டத்தட்ட அந்த வரிக்குச் சமமானதாக இருக்கும். "அதான், அதான்" என்று துள்ளிக் குதிப்பான் தம்பி. மீண்டும் அதைப்போலவே திருப்பிச் செய்ய முயற்சி செய்யும்போது எதுவுமே சரியாக வராது. ஏமாற்றத்தில் நிலைகுலைந்துவிடுவோம்.

"தோட்டத்து வீட்டுத் தாத்தாகிட்டயே எங்களுக்கும் கத்துக்குடுங்கனு கேக்கலாமாடா?" என்று திடீரெனக் கேட்டான் தம்பி. அவன் அப்படிக் கேட்பான் என்பதையே என்னால் நம்பமுடியவில்லை. அவனை ஆச்சரியத்துடன் பார்த்தபடி "அதுக்குலாம் சம்பளம் குடுக்கணும் தெரியுமா?" என்றேன். கொஞ்சம் கூட யோசிக்காமல் தம்பி "நாம குடுக்கற கீரைக்கு காசி வேணாம்னு சொல்லிட்டா..?" என்று இழுத்தான். அவன் வேகத்தைப் பார்த்து நான் சற்றே அஞ்சினேன். "அவ்ளோதான். அம்மாவும் அப்பாவும் எறவாணத்துல தலகீழா கட்டி தொங்க உட்டு தோல உரிச்சிடுவாங்க..." என்று அவசரமாகச் சொன்னேன். அடிக்கடி அப்படி அவநம்பிக்கையாகப்

பேசிக்கொண்டாலும் எங்கள் முயற்சிகளை நாங்கள் ஒருபோதும் கைவிட்டதில்லை.

பள்ளிக்கூடம் விட்டுத் திரும்பியதும் தினமும் தெருக்குழாயிலிருந்து ஆறேழு குடங்கள் தண்ணீர் எடுத்து வந்து கீரைப்பாத்திகள் நன்றாக நனையும்படி ஊற்றவேண்டும் என்பது அம்மாவின் கட்டளை. அவர் வீட்டில் இருக்கும்போதும் சரி, இல்லாதபோதும் சரி, அந்த வேலையை நான்தான் செய்யவேண்டும். வழக்கமான அந்த வேலை முடிந்த பிறகு நானும் தம்பியும் கம்பிக்கருவியை வைத்துக்கொண்டு மாற்றி மாற்றி மீட்டிப் பழகிக்கொண்டிருந்தோம்.

படல் திறக்கப்படும் சத்தம் கேட்டு நிமிர்ந்து பார்த்தபோது அத்தை உள்ளே வருவது தெரிந்தது. கசங்கிப் போன புடவையில் மெலிந்த தோற்றத்துடன் அத்தையைப் பார்க்கவே பாவமாக இருந்தது. "வா அத்த" என்று தம்பி அவரைப் பார்த்துச் சிரித்தான். "என்னாடா மருமவனுங்களா, பள்டம் போய்ட்டு வந்துட்டிங்களா?" என்றபடி அத்தை தரையில் கைகளை ஊன்றியபடி சுவரோடு ஒட்டிக்கொண்டு உட்கார்ந்தார். அப்போதுதான் அவர் கண்களைப் பார்த்தேன். மிகவும் பெரிய கண்கள். சோர்வில் உள்ளொடுங்கிக் காணப்பட்டன.

"அம்மா எங்கடா?" என்று கேட்டார் அத்தை. "கோலியனூருல ஏதோ ஒரு சாவு. போய்ட்டு வரம்னு போயிருக்காங்க. வர நேரம்தான் அத்த" என்றேன் நான். "அப்ப மருமவனுங்கதான் ஊட்டுக்குக் காவலா?" என்று சோர்வை மறந்து சிரித்தார் அத்தை. ஒருகணம் நாக்கை நீட்டி உதடுகளை ஈரப்படுத்தியபடி "உள்ள போயி சோறு இருக்கான்னு பாக்கறியா?" என்று கேட்டார். "ரொம்ப பசிக்குதுடா. ஒரு ஊடு நெருப்பு புடிச்சி எரியறமாதிரி கொடல் எரியுது. ஐயோ தாங்க முடியலையே" என்றபடி தலையை அசைத்தார். நான் வேகமாக சமையலறைக்குள் சென்று தேடிப் பார்த்தேன். எல்லாப் பாத்திரங்களும் கவிழ்ந்திருந்தன. அத்தையிடம் திரும்பி "ஒன்னுமே இல்ல அத்த" என்று தயங்கித்தயங்கிச் சொன்னேன்.

நாலைந்து முறை பெருமூச்சு வாங்கிய பிறகு தொண்டையை செருமியவாறு "ஒரு தம்ளர் தண்ணி எடுத்தாறியா?" என்றார் அத்தை. மீண்டும் சமையலறைக்கு ஓடிச் சென்று தம்ளருடன் திரும்பினேன். அத்தை அதை வாங்கி மெதுவாக நாலைந்து மிடறுகள் குடித்தார். "சமுத்திரத்தயே குடிச்சாலும் இந்த நெருப்ப நிறுத்த முடியாதுடா..." என்றபடி சில கணங்கள் கண்களை மூடினார். மெலிந்த கழுத்தில் தொண்டைக்குழி ஏறிஏறி இறங்கியது. வாய்

விளிம்பிலிருந்து வழிந்த தண்ணீர் கோடாக இறங்கி அந்தக் குழியில் நின்றது.

"அத்த, கெழங்கு வாங்கியாறேன், துன்றியா?" என்று அத்தையைப் பார்த்து வேகமாகக் கேட்டான் தம்பி. அத்தை அவன் பக்கம் திரும்பி புன்னகையோடு "காசி?" என்று கேட்டார். "அதெல்லாம் ஒனக்கு எதுக்கு அத்த? நீ துன்றியா, அத மட்டும் சொல்லு?" என்று விரலை நீட்டி கறாராகக் கேட்டான் தம்பி. அப்படி அவன் பேசுவான் என்று நான் எதிர்பார்க்கவே இல்லை. "கோயில் வாசல்ல பன்னீரு ஆயா வேச்ச கெழங்கு விக்கறாங்க. நீ ம்னு சொன்னா ஒரே ஓட்டத்துல ஓடி போயி வாங்கியாந்துருவன்" என்றான் அவன். அத்தை அந்த விரலை எட்டிப் பிடித்து தன்னை நோக்கி இழுத்து உதட்டில் வைத்து முத்தமிட்டார் அப்போது அவர் கண்கள் தளும்பின. தம்பி தொடர்ந்து "பள்டம் போவும்போது வாங்கித் துன்ன அம்மா குடுக்கற காசில சேத்து வச்சிருக்கன் அத்த" என்றான் அவன். அத்தை அவன் விரலை விடுவித்தபடி தலையை அசைத்தார். நான் சிலைபோல நின்றிருக்கும் போதே அவன் வாசல் படலைத் திறந்துகொண்டு வெளியே ஓடிவிட்டான். அவன் என்னை அழைக்காமலேயே வெளியேறியதைப் பார்க்க ஏமாற்றமாக இருந்தது.

அத்தை என் கையிலிருக்கும் கம்பிக்கருவியைப் பார்த்து "என்னாடா இது?" என்று கேட்டபடி அதை வாங்கித் தொட்டுத் தடவினார். தோட்டத்து வீட்டில் நாங்கள் வீணையிசையைக் கேட்டதிலிருந்து தொடங்கி மீட்டத் தெரியாத எங்கள் தோல்விக்கதை வரைக்கும் சொல்லி முடித்தேன். அவர் பார்வை என் மீதே பதிந்திருந்தது என்றாலும் என் சொற்கள் அத்தையின் மனத்தை அடைந்ததா என்பதை என்னால் உறுதியாகச் சொல்லமுடியவில்லை.

அகலமான ஒரு தேக்கு இலையில் வைத்து மடித்து எடுத்து வந்த கிழங்குப் பொட்டலத்தை அத்தையின் முன்னால் வைத்தான். உருண்டு திரண்ட ஆறேழு கிழங்குத் துண்டுகள். சின்னச்சின்னதாக உடைக்கப்பட்ட வெல்லத்துண்டுகள். வெடித்த தோலுக்கு நடுவில் உரித்த வாழைத்தண்டுபோல வெள்ளை வெளேரென கிழங்கு வெளுத்திருந்தது. "துன்னு அத்த" என்றபடி ஒரு கிழங்கை எடுத்து உரித்து அத்தையிடம் கொடுத்தான் தம்பி. "நீங்களும் எடுத்துக்குங்கடா" என எங்களிடம் சொல்லிக்கொண்டே அதை வாங்கி வாய்க்குள் வைத்து மென்று விழுங்கினார் அத்தை. "மொதல்ல நீ சாப்புடு" என்றபடி ஒன்றையடுத்து ஒன்றாக உரித்துக் கொடுத்தபடி இருந்தான்

தம்பி. அவர் சாப்பிட்ட வேகத்தைப் பார்க்க ஆச்சரியமாக இருந்தது. எல்லாவற்றையும் தின்று முடித்து தண்ணீர் பருகிய பிறகுதான் அத்தையின் முகத்தில் சற்றே தெளிவு படிந்தது.

“போன உயிர புடிச்சி நிறுத்திட்டடா மருமவனே” என்றபடி தம்பியைப் பார்த்து சிரித்தார் அத்தை. “சும்மா வெளயாடாத அத்த” என்று சிணுங்கியபடி, அவருக்கு பக்கத்தில் இருந்த கம்பிக்கருவியைக் காட்டி “இதுல விதம்விதமான ராகம்லாம் வரும், ஒங்களுக்குத் தெரிமா?” என்று பேச்சைத் திசைதிருப்பினான் அவன். நான் சொன்னதையெல்லாம் அவன் மறுபடியும் அத்தையிடம் சொன்னான்.

அத்தை அந்தக் கருவியை எடுத்து விரல்களால் தடவிப் பார்த்தார். “யாருடா வாங்கி குடுத்தாங்க?” என்று கேட்டபடி இரு பக்கங்களிலும் இருந்த திருகாணிகளை இறுக்கமாக முடுக்கினார். “வீராம்பட்டணத்திலேருந்து அம்மா வாங்கியாந்தாங்க...” என்று பதில் சொன்னேன். அத்தை ஒவ்வொரு கம்பியிலும் விரலால் மீட்டினார். ஒரு குருவி சிறகசைத்தபடி பறந்துபோய் திரும்புவதுபோல இருந்தது. அப்படி ஒரு இசை அந்தக் கருவியிலிருந்து வரும் என்பதையே எங்களால் நம்பமுடியவில்லை. கிட்டத்தட்ட தோட்டத்து வீட்டில் நாங்கள் தினமும் கேட்கும் வீணையின் இசைக்கு நிகரானதென்றே சொல்லிவிடலாம்.

“என்ன பாட்டுடா வேணும்?” என்று தம்பியிடம் கேட்டார் அத்தை. ஆச்சரியத்தோடு அவன் “கங்கைக்கரைத்தோட்டம் அத்தை” என்றான். தொடர்ந்து “ஒங்களுக்கு பாட்டு தெரிமா அத்த?” என்று கேட்டான். அவனை ஒருகணம் நிமிர்ந்து பார்த்த அத்தை “பாடப் போறியா? சரி, பாடு” என்றார். அதற்காகவே தயாராக இருந்தவனைப்போல அவன் உடனடியாகப் பாடத் தொடங்கினான்.

முதல் பகுதியை முழுதும் பாடிவிட்டு இரண்டாவது பகுதிக்கு அவன் செல்ல முனைந்தபோது, சைகை செய்து அவனை நிறுத்திய அத்தை, அந்த முதல் பகுதியை இசைக்கோவையாக கம்பிகளை மீட்டி ஒலிக்கவைத்தார். எங்கள் காதுகளையே நம்பமுடியவில்லை. எங்கள் உடல் புல்லரித்தது. நானும் தம்பியும் கைகளைத் தட்டியபடி எகிறிஎகிறிக் குதித்தோம். அடுத்த பகுதி, அதற்கடுத்த பகுதி என பாட்டு முழுதையும் தம்பி பாட, அதைத் தொடர்ந்து அத்தையும் பிசிறில்லாத தாளத்தில் அந்த இசைக்கோவையை வாசித்துக் காட்டினார்.

"இதயெல்லாம் எப்படி அத்த நீங்க கத்துகிட்டிங்க?" அத்தையின் தோளைத் தொட்டபடி தயங்கித்தயங்கிக் கேட்டான் தம்பி. அத்தையின் முகம் ஒரு சோகமான புன்னகையை வெளிப்படுத்தியது.

கைகளை தரையில் அழுத்தமாக ஊன்றிக்கொண்டு எழுந்து நின்ற அத்தை அடங்கிய குரலில் "அந்தக் கூத்தாடி கமுனாட்டியோட சுத்தனதுல இத கத்துக்கனதுதான் மிச்சம்" என்று சொன்னார். அந்தச் சொற்களை நாங்கள் சரியாக உள்வாங்கிக்கொள்வதற்குள் "தலயெல்லாம் சுத்துதுடா. போய் தூங்கினாத்தான் சரியா இருக்கும். வரட்டுமா?" என்று கேட்டுக்கொண்டே எங்கள் இருவருடைய கைகளையும் ஒருசேரப் பற்றி தன் நெஞ்சோடு ஒருகணம் அழுத்தி வைத்துக்கொண்டார். பிறகு மெதுவாக வாசல் வரைக்கும் நடந்து சென்று, படலைத் திறந்துகொண்டு வெளியே போனார்.

(ஆனந்த விகடன் – 2016)

## கலைமாமணி

ஒரு வகுத்தல் கணக்குக்காக பதின்மூன்றாவது வாய்ப்பாட்டை மனசுக்குள் சொல்லிக்கொண்டிருந்ததால் தெருமூலையில் ஒலித்த தமுக்குச்சத்தம் என் காதில் விழவில்லை. ஆனால் என் தம்பி காதுகொடுத்துக் கேட்டுவிட்டான். மறுகணமே கன்றுக்குட்டிபோல துள்ளியெழுந்து வெளியே பாய்ந்து ஓடினான். "எழு பதிமூணு தொண்ணத்தொன்னு, எட்டு பதிமூணு..." என்று மனத்துக்குள் முணுமுணுத்தபடியே அவன் பக்கமாகத் திரும்புவதற்குள் அவன் ஒரு குட்டிமுயலின் வேகத்துடன் வேலிப்படலைத் தாண்டியிருந்தான். எதுவுமே புரியாமல் நோட்டை அப்படியே கவிழ்த்துவைத்துவிட்டு நானும் "இருடா ராமு, நானும் வரேன்டா" என்றபடி அவனுக்குப் பின்னால் ஓடத் தொடங்கினேன்.

தமுக்குத்தாத்தாவின் முன்னால் அவன் பறந்து சென்று நிற்பதைப் பார்த்ததுமே எனக்கு விஷயம் புரிந்துவிட்டது. தாத்தா குச்சிகளால் தமுக்கைத் தட்டித்தட்டி எழுப்பிய ஓசையால் அந்த இடமே அதிர்ந்துகொண்டிருந்தது. நான் ஓட்டமாக ஓடி தம்பியின் தோளைப் பிடித்தபடி மூச்சு வாங்கிக்கொண்டு நின்றேன். ஒரே நிமிடத்தில் சிறுவர் சிறுமிகளின் கூட்டம் தாத்தாவைச் சுற்றி சேர்ந்துவிட்டது. பெரியவர்கள் அந்தந்த வீட்டு வாசல்களில் நின்றபடி எங்களைப் பார்த்தார்கள்.

"இன்னைக்கு ராத்திரி பத்து மணிக்கு திரௌபதை அம்மன் கோயில் திடல்ல அக்கம்பக்கம் பதினெட்டு பாளையத்திலும்

பேர் பெற்ற அமுதகான சிகாமணி, கூத்துச் சக்கரவர்த்தி சிறுவந்தாடு ராமலிங்க வாத்தியாருடைய குழு அபிமன்யு வதம் என்கிற கூத்து நிகழ்ச்சியை நடத்த இருக்கிறாங்க. தெரு ஜனங்க எல்லாரும் குடும்பத்தோடு வந்து கண்டு களிக்கணும்...”

ஒவ்வொரு வாக்கியத்தையும் ராகம் போட்டு அவர் இழுத்து இழுத்து சொல்ல, நாங்களும் அவரைத் தொடர்ந்து அதே ராகத்தில் சத்தம் போட்டுச் சொன்னோம். கண்டு களிக்கணும் என்று அவர் ஒருமுறை சொன்னதை நாங்கள் மூன்றுமுறை திருப்பித்திருப்பிச் சொல்லிவிட்டு குதித்தோம். எங்களை உற்சாகப்படுத்துவதற்காகவே தாத்தா தொடர்ந்து தமுக்கடித்து ஓசையெழுப்பினார். கண்களைச் சிமிட்டியபடி அவர் தோளைக் குலுக்கியும் தலையைத் திருப்பியும் தமுக்கை அடித்த ஒவ்வொரு முறையும் எங்கள் உடலில் ரத்த ஓட்டத்தின் வேகம் பெருகியது. எங்கள் உடல்நரம்புகளில் பரவிய துடிப்பை எங்களால் தடுக்கவே முடியவில்லை. எங்கள் இடுப்பில் இல்லாத தமுக்கை அடிப்பதுபோல அபிநயித்தபடி நாங்களும் சத்தம் போட்டுக்கொண்டே அவருக்குப் பின்னால் போனோம்.

வேலை முடிந்து அப்பா வீட்டுக்கு வரும் சமயத்துக்காக காத்திருந்து, அவர் வந்ததுமே நானும் தம்பியும் ஓடிச் சென்று ஆளுக்கொரு பக்கமாக நின்று அவரிடம் அபிமன்யு வதம் அறிவிப்பைப்பற்றிச் சொன்னோம். எங்கள் அப்பா ராமலிங்கம் வாத்தியாரின் ரசிகர். அவருடைய கூத்து நடைபெறும் ஊர்களுக்கெல்லாம் சிரமத்தைப் பாராமல் சென்று பார்த்துவிட்டு வரும் பழக்கமுள்ளவர். அவரைப்பற்றி பேசத் தொடங்கினால் அப்பாவுக்கு நிறுத்தவே மனம் வராது. “பெரிய தெறமசாலியான கலைஞன். கண்ண மூடிகினு கடவுள் தூவன வெத மாரி இந்த கிராமத்துல வந்து பொறந்துட்டாரு. வேற ஊரா இருந்தா அவருக்கு கிடைச்சிருக்கக்கூடிய மரியாதை, கௌரவமே வேறமாரி இருந்திருக்கும்” என்று சொல்லிவிட்டு நாக்கைச் சப்புக்கொட்டியபடி எங்களைப் பார்த்து சிரிப்பார்.

“ஊரு ஒலகத்துக்கு தெரியறமாரி ஐயாவுக்கு ஏதாச்சிம் செய்யணும்” என்று எப்போதும் சொல்லிக்கொண்டே இருந்த அப்பா ஆறு ஆண்டுகளுக்கு முன்பு ராமலிங்கம் வாத்தியாரைப்பற்றி ஒரு பெரிய கட்டுரையை எழுதி ஒரு பத்திரிகைக்கு அனுப்பினார். இரண்டு மூன்று வார இடைவெளியிலேயே அந்தக் கட்டுரை பிரசுரத்துக்கு ஏற்றுக்கொள்ளப்பட்டதாக தகவல் வந்தது. அடுத்த வாரம் அந்தக் கட்டுரையோடு வெளியிட அவரைப் படம்

எடுப்பதற்காக பத்திரிகை ஆபீஸிலிருந்து ஒரு கேமிராமேன் வந்திருந்தார். வாத்தியாரை பல இடங்களில் பல கோணங்களில் நிற்கவைத்து படம் எடுத்துக்கொண்டு சென்றார் அவர். கட்டுரை பிரசுரமானபோது இடையிடையே அந்தப் படங்கள் இடம்பெற்றிருந்தன. அன்று ஊர்முழுக்க வாத்தியாரைப்பற்றிய பேச்சாகவே இருந்தது. “கூத்தாடிக்கு வந்த வாழ்வ பாத்தீங்களாடா” என்று சொல்லி சிரித்தவர்களும் இருந்தார்கள்.

“எனக்கு ஒரு பெரிய கௌரவத்த தேடிக் குடுத்துட்ட பலராமா” என்று வீட்டுக்கே வந்து வாத்தியார் நெகிழ்ச்சியோடு அப்பாவிடம் சொன்னபோது நான் அவரையே பார்த்துக்கொண்டிருந்தேன். “இதெல்லாம் நமக்கு நடக்காதுனு நெனச்சிட்டிருந்தேன் பலராமா” என்றபோது அவர் கண்கள் தளும்பியிருந்தன. இரண்டு மணி நேரத்துக்கும் மேலாக பேசியிருந்துவிட்டு புறப்படுகிற சமயத்தில் “எங்க ஊட்டு ஜனங்க எல்லாருக்குமே என்னக் கண்டா எப்பவும் ஒரு எளக்காரம்தான். என் ஊட்டுக்காரிக்குக் கூட என்னமோ இந்த ஆளு ஆத்தமாட்டாம இந்தத் தொழில பண்ணிட்டு கெடக்கறான்ங்கற நெனப்பு உண்டு. பத்திரிகையில படம் வந்தபிறகுதான் என்னமோ இருக்குதுடா இதுலனு யோசிக்கறானுவோ” என்றார். அப்பா உடனே “இதுபோல நூறு மடங்கு கௌரவத்துக்கு நீங்க தகுதியானவரு ஐயா. அது எல்லாம் உங்களுக்கு கிடைக்கணும்ங்கறதுதான் என் ஆசை. உங்களுக்கு கிடைக்கிற பெருமை இந்த ஊருக்கே கிடைக்கிற பெருமை. என்னால முடிஞ்சவரைக்கும் முயற்சி செய்வேன்” என்று சொன்னார்.

வாத்தியாருடைய கூத்துகளைப்பற்றி அப்பா எழுதி வைத்த குறிப்புகள் அலமாரியில் ஏராளமாக இருந்தன. கட்டுரை எழுதும்போது இந்தக் குறிப்புகளைத்தான் அவர் பயன்படுத்திக்கொள்வார். சீரான இடைவெளிகளில் அவை பலவிதமான பத்திரிகைகளில் பிரசுரமாகிக்கொண்டிருந்தன. அவரோடு சேர்ந்து கூத்துகளைப் பார்த்துப்பார்த்து எங்களுக்கும் கூத்து மீது ஆர்வம் பிறந்தது. கூத்துகளைப் பார்த்துப்பார்த்து சில பாடல் வரிகளையும் வசனங்களையும் கூட நாங்கள் மனப்பாடம் செய்துவைத்திருந்தோம்.

ஞாயிறு காலை நேரத்தில் அப்பா எங்களுக்கு எண்ணெய் தேய்த்துவிடும்போதெல்லாம் எங்கள் வாய் கூத்துப்பாடல்களை ஓயாமல் முழங்கியபடி இருக்கும். வெந்நீரைக் காய்ச்சுவதற்காக அடுப்பின் முன்னால் உட்கார்ந்து மிளார்களை ஒன்றையடுத்து

ஒன்றாக அப்பா நெருப்புக்குள் தள்ளத் தொடங்கியதும் அவருடைய ஒருபக்கத் தோளோடு சாய்ந்தபடி நான் அர்ஜுனன் சபதமிடும் பாடல்வரியை நெஞ்சை நிமிர்த்திக்கொண்டு சொல்வேன். அடுத்த கணமே என் தம்பி அப்பாவின் இன்னொரு பக்கத் தோளில் சாய்ந்தபடி பீமன் யானைபோல கர்ஜித்துவிட்டுப் பாடும் பாடல்வரியைப் பாடுவான். பாடல்களாலும் வசனங்களாலும் அப்பாவை மகிழ்ச்சியில் திளைக்கவைப்போம். "இந்த பாட்டு வசனங்களுக்குலாம் ஒரு கொறைச்சலும் இல்ல. வாய்ப்பாட்ட சொல்லுங்கடானாதான் நம்ம புள்ளைங்களுக்கு நோப்பாளமா இருக்குது" என்று அம்மாதான் முணுமுணுத்தபடி இருப்பாள்.

பலவிதமான கலைஞர்களுக்கு அரசாங்கத்தின் சார்பாக கலைமாமணி விருது வழங்கும் நிகழ்ச்சிபற்றிய செய்தியை ஒருநாள் தற்செயலாக பத்திரிகையில் படித்தார் அப்பா. அந்தப் பட்டியலில் எங்களுக்குப் பிடித்த ஒரு நகைச்சுவை நடிகரும் இருந்தார். நானும் தம்பியும் அந்த நடிகரைப்பற்றி உற்சாகமாகப் பேசிக்கொண்டிருந்தோம். திடீரென அப்பா எங்களைப் பார்த்து, "இப்படி ஒரு விருது நம்ம கூத்து வாத்தியாருக்கு கிடைச்சா எப்படிடா இருக்கும்?" என்று கேட்டார். எங்களுக்கு அந்தக் கேள்வியின் ஆழம் புரியாததால் அவரைக் குழப்பத்துடன் பார்த்தோம். "பிரபல கூத்துகலைஞர் சிறுவந்தாடு ராமலிங்கம் வாத்தியாருக்கு தமிழக அரசு வழங்கும் கலைமாமணி விருதுன்னு பத்திரிகையில கொட்டை எழுத்துல செய்தி வந்தா நம்ம ஊருக்கே பெருமையா இருக்கும், இல்லயா?" என்று மற்றொரு கேள்வியையும் கேட்டார். செய்தியை சத்தம் போட்டு படிக்கிறமாதிரி அவர் குரல் அப்போது இருந்தது. நாங்கள் பதில் சொல்லாமல் அவரையே பார்த்தோம். அவர் மட்டற்ற உற்சாகத்துடன் இருப்பதுபோலத் தோன்றியது.

"செல்வி, செல்வி..." என்று தோட்டத்தில் செடிகளுக்கு பூவாளியில் தண்ணீர் பாய்ச்சிக்கொண்டிருந்த அம்மாவை உடனே அழைத்து அதே கேள்வியை மீண்டும் கேட்டார். அம்மா அமைதியாக "பெருமையாதான் இருக்கும். ஆனா ஒரு விருதை வாங்கிக் கொடுக்கிற அளவுக்கு உங்களுக்கு அரசாங்கத்துல செல்வாக்கு இருக்குதா?" என்று கேட்டாள். அந்தப் பதிலைக் கேட்டபிறகு ஒருகணம் யோசனையில் மூழ்கியிருந்தார் அப்பா. பிறகு "செல்வாக்கு இருக்குதோ இல்லியோ, நம்மால முடிஞ்ச அளவுக்கு முட்டிப் பார்க்கறதுல என்ன தப்பு இருக்குது?" என்று சொன்னபடி அம்மாவின் பக்கம் திரும்பினார். அம்மாவின்

கண்கள் அவரையே அசைவில்லாமல் உற்று நோக்கின. பிறகு "முட்டுங்க, முட்டுங்க. முட்டறத யாரும் வேணாம்ன்னு சொல்லல. தலையை உடைச்சிக்காம பக்குவமா முட்டணும். அவ்ளோதான்" என்று சொன்னபடியே தோட்டத்துக்குப் போய்விட்டாள். ஐயாவை கலைமாமணி விருதுக்குரிய கலைஞனாக முன்வைப்பதை அன்றுமுதல் அப்பா தன்னுடைய லட்சியமாக நினைத்துக்கொண்டார்.

முழு ஆண்டுத் தேர்வு முடிந்து ஒருநாள் நாங்கள் அனைவரும் வீட்டில் இருந்தோம். அப்பாவோடு விளையாட்டாக கதை பேசிக்கொண்டே தாங்கிகளில் இருந்த புத்தகங்களையெல்லாம் எடுத்துத் துடைத்து வேறொரு இடத்தில் வைத்தோம். பிறகு அறையைச் சுத்தம் செய்துவிட்டு தாங்கிகளில் புதிய விரிப்புகளை மடித்து விரித்துவிட்டு, துடைத்த புத்தகங்களையெல்லாம் கொண்டுவந்து அடுக்கிவைத்தோம். ராமலிங்கம் வாத்தியார் பற்றி அப்பா ஏற்கனவே எழுதிவைத்திருந்த கட்டுரை நோட்டுகளை அந்தக் குவியலிலிருந்து தனியே எடுத்துவைத்தார் அப்பா. அவற்றை கடையில் கொடுத்து இன்னொரு பிரதியெடுத்து சிறிய அளவில் புத்தகம்போல ஒரு கோப்பை உருவாக்கினார்.

ஒருநாள் சென்னை செல்லும் ரயிலுக்காக விழுப்புரம் ஸ்டேஷனில் நாங்கள் காத்திருந்த சமயத்தில் விழுப்புரத்து ராஜாங்கம் மாமாவும் அந்த ரயிலில் ஏறுவதற்காக வந்திருந்தார். அவரை வழியனுப்பிவைக்க அவர் கட்சியைச் சேர்ந்த ஒரு பெருங்கூட்டமே அவருக்குப் பின்னால் நின்றிருந்தது. அவர் அப்பாவைப் பார்த்ததும் "என்ன மச்சான், குழந்தைப்பட்டாளத்தோடு எங்க கௌம்பிட்டிங்க?" என்று கேட்டார். "லீவ் நாளாச்சே, வண்டலூரு வரைக்கும் போயி பசங்களுக்கு ஜூவ காட்டிட்டு வரலாம்னு கௌம்பினோம்" என்றார் அப்பா. பேச்சோடு பேச்சாக கலைமாமணி விருது தொடர்பாக சட்ட மன்ற உறுப்பினரைச் சந்திக்க உதவி செய்யும்படி அப்பா அவரிடம் கேட்டுக்கொண்டார். "உங்களுக்கு இல்லாத உதவியா மச்சான். அடுத்த ஞாயித்துக்கெழம நம்ம வீட்டுக்கு வந்துருங்க. ரெண்டு பேருமா சேர்ந்து போய் பாத்துட்டு வந்துருவோம்" என்றார்.

மாமாவின் நம்பிக்கையூட்டும் பேச்சைக் கேட்டு தன் கனவு நனவாகிவிட்டதைப்போலவே நினைத்தார் அப்பா. அடுத்த வாரம் அவர் கிளம்பியபோது அவர் அழைக்காமலேயே நாங்களும் தயாராகி வாசலில் வண்டிக்கருகில் நின்றோம். "நீங்க எதுக்குடா?" என்று அப்பா முதலில் தயங்கினார். ஆனால்

"மாமா ஊட்டுல நாலஞ்சி முயல்குட்டிங்க இருக்குதுங்கப்பா. ஒவ்வொன்னும் பஞ்சுமூட்டயாட்டம் மெத்துமெத்துனு இருக்கும்பா. அதுங்கள பாக்க ஆசையா இருக்குதுப்பா" என்று நாங்கள் சொன்னதைக் கேட்ட பிறகு அவர் சம்மதித்துவிட்டார். டிவிஎஸ் வண்டியிலேயே மாமாவைப் பார்க்க விழுப்புரத்துக்குப் போனோம். அவர் வீட்டில் ஒரு மணி நேரம் கழித்த பிறகு எல்லோருமாக சட்டமன்ற உறுப்பினரின் வீட்டுக்குச் சென்றோம்.

அவர் வீடு மிகப்பெரிதாக இருந்தது. பெரிய சுற்றுச்சுவர். வாகனங்களை நிறுத்தும் வசதியோடு கூடிய பெரிய வளாகம். அதையடுத்து சின்ன தோட்டம். அதையொட்டி உயர்ந்து நீண்ட படிகளில் ஏறி அவர் வீட்டுக்குள் சென்றோம். பழகியவர்போல அந்த வீட்டில் மாமா நடந்து செல்வதைப் பார்க்க ஆச்சரியமாக இருந்தது. வாசலில் நின்றிருந்தவர்கள் அவருக்கு வணக்கம் வைத்தார்கள். "ஐயா வணக்கம்" என்று கதவுக்கு மறுபுறத்தில் நின்றபடி அழைத்தவாறே உள்ளே நுழைந்தார் மாமா. தலைமுடிக்குச் சாயமேற்றிவிட்டு உலர்வதற்காக கூடத்தில் உட்கார்ந்து தொலைக்காட்சி பார்த்துக்கொண்டிருந்த சட்டமன்ற உறுப்பினர் "வாய்யா சங்கரலிங்கம். எப்படி இருக்க?" என்று புன்னகைத்தபடி முகத்தைத் திருப்பினார். மிகப்பெரிய துண்டால் தன் உடலை அவர் போர்த்தியிருந்தார். அப்பாவின் வணக்கத்துக்கு பதில்வணக்கம் சொன்னபடியே "சங்கரலிங்கம் போன்லயே ஒங்களபத்தி சொன்னாரு. நீங்க சொல்லுங்க தம்பி, எந்த மாதிரி விஷயத்துக்கு என் உதவி தேவைப்படுது?" என்று நேராகவே விஷயத்துக்கு வந்துவிட்டார் அவர்.

அப்பா தொண்டையைச் செருமியபடி மாமாவை ஓரக்கண்ணால் ஒருமுறை பார்த்துவிட்டு, "ஐயாவுக்கு தெரியாதது ஒன்னுமில்ல. தமிழ்நாட்டுல தெருக்கூத்து ஆடக்கூடிய மாவட்டங்கள்ள நம்ம மாவட்டத்துக்கு ஒரு பெரிய வரலாறே இருக்குது. ஆனால், இதுவரைக்கும் நம்ம பக்கத்து கூத்துக்காரங்க யாருக்குமே பெரிய கௌரவம் கிடைச்சதில்லிங்க. இப்ப வாழக்கூடிய தலைமுறையில ராமலிங்கம் வாத்தியார் ரொம்ப முக்கியமான ஆளு. அவருக்கு ஒரு கலைமாமணி விருதாவது கிடைக்கணும். அது உங்க மூலமா நடந்தா ரொம்ப சந்தோஷமா இருக்கும்" என்றார் அப்பா.

"அது யாரு ராமலிங்கம் வாத்தியார்? எந்த ஊருக்காரரர்? எனக்கு தெரியலையே?" என்று இழுத்தார் சட்டமன்ற உறுப்பினர்.

“நம்ம பக்கம்தான். சிறுவந்தாட்டுக்காரர். ரொம்ப பெரிய கலைஞர். கர்நாடகத்துலயோ கேரளத்திலயோ இவரு பிறந்திருந்தாருன்னா, இந்நேரத்துக்கு அவர் பத்மஸ்ரீ விருதோ பத்மபூஷன் விருதோ கூட கிடைச்சிருக்கும். அந்த அளவுக்கு கூத்துக்கலைக்கு பெருமையை சேர்த்தவரு. தான் உண்டு தன் வேலை உண்டுனு எங்கயோ ஒரு மூலையில ஒதுங்கி கெடக்கறாரு. அவருக்கு ஒரு கலைமாமணி விருதாவது கெடைக்கணும். உங்களமாதிரி பெரியவங்கதான் அதுக்கு பரிந்துரை செஞ்சி அரசாங்கத்துக்கு எடுத்துச் சொல்லணும்.”

சொல்லவேண்டியதை சுருக்கமாகச் சொல்லிவிட்டு கையோடு எடுத்துச் சென்ற கோப்பை அவரிடம் கொடுத்தார்.

“உங்களுக்கு சொந்தமா?”

“அதெல்லாம் ஒரு பந்தமும் கெடயாது. அவர் கலைஞர். நான் ரசிகன். அவ்ளோதான் ஐயா”

அப்பாவை ஒருகணம் உற்றுப் பார்த்துவிட்டு கோப்பின் பக்கங்களை ஒவ்வொன்றாகப் புரட்டினார். ஒருசில நிமிடங்கள் மௌனத்தில் கரைந்தன. ஒரு மின்னல்போல வெளிச்சம் அவர் கண்களில் ஒளிர்ந்து மறைந்தது. “இந்த மாதிரி திறமையான ஆட்களை கௌரவிக்க வேண்டியது நம்முடைய கடமை தம்பி. நம்ம தொகுதி ஆள் ஒருத்தருக்கு கலைமாமணி விருதுன்னா, நீங்க சொல்றாப்புல அதுல எனக்கும்தான பெருமை. நிச்சயமா இதுக்கு நான் ஏற்பாடு செய்றேன் தம்பி” என்று முகம் மலரச் சொன்னார். மடித்த கோப்பை ஒரு கையில் பிடித்தபடி மற்றொரு கைவிரலால் தன் நெஞ்சைத் தொட்டு அவர் சொன்னதைப் பார்த்து அப்பா மிகவும் நெகிழ்ந்துபோனார். அப்பாவுக்கு பேச்சே வரவில்லை. ஒரு சொல் கூட எழாமல் அசையாமல் நின்றார். “கவலையே படாதீங்க. வர வருஷம் அனௌன்ஸ் பண்ணப் போற லிஸ்ட்ல இவர் பேரு கண்டிப்பா இருக்கும். அதுக்கு நான் உத்தரவாதம்” என மறுபடியும் தன் நெஞ்சைத் தொட்டுச் சொன்னார் அவர். “ரொம்ப நன்றிங்க ஐயா, இதுக்கு இந்த ஊரே கடமைப்பட்டிருக்குது” என்று சொன்னபடி கைகுவித்து வணங்கினார்.

கலைமாமணி விருது ராமலிங்கம் வாத்தியாருக்கு நிச்சயம் கிடைத்துவிடும் என்னும் நம்பிக்கை அப்பாவின் மனத்தில் உறுதியாக விழுந்துவிட்டது. ஆனால் அம்மாவுக்கு மட்டும் அந்த நம்பிக்கை வரவில்லை. ஜாடைமாடையாக தன் அவநம்பிக்கையை

அப்பாவுக்கு உணர்த்தியபடியே இருந்தார். “ஆமா, உனக்கு வேற வேலையே இல்ல, நான் இடம் போனா, நீ வலம் போவே. நான் வலம் போனா நீ இடம் போவே. அதான என்னைக்கும் நம்ம ஊட்டுல நடக்குது” என்று முனகியபடி சலித்துக்கொண்டார் அப்பா. தனக்கு நெருக்கமான நண்பர்களிடமெல்லாம் அப்பா அச்செய்தியை ரகசியமாகப் பரப்பிக்கொண்டிருக்கிறார் என்னும் செய்தி கிடைத்ததும் அம்மா சற்றே பதற்றம் கொண்டார். “நாளைக்கு வரபோற பட்டியல்ல அவர் பேரு இல்லைனு வச்சிக்குங்க, அப்ப இந்த ஆளுங்கள்ளாம் உங்கள பாத்து சிரிக்க மாட்டாங்களா?” என்று மெதுவாகக் கேட்டார். “அப்படிலாம் ஆகாது செல்வி” என்று அம்மாவை அமைதிப்படுத்த முயற்சி செய்தார் அப்பா. “இங்க பாருங்க. கோழி முட்டைங்கள அவையத்துக்கு வைக்கிறமாதிரிதான் இந்த விருதுக்கு ஆள எடுக்கிற விவகாரம். ஒன்னு ரெண்டுதான் குஞ்சு பொரிக்கும். மத்ததுலாம் கூழைமுட்டைதான். மொதல்ல அத புரிஞ்சிக்குங்க” என்று சொல்லிவிட்டுச் சென்றார்.

பத்து நாட்கள் கழித்து விருதுப் பட்டியல் அறிவிக்கப்பட்டபோது ராமலிங்கம் வாத்தியாரின் பெயர் அதில் இல்லை. அப்பா அதிர்ச்சியில் இடிந்துபோய் உட்கார்ந்துவிட்டார். வெளியே செல்லவே கூச்சப்பட்டுக்கொண்டு அலுவலகத்துக்கு இரண்டு நாட்கள் விடுப்பெடுத்துக்கொண்டு வீட்டிலேயே முடங்கிக் கிடந்தார். அவரால் அந்த ஏமாற்றத்திலிருந்து எளிதில் மீளமுடியவே இல்லை. “ஆரம்பிக்கும்போதே இந்த கரிவாய்க்காரி வசனம் சொல்லிட்டாளே, அப்பறம் எப்படி உருப்படும்?” என்று அம்மாவை நாள்தோறும் திட்டித் தீர்த்தார்.

ஆறேழு மாதங்களுக்குப் பிறகு தன் சோர்விலிருந்து முற்றிலுமாக மீண்டெழுந்தார் அப்பா. இழுப்பறையில் இருந்த கோப்பை எடுத்து மீண்டும் விரிவுபடுத்தி ஆறேழு பிரதிகள் தயார் செய்தார். மாவட்ட ஆட்சியரையும் முக்கியமான பிற அதிகாரிகளையும் நேரில் சந்தித்து ஆளுக்கொரு பிரதியைக் கொடுத்து பரிந்துரைக்கும்படி கேட்டுக்கொண்டார். அந்த ஆண்டு அறிவிக்கப்பட்ட பட்டியலிலும் அவர் பெயர் இடம்பெறவில்லை. அதற்கடுத்த ஆண்டில் ஒரு பொதுக்குடிமகனின் பரிந்துரை என்கிற அளவில் தன் பெயரிலேயே அந்தக் கோப்பை அரசாங்க அதிகாரியின் பார்வைக்கு நேரடியாக அனுப்பிவைத்தார்.

“இந்த தரமாச்சிம் அரசாங்கம் இந்த விருதை ஐயாவுக்கு அறிவிக்கணும். திறமையின் உச்சமான புள்ளியில ஐயா இருக்கிற

பொருத்தமான நேரம் இது. இப்ப கெடச்சா அவருக்கும் கௌரவம். விருதுக்கும் கௌரவம்.”

பார்க்கிறவர்கள் எல்லாரிடமும் சொல்லிக்கொண்டு திரிந்தார் அப்பா. ஆனால் அந்த ஆண்டு வெளியிடப்பட்ட பட்டியலிலும் ஐயாவின் பெயர் இடம்பெறவில்லை. மனமுடைந்துபோன அப்பா யாரிடமும் பேசாமல் வீட்டுக்குள்ளேயே அடைந்துகிடந்தார். அது அப்பாவின் இயல்பே அல்ல. மிகவும் கலகலப்பானவர். திடீரென அவர் தன் இயல்பை மாற்றிக்கொண்டதும் நாங்கள் நிலைகுலைந்து போனோம். அவரிடம் மெதுவாகப் பேசிப்பேசி அம்மா அவரை இயல்பானவராக்கினாள். நடந்த விஷயங்களையெல்லாம் கேள்விப்பட்டு ராமலிங்கம் வாத்தியாரே ஒருநாள் அப்பாவைத் தேடி வீட்டுக்கு வந்து “ரொம்ப புத்திசாலின்னு ஒன்ன நெனச்சனே பலராமா? நீயா இப்படி நடந்துக்கற?” என்றபடி கைகளைப் பற்றினார்.

“அது...” என்று எதையோ சொல்ல அப்பா இழுத்தார்.

“இங்க பாரு பலராமா, ஒரு கூத்தாடிக்கு அவனுடைய ஆட்டத்த பாத்து ரசிச்சி கைதட்டி பேசக்கூடிய ரசிகர்களுடைய பாராட்டுதான் ரொம்ப பெரிய விருது. அரசாங்க விருதுலாம் ஒரு கணக்கே இல்ல. இன்னைக்கும் நான் ஆடற கூத்த பாக்க ஒவ்வொரு இடத்துலயும் வரக்கூடிய முந்நூறு நானூறு பேருங்க நான் பேசற வசனத்தை காதால கேட்டுட்டு நாள்முழுக்க திருப்பித்திருப்பிப் பேசறாங்க, நான் பாடற பாட்ட பாடறாங்க. இதுக்கும் மிஞ்சிய விருதுன்னு ஒன்னு இந்த உலகத்துல இருக்குதா, சொல்லு.”

அப்பாவின் தோளைத் தொட்டு அமைதிப்படுத்தினார் வாத்தியார். நீண்ட உரையாடலுக்குப் பிறகு அன்று இரவு எங்கள் வீட்டில் அப்பாவோடு சேர்ந்து சாப்பிட்டார் அவர்.

சில மாதங்களுக்குப் பிறகு அப்பா யாரும் எதிர்பார்த்திராத ஒரு செயலைச் செய்தார். அலுவலக விஷயமாகச் சென்னைக்குச் சென்றிருந்த சமயத்தில் வீடியோ கேமிரா மூலம் படமெடுக்கத் தெரிந்த ஒருவரை அழைத்துக்கொண்டு வந்தார். சுற்றுவட்டாரங்களில் ராமலிங்கம் வாத்தியாரின் கூத்து நிகழ்ச்சி நடைபெறும் இடங்களுக்கெல்லாம் அழைத்துச் சென்று, கூத்தின் முக்கிய பகுதிகளைப் படம் பிடித்துக்கொள்ள வழிசெய்தார். அர்ப்பிசம்பாளையத்தில் மயில்ராவணன் கதை. தாதம்பாளையத்தில் விராடபர்வம். சாலையாம்பாளையத்தில் கர்ணமோட்சம். மடுகரையில் அர்ஜுனன் தபசு.

“இன்னும் ஒன் கிறுக்கு போகலையா?” என்று சிரித்தார் ஐயா.

“நீங்க சும்மா இருங்க ஐயா, எந்த காரணத்துக்காகவும் என் லட்சியத்துலேருந்து பின்வாங்க மாட்டேன்” என்று பேசிச் சமாளித்தார் அப்பா.

கூத்து இல்லாத ஒருநாளில் வாத்தியாரை தன் சொந்த வாழ்க்கையைப்பற்றிப் பேசவைத்து படம் பிடிக்கவைத்தார். அப்புறம் ஊர், கோவில், ஏரிக்கரை, குளங்கள், மரங்கள், தெருக்கள், வயல்வெளிகள் என கண்ணில் பட்டதெல்லாம் படமாகின. பிறகு வீடியோகாரரர் சென்னைக்குத் திரும்பிச் சென்றுவிட்டார். எடுத்த காட்சிகளையெல்லாம் வெட்டியும் இணைத்தும் மாற்றியமைத்துக்கொண்டு ஒரு மாதத்துக்குப் பிறகு அவர் திரும்பி வந்து தான் எடுத்த படத்தைப் போட்டுக் காட்டியபோது ஆச்சரியமாக இருந்தது. ஒரு படம் எப்படி உருவாகிறது என்பதை அன்று நாங்கள் நேருக்குநேர் புரிந்துகொண்டோம்.

அந்தக் குறும்படத்தின் பிரதியையும் செம்மைப்படுத்தப்பட்ட கோப்பையும் எடுத்துக்கொண்டு சென்னைக்குச் சென்ற அப்பா யாருடைய உதவியையும் எதிர்பார்க்காமல் அதிகாரியை நேரில் சந்தித்து கொடுத்துவிட்டு வந்தார். அப்படிப்பட்ட தருணங்களில் முன்பெல்லாம் அப்பாவிடம் தென்படக்கூடிய அதீத உற்சாகம் எதுவும் அச்சமயத்தில் காணப்படவில்லை. அனுபவங்கள் அவரைப் பக்குவப்படுத்தியிருந்தன. அந்த ஆண்டின் அறிவிப்புப் பட்டியலிலும் வாத்தியாரின் பெயர் இடம்பெறவில்லை.

வாத்தியாரைப்பற்றி தான் எழுதிய கட்டுரைகளையெல்லாம் தொகுத்து ஒரு பதிப்பகத்தில் கொடுத்து ஒரு புத்தகமாக வெளிவர ஏற்பாடு செய்தார் அப்பா. ‘உளமுருவி நினைவுருவி’ என்னும் அந்தப் புத்தகம் வாத்தியார் துரியோதனனாக வேஷம் கட்டி கூத்தாடிக்கொண்டிருந்த மதகடிப்பட்டு மேடையிலேயே வெளியிடப்பட்டது. ஹார்மோனியக்காரரர் வெளியிட பழூன் வடிவேலு வாத்தியார் வாங்கிக்கொண்டார். கூத்து பார்க்க வந்த கூட்டத்தில் நூற்றுக்கும் மேற்பட்ட புத்தகங்கள் விற்றன.

சாப்பிட்டு முடித்த பிறகு கூடத்தில் உட்கார்ந்து பேசிக்கொண்டிருந்தோம். “வதம்னா என்னப்பா அர்த்தம்?” என்று அப்பாவிடம் கேட்டான் தம்பி. “பத்து பன்னெண்டு பேரு சேந்து ஒரு ஆள சுத்தி நின்னு அடிச்சி கொல்றதுதான் வதம்” என்றார் அப்பா. தம்பியின் கண்களில் ஒரு மிரட்சி பரவி தேங்கி நின்றது. “அபிமன்யுவ எதுக்குப்பா வதம் செய்றாங்க?”

என்று அடுத்த கேள்வியைக் கேட்டான். அப்பா எங்களுக்கு அபிமன்யுவின் கதையை சுருக்கமாகச் சொல்லி முடித்தார். நான் அவர் தோளையொட்டி நின்றிருந்தேன். சக்கரவியூகத்துக்குள் நுழையும் கலையை அறிந்துகொண்டவனுக்கு வெளியேறும் கலை தெரியாததால் எதிரிகளின் தாக்குதலுக்குப் பலியாகி இறந்துபோனதைச் சொல்லும்போது அவர் குரல் மிகவும் தடுமாறியது. "அது மரணமே இல்லடா, அது ஒரு கொலை, கூட்டுக்கொலை" என்று நாக்கு சப்புக்கொட்டியபடி சொன்னார். .

பத்து மணி என்பதன் அடையாளமாக ஒருமுறை மின்சாரம் நின்று சில கணங்களுக்குப் பிறகு வந்தது. "சரி கௌம்பலாமா?" என்று எழுந்தார் அப்பா. திரும்பி "நீ வரலையா செல்வி?" என்று அம்மாவைப் பார்த்துக் கேட்டார். "நீங்க போய்வாங்க சாமிங்களா, அது போதும். எனக்கு கூத்தும் வேணாம். பாட்டும் வேணாம். கண்ணு முழிக்கற வேலைலாம் நம்ம உடம்புக்கு ஒத்து வராது" என்று சிரித்தபடியே சொன்னாள் அம்மா. நாங்கள் வெளியேறியதும் கதவைச் சாத்திக்கொண்டாள்.

திரௌபதை அம்மன் கோவில் திடலில் மின்சார விளக்குகளும் கேஸ் விளக்குகளும் வெளிச்சத்தைப் பொழிந்தபடி இருந்தன. ஏராளமான கூட்டம். வெள்ளைத்திரையை இருவர் பிடித்தபடி இருக்க, பின்பாட்டுக்காரரர்கள் கடவுள் துதிகளைப் பாடிக்கொண்டிருந்தார்கள். ஆட்டத் திடலைத் தாண்டி அப்பா ஆட்டக்காரரர்கள் வேஷம் கட்டும் இடத்துக்குச் சென்று வாத்தியாரைச் சந்தித்தார். வாத்தியார் முதல் வேஷக்காரனுக்கு புஜக்கிரீடைகளைப் பொருத்தி கட்டியபடியே உரையாடினார்.

எங்கள் கன்னங்களைத் தொட்டு செல்லமாகக் கிள்ளியபடியே "அப்பா ரசனை உங்களுக்கும் தொத்திகிச்சாடா பசங்களா?" என்று கேட்டார் ஐயா. யாரும் எதிர்பாராதபடி தம்பி அவரைப் பார்த்து "நீங்கதான் அபிமன்யுவா வேஷம் கட்ட போறீங்களா?" என்று கேட்டான். அவர் சிரித்தபடியே "ஆமாம்" என்று தலையசைத்தார். "அபிமன்யு ரொம்ப சின்ன பையனு அப்பா சொன்னாங்க. நீங்க இவ்ளோ பெரியவரா இருக்கிங்களே" என்று தன் முகவாயில் விரலால் தட்டியபடி கேட்டுவிட்டான். யாருமே அப்படி ஒரு கேள்வியை எதிர்பார்க்கவில்லை. அப்பா "என்னடா கேள்வி இது, வா இங்க" என்று அவனை வேகமாக தனக்கு அருகில் இழுத்தார். "உடு பலராமா, கேட்டுத் தெரிஞ்சிக்கறது நல்லதுதானே" என்று சிரித்தார் வாத்தியார். பிறகு திரும்பி "பெரியவங்க சின்னவங்களா மாறி நடிக்கறதுதான் நடிப்பு" என்று

தம்பியிடம் சொன்னார். "யாராவது அடிக்க வந்தா விடாதீங்க. நீங்கதான் பெரியவராச்சே. தைரியமா திருப்பி அடிங்க" என்று அவரிடம் சொன்னான் தம்பி. "ஐயோ மானத்த வாங்கறானே" என்று அப்பா கூச்சத்தில் நெளிந்தார். வாத்தியார் வாய்விட்டு சிரித்தபடி அவன் தோளில் தட்டிக் கொடுத்தார்.

"இன்னும் ரெண்டுமூணு வாரத்துல விருது அறிவிப்பு வந்துடும் ஐயா. இந்த தரம் கண்டிப்பா உங்க பேர் பட்டியல்ல இருக்கும்" அப்பா சொல்லிக்கொண்டே புறப்படுவதற்கு எழுந்தார்.

"இன்னும் நீ அந்த முயற்சிய விடலையா பலராமா? நீயும் விடாக்கண்டனா இருக்க. அவனுங்களும் கொடாக்கண்டனுங்களா இருக்கானுவோ" என்று சிரித்தார் வாத்தியார். பிறகு "வரட்டும் வரட்டும் பலராமா. வர காலத்துல பாத்துக்கலாம்" என்றார்.

கூத்து தொடங்கியது. ஒவ்வொரு பாத்திரமும் பாடும் பாடல்களும் ஆடும் அடவுகளும் புதுமையாக இருந்தன. அபிமன்யுவை கொஞ்சியபடி சுபத்திரை பாடும் பாடல்களும் உரையாடல்களும் காதுக்கு இதமாக இருந்தன. விடியும்வரைக்கும் நாங்கள் இந்த உலகத்திலேயே இல்லை. வேறொரு மாய உலகத்தில் வசித்துவிட்டு திரும்பியதுபோல இருந்தது. வீட்டுக்குத் திரும்பியதும் சுபத்திரையின் பாடல்களை அம்மா, தாத்தா, ஆயா எல்லாரிடமும் பாடிக் காட்டியபிறகுதான் எங்கள் வேகம் சற்றே குறைந்து இயல்பான நிலைக்குத் திரும்பியது. பள்ளிக்கூடம், விளையாட்டு மைதானம், ஏரிக்கரை என நாங்கள் போகும் இடங்களிலெல்லாம் பல நாட்களுக்கு அந்தப் பாடல்களைப் பாடியபடி திரிந்தோம்.

மடுகரையில் தொடர்ச்சியாக பன்னிரண்டு நாட்கள் ஐயாவின் கூத்து தொடங்கியதை ஒட்டி அப்பா விடுப்பெடுத்திருந்தார். தேர்வுக்காலம் என்பதால் கண்டிப்பாக எங்களை அழைத்துச் செல்லக்கூடாது என்று அப்பாவுக்கு கட்டளை விதித்திருந்தாள் அம்மா. அதனால் அவர் மட்டும் தனியாக இரண்டு நாட்களாகச் சென்று வந்தார்.

ஒருநாள் காலையில் அப்பா வீட்டுக்கு வரும்போது மனப்பாடச் செய்யுளொன்றை கண்களை மூடியபடி சுவரைப் பார்த்து ஒப்பித்துக்கொண்டிருந்தேன். "அடடா, தமிழ் ஏன்டா இப்படி உன்கிட்ட தாண்டவமாடுது?" என்று சிரித்துக்கொடே என் தோளைத் தொட்ட பிறகுதான் நான் அவர் வருகையை உணர்ந்தேன். பிறகு எதுவும் புரியாமல் அப்பாவைப் பார்த்துச்

பாவண்ணன் 131

சிரித்தேன். "சேகாப்பர் இல்லடா, சோகாப்பார். பாத்து ஒழுங்கா படி" என்று என் தோளை அழுத்தினார். காதில் ஒருபக்கமாக அந்தச் சொற்கள் விழுந்துகொண்டிருக்கும்போதே "என்னப்பா கூத்து இன்னைக்கு?" என்று கேட்டேன். "திரௌபதை சபதம்டா" என்று சொன்னபடியே அப்பா நாற்காலியில் உட்கார்ந்தார்.

"பரீட்சைக்கு இன்னும் பத்து நாளுதான் இருக்குது. அவன்கிட்ட எதுவும் பேசாதீங்க. பேசிப்பேசியே நேரத்த ஓட்டிடுவான்" என்றபடியே சமையலறையிலிருந்து வெளியே வந்த அம்மா, அப்பாவுக்கு ஒரு தம்ளரில் தேநீர் கொண்டு வந்து கொடுத்தாள். "சரி சரி தாயே, உன் கட்டளை, எங்கள் பாக்கியம்" என்று சிரித்தவாறே தம்ளரை வாங்கி தேநீரைப் பருகி முடித்தார் அப்பா.

அவர் பின்கட்டுக்குச் சென்று திரும்பி வந்த நேரத்தில் வாசலில் பேப்பர்காரன் மணியடிக்கிற சத்தம் கேட்டது. "இதோ வந்துட்டேன்" என்றபடி அவரே வெளியே சென்று வாங்கிக்கொண்டு வந்து நாற்காலியில் உட்கார்ந்தார். தன்னிச்சையாக அவர் உதடுகள் கூத்துப் பாட்டொன்றை முணுமுணுத்தபடி இருந்தன.

செய்தித்தாளில் முதல் பக்கத்தைத் திறந்து படித்ததுமே சந்தோஷத்தில் எழுந்து நின்றுவிட்டார் அப்பா. "டேய், இங்க பாருடா, இங்க பாருடா" என்று என்னிடம் அந்தத் தாளைக் காட்டினார். "இங்க, இங்க" என்று அவர் விரலால் அழுத்திக் காட்டிய இடத்தில் 'தமிழக அரசின் கலைமாமணி விருதுகள்' என்று அச்சாகியிருந்ததை வாய்விட்டுப் படித்தேன். தம்பியும் ஓடிவந்து எனக்குப் பக்கத்தில் நின்றுகொண்டு சத்தம்போட்டுப் படித்தான். அதற்குள் அம்மாவும் அங்கே வந்துவிட்டாள். என்னிடமிருந்து தாளை வாங்கி அவளும் படித்தாள். அப்பா விரலால் சுட்டிய இடத்தில் விருதாளர்களின் நீண்ட பட்டியல் இருந்தது. நிகழ்கலை என்னும் பிரிவில் ராமலிங்கம் வாத்தியார், சிறுவந்தாடு என்னும் பெயர் தடித்த எழுத்தில் அச்சாகியிருந்தது. அப்பாவின் முகத்தில் படர்ந்திருந்த மகிழ்ச்சியைப் பார்த்து அம்மாவின் விழிகள் கலங்கின.

"நான் எடுத்த முயற்சிகளுக்கெல்லாம் ஒரு பெரிய வெற்றி இது செல்வி" என்று அம்மாவைப் பார்த்து சிரித்தார் அப்பா. பிறகு. "ஐயாவுக்கு விஷயம் தெரியுமோ தெரியாதோ, ஒரு எட்டு மடுகரை வரைக்கும் போயி சொல்லிட்டு வரேன். விருது விழா நாளைக்கே வச்சிருக்காங்களாம். அவரை அனுப்பிவைக்க ஏற்பாடு செய்யணும்..." என்றபடி அப்பா புறப்பட்டார். "அப்பா,

நாங்களும் வரோம்பா" என்று பக்கத்தில் சென்று கெஞ்சினோம். மறுத்துவிடுவாரோ என்று சற்றே எங்களுக்கு ஒருகணம் தயக்கமாக இருந்தது. ஆனால் சிரித்தபடி "வாங்கடா செல்லங்களா" என்று இருவரையும் பின்னால் ஏற்றிக்கொண்டார். அம்மா ஒன்றும் சொல்லாதது எங்களுக்கு ஆச்சரியமாக இருந்தது.

மடுகரையில் பங்களா வாசலிலேயே வண்டியை நிறுத்திவிட்டு உள்ளே படியேறிச் சென்றோம். கூடத்தில் சுவர்க்கண்ணாடியைப் பார்த்தபடி ஒப்பனையை கலைத்துக்கொண்டிருந்த ஐயா சத்தம் கேட்டு எங்கள் பக்கம் முகத்தைத் திருப்பினார். அப்பாவைப் பார்த்ததும் அவர் முகத்தில் ஆச்சரியம். "என்ன பலராமா, ஊட்டுக்குப் போவலையா?" என்று கேட்டார்.

"போயிட்டு திரும்பி வந்துருக்கேன் ஐயா. இந்த வருஷத்துக்கான கலைமாமணி விருதுப்பட்டியல் அறிவிச்சிட்டாங்க ஐயா. கூத்துக்கலைப் பிரிவில உங்களுக்குத்தான் விருது. இதோ பாருங்க, உங்க பேர முதல்ல போட்டிருக்காங்க" உற்சாகமாகச் சொல்லிக்கொண்டே செய்தித்தாளை அவரிடம் கொடுத்தார் அப்பா.

அவர் சொன்னதைக் கேட்டுவிட்டு அங்கங்கே ஒப்பனையைக் கலைத்தபடி இருந்த கலைஞர்கள் ஒரே நொடியில் ஐயாவைச் சூழ்ந்துகொண்டார்கள். அவர் பெயரை செய்தித்தாளில் பார்த்துவிட்டு அவரைத் தோளில் தூக்கிவைத்து ஆடினார்கள். "டேய் எறக்குங்கடா, எறக்குங்கடா" என்று சிரித்தபடியே கெஞ்சினார் ஐயா.

"இதுல நான் பெருமைப்பட ஒன்னுமில்லை பலராமா. எல்லாமே உன் உழைப்பு. நீதான் நியாயமா இதுல பெருமைப்பட்டுக்கணும்" என்று குழைவான குரலில் சொன்னார் ஐயா.

"உங்களுக்கு பெரிய மனசுங்க ஐயா. பெரிய வார்த்தைகள்தான் எப்பவும் உங்க வாய்ல வரும். நீங்க கலைஞன் ஐயா. கலைஞன். நாங்கள்லாம் வெறும் ரசிகர்கள்" என்றார் அப்பா. "அதையெல்லாம் நாமளா தீர்மானிக்கறம். எல்லாம் அங்கயே நடந்து முடிஞ்சிடுது..." என்றபடி வானத்தை நோக்கி கையைக் காட்டிவிட்டு புன்னகைத்தார் ஐயா.

"ஐயா, நாளைக்கி காலையில சென்னையில விழா. நீங்க இன்னைக்கு ராத்திரியே அங்க போய் தங்கினாதான் விழாவுல கலந்துக்க சுலபமா இருக்கும்" என்று அப்பா சொன்னார்.

“இன்னைக்கா?” என்றார் ஐயா அதிர்ச்சியுடன். பிறகு “அது எப்படி முடியும் பலராமா. பன்னெண்டு நாள் கூத்துக்கு கைநீட்டி முன்பணம் வாங்கியிருக்கமே. ரெண்டு நாள் ஆட்டம்தான் முடிஞ்சிருக்குது. இன்னும் பத்து நாள் ஆடியாவணும். உடனே கெளம்புன்னா எப்படி முடியும்?” என்று பதற்றத்துடன் கேட்டார்.

“ஒரு ரெண்டு நாளுக்கு இங்க இருக்கறவங்க உங்க வேலைய பாத்துக்க மாட்டாங்களா ஐயா?” என்று தயக்கத்துடன் கேட்டார் அப்பா. “கனவெல்லாம் நனவா மாறிட்ட சமயத்துல நீங்க போகலைன்னா எப்பிடி ஐயா?” என்று அவர் தொடங்கியபோது சொற்கள் தடுமாறின. அவருடைய பார்வை சுற்றியிருந்தவர்கள்மீது ஒருகணம் படிந்து திரும்பியது. அவர்கள் உடனே ஐயாவைப் பார்த்து “நீங்க போய்ட்டு வாங்க ஐயா, ஒரு கொறயும் இல்லாம இங்க நிகழ்ச்சியை நாங்க பாத்து நடத்தறோம்” என்று ஒரே குரலில் சொன்னார்கள்.

“நீங்க பாத்துக்குவிங்கனு எனக்கும் தெரியும். ஆனா அது தர்மமில்லை. நான் பொறுப்பெடுத்து நடத்துவன்னு நம்பிதான் முன்பணத்த என் கையில குடுத்திருக்காங்க. இப்ப ஒரு ரெண்டு நாள் என் சொந்த வேலைதான் முக்கியம்ன்னு விட்டுட்டு போனா, அடுத்த வருஷம் இப்படி முன்பணம் கொடுப்பாங்களா? யோசிச்சி பாருங்க” என்றார். ஒரு கணம் யாராலும் பேச்சைத் தொடரமுடியாதபடி மௌனம் நிலவியது.

ஐயா அப்பாவின் தோளைத் தொட்டு “இந்த ஊருல இருபது வருஷத்துக்கு முன்னால ஒரு தரம் மழையே இல்லாம போயிடுச்சி பலராமா. அப்ப இந்த ஊருக்காரங்க மழைக்காக பிரார்த்தன பண்ணிட்டு பன்னெண்டு நாள் கூத்தாடணும்னு தாம்பளத்துல நூத்தியோரு ரூபா வச்சி குடுத்தாங்க. கூத்து முடிஞ்ச மக்காநாளே மழை கொட்டோ கொட்டுனு கொட்டிச்சி. ஒரு வாரம் அடைமழை. அப்ப இந்த ஊருகாரங்க எல்லாரும் சேர்ந்து ஒவ்வொரு வருஷமும் இந்த மாசத்துல இந்த நாள்ல இங்க வந்து நீங்கதான் வேஷம் கட்டி ஆடணும்னு எங்கிட்ட ஒரு வாக்கு கேட்டு வாங்கிகிட்டாங்க. அத இதுவரைக்கும் நான் மீறினதில்லை.” என்று சொல்லிவிட்டு மூச்சு வாங்கினார். முகத்திலும் கையிலும் இருந்த எண்ணெய்ப்பசையை ஒரு துணியை எடுத்து துடைத்துக்கொண்டார்.

“பேரும் கெடக்கூடாது, தொழிலும் கெடக்கூடாது. அதுதான் பெரிய விருது பலராமா. இந்த மெடலு, பட்டம், பேருலாம் உசிரோட பொழைச்சி கெடந்தா நாளை பின்ன பார்த்துக்கலாம்.”

அப்பா எதுவும் பேசாமல் ஐயாவையே பார்த்தபடி இருந்தார். "போங்கடா, போங்கடா போய் வேஷத்த கலைச்சிட்டு குளிக்க போங்கடா" என்று கூடியிருந்தவர்களை கலைந்துபோகச் செய்தார் ஐயா.

கையில் இருந்த செய்தித்தாளை ஐயாவிடம் கொடுத்துவிட்டு பெருமூச்சோடு திரும்பினார் அப்பா. நாங்கள் அவரைப் பின்தொடர்ந்தோம்.

"ஒரு நிமிஷம் பலராமா" என்றபடி ஐயா அப்பாவை நோக்கி கையைக் காட்டினார். அப்பா உடனே அவர் பக்கம் பார்வையைத் திருப்பினார். "என் சார்பா நீ போய் விருதை வாங்க உனக்கு விருப்பமிருந்தா தாராளமா போவலாம்" என்றார். மறுப்பின் அடையாளமாக புன்னகையோடு தலையசைத்துவிட்டு பங்களாவின் படிகளில் இறங்கத் தொடங்கினார் அப்பா.

(ஆனந்த விகடன் – 2016)

# சிவப்புக்கல் மோதிரம்

"இன்னைக்கு என்ன, பூமழையா? இப்பிடி ஏராளமா பூ உழுந்து கெடக்குது."

இரண்டுசக்கர வாகனத்தை நிறுத்திவிட்டு வாசல் கதவைத் திறக்கிறவரைக்கும் தமிழிடம் எப்படி பேச்சைத் தொடங்குவது என்னும் குழப்பத்தில் தத்தளித்தபடி இருந்தேன். ஆனால் சுற்றுச்சுவர் கம்பிக்கதவைத் திறந்துகொண்டு உள்ளே நுழைந்ததும் சுவருக்கும் வீட்டு வாசலுக்கும் நடுவில் நின்றிருக்கும் மகிழமரத்தடியில் விழுந்து கிடக்கும் பழைய பூக்களின் குவியல்மீது உதிர்ந்திருக்கும் புதிய பூக்களைப் பார்த்ததும் உரையாடலுக்கு ஒரு தொடக்கம் கிடைத்துவிட்ட வேகத்தில்தான் அப்படிக் கேட்டேன். ஆனால் மறுகணமே அந்த வேகம் வடிந்துவிட்டது.

அதற்குள் "எல்லாமே வருக வருகனு உனக்கு வரவேற்பு குடுக்கறதுக்கான ஏற்பாடு கதிர்" என்றபடி கதவோரமாகச் சாய்ந்து ஒரு பழைய புத்தகத்தில் மூழ்கியிருந்த தமிழ் என்னைப் பார்த்துச் சிரித்தான். தொடர்ந்து "வருக வருக" என்று நாடகத்தனமாகச் சொன்னபடி இன்னொரு முறையும் சிரித்துவிட்டான். வாளியில் இருந்த துணிகளை எடுத்து உதறி கொடியில் போட்டுக்கொண்டிருந்த கல்யாணியும் திரும்பி "வாங்க வாங்க" என்றாள். மேலும் "அறுபது அறுபத்தஞ்சி வயசு ஆளுங்களுக்குத் தகுந்தமாதிரியா பேசறீங்க நீங்க? என்னமோ இப்பதான் கூட்டாளி கெடச்ச எளவட்டப் புள்ளைங்களாட்டம் இருக்குது உங்க பேச்சு" என்றாள்.

வீடே ஞாயிற்றுக்கிழமையின் களையில் திளைத்திருந்தது. எட்டுமணியைக் கடந்தும் முகம் தெரியாதபடி போர்வையை இழுத்துப் போர்த்திய நிலையில் ஒருபக்கம் செல்வம் தூங்கிக்கொண்டிருந்தான். இன்னொருபக்கம் நிர்மலா காப்பிக்கோப்பையை கையில் பிடித்தபடி படுக்கையில் அமர்ந்த நிலையில் செய்தித்தாளில் மூழ்கியிருந்தாள். "வாங்க பெரியப்பா" என்று நிமிர்ந்து புன்னகைத்துவிட்டு மீண்டும் படிக்கத் தொடங்கிவிட்டாள். சமையலறையிலிருந்து சுவரொட்டிக்கறி கொதிக்கும் வாசனை வந்துகொண்டிருந்தது.

"என்ன பேசாம இருக்க?" என்றபடி எனது கையிலிருந்த ஒரு பூவை எடுத்து காம்பைப் பற்றி உருட்டியபடி நடுநெற்றியில் ஒரு கணம் ஒற்றியெடுத்தான் தமிழ். அதன் இதழ்ப்பதிவில் முகம் சிலிர்த்தவனாக, அப்படியே புருவம், விழிகள், கன்னமென ஒற்றியொற்றி எடுத்தபடி என் மீது பார்வையைப் பதித்தான். என் கண்களில் எதையோ அறிந்தவனாக "என்ன கதிர், ஏன் ஒரு மாதிரியா இருக்க? என்ன விஷயம் சொல்லு?" என்று கேட்டபடி விரல் பற்றியிருந்த பூவை புத்தகத்தின் மீது வைத்துவிட்டு எழுந்தான். அக்கணமே நானும் எழுந்து நின்றுவிட்டேன்.

"காலையில வில்லிநூரு ஆத்தங்கரை வரைக்கும் போலாம்ன்னு ஒரு பெரிய வாக்கிங் போயிருந்தேன் தமிழ்..." தொடங்கிவிட்டேனே தவிர மேற்கொண்டு சொல்ல முடியாத அவஸ்தையில் ஒருகணம் முகத்தை மகிழமரத்தின் பக்கம் திருப்பிக்கொண்டேன். உச்சிக் காம்பிலிருந்து பிரிந்த ஒரு பூ காற்றில் மெதுவாக அசைந்தசைந்து இறங்கி தரையில் உதிர்ந்தது.

"என்ன கதிர், சொல்லு. எதுக்காக இவ்வளவு தயக்கம்? என்ன பிரச்சினை?" தமிழ் என் தோளைப் பற்றி அழுத்தினான்.

ஒரு நீண்ட பெருமூச்சோடு அவன் முகத்தைப் பார்த்தேன். சாயமேற்றி கருப்பாக்கிய தலைமுடியுடன் கூடிய அவனுடைய தற்போதைய தோற்றத்தை ஊடுருவிக் கடந்து பழைய முகத்தை என்னால் ஒரே கணத்தில் தொட்டுவிட முடிந்தது. அருமையான பாடகன் அவன். அந்தக் காலத்தில் இந்த ஊருக்குள் எங்கள் மெல்லிசைக்குழு ஏறி நிற்காத மேடையில்லை. பாடாத பாட்டுமில்லை.

"எப்படி சொல்றதுனு தெரியலை தமிழ். வாக்கிங் முடிச்சிட்டு திரும்பும்போது போலீஸ் ஸ்டேஷன் பக்கத்துல ஒரு கடையில டீ குடிச்சிட்டிருந்தன். எதுத்தாப்புல சுவர்ல ஒரு கூட்டம்

ஒரு கண்ணீர் அஞ்சலி போஸ்டர் ஒட்டிட்டிருந்திச்சி. நான் ஆரம்பத்துல அதை சரியா கவனிக்கலை. மேம்போக்கா பாத்துட்டு கௌம்பிட்டேன். நடக்கநடக்க எந்த பக்கம் திரும்பினாலும் அந்த போஸ்டர் கண்ல பட்டுகினே இருந்திச்சி. ரொம்ப தூரம் வந்தபிறகுதான் ஏதோ ஒரு பொறி தட்டி, மறுபடியும் நிறுத்தி நிதானமா படிச்சி பார்த்தேன். ஒரு நிமிஷம் ஒன்னுமே புரியாம நின்னுட்டன் தமிழ்...” மேற்கொண்டு சொல்ல முடியாதபடி குரல் வறள நிறுத்திவிட்டேன்.

“யாருடா கதிர்? நமக்குத் தெரிஞ்சவங்களா?” என்றபடி நெருங்கி வந்து என் கைகளைப் பற்றி தன் கைகளுக்குள் வைத்துக்கொண்டான் தமிழ். “ஆமாம்” என்பதற்கு அடையாளமாக நான் தலையைசைத்தேனே தவிர பேச்சு வரவில்லை. அதுவரைக்கும் உரையாடலைக் கவனித்துக்கொண்டிருந்த கல்யாணியும் ஈரக்கையை புடவையில் துடைத்தபடி தமிழுக்குப் பக்கத்தில் வந்து நின்றாள்.

“யாருடா?” அவன் விழிகளில் மெல்ல மெல்ல ஒரு பதற்றம் குடியேறுவதைக் கவனித்தேன். சொல் எழாத தவிப்பில் நான் அவனையும் கல்யாணியையும் ஒருகணம் மாறிமாறிப் பார்த்தேன். “ஏன் இப்படி தடுமாறறீங்க? யாருனு சொன்னாதான புரியும்?” என்றாள் கல்யாணி. “சொல்லு கதிர், யாரு அது?” என்று என் தோளை அசைத்தான் தமிழ்.

“கலைச்செல்வி”

ஒருகணம் புரியாதவனாக “கலைச்செல்வி?” என்று கேள்வியாக ஆரம்பித்த அவன் குரல் அரைக்கணத்திலேயே அப்படியே அடங்கி என் கண்களை உற்றுப் பார்த்தான். பிறகு “சரியா பார்த்தியா?” என்று துயர் தோய்ந்த குரலில் மெதுவாகக் கேட்டான்.

“ஞாபகம் வராம நானும் முதல்ல தடுமாறிட்டன் தமிழ். ஆனா அப்பா பேரு, குடும்பப் பேரு, கட்சிப் பேருனு படிச்சதுமே புரிஞ்சிட்டுது. எல்லாத்துக்கும் மேல ஜாடைனு ஒன்னு இருக்குதுல்ல, எத்தன வருஷமானா என்ன, அத மறக்கமுடியுமா?”

அவன் என்னையே பார்த்துக்கொண்டிருந்தான். எதையோ நினைத்து யோசனையில் ஆழ்ந்ததுபோல, தலையை இப்படியும் அப்படியுமாக சில முறைகள் அசைத்தான். மெதுவாக இரண்டு

அடி வைத்து நடந்து சென்று நாற்காலியில் உட்கார்ந்தான். குழப்பமும் கேள்வியும் அடர்ந்த முகத்துடன் அவனுக்குப் பக்கத்தில் சென்று நின்றாள் கல்யாணி.

தமிழ் அவளைத் திரும்பிப் பார்த்தான். அவன் கண்களில் துயரம் அடர்ந்திருந்தது. ஆயினும் கண்ணீர் வெளிப்பட்டுவிடக்கூடாது என்பதற்காக ஒருகணம் மூச்சை இறுக்கித் தளர்த்தினான். நிதானமான குரலில் "அப்பா காலத்து சம்பந்தம் கல்யாணி. அந்தக் காலத்துல எல்லாமே ஒரே கட்சியில இருந்த குடும்பங்க. போகப்போக எந்தத் தொடர்பும் இல்லாம போயிட்டுது" என்றான்.

தொடர்ந்து என்ன கேட்பது என்று புரியாமல் உதட்டைக் கடித்தபடி ஒருகணம் நின்றாள் கல்யாணி. பிறகு "இருங்க, ரெண்டு பேருக்கும் சூடா டீ போட்டு எடுத்தாரேன்" என்றபடி சமையலறைக்குத் திரும்பிச் சென்றாள்.

செய்தித்தாளையும் கோப்பையையும் மேசைமீது வைத்துவிட்டு வந்த நிர்மலா தமிழுக்குப் பக்கத்தில் வந்து நின்று அவன் தோள்களில் கைகளை வைத்து அழுத்தி "அப்பா" என்றபடி தட்டிக்கொடுத்தாள். அவள் அப்படிச் செய்யக்கூடும் என நான் எதிர்பார்க்கவே இல்லை. அவள் குரலில் பெருகிய தாய்மையையும் பரிவையும் பார்க்கும்போது நெகிழ்ச்சியாக இருந்தது. அந்த மௌனமான அழுத்தத்தை மிகவும் விரும்பியவனைப்போல நிர்மலாவின் கையைப் பற்றி தன் கைகளுக்கு நடுவில் வைத்துக்கொண்டான் தமிழ்.

புத்தகத்தின்மீது வைத்த பூவின் பக்கம் அவன் பார்வை சென்றது. என்னை அறியாமல் நானும் அந்தப் பூவையே பார்க்கத் தொடங்கினேன். சட்டென ஒரு குரல் நெஞ்சிலிருந்து பொங்கி "மலரே, குறிஞ்சி மலரே" என ஒலித்தது. தொடர்ந்து "முல்லைமலர் மேலே மொய்க்கும் வண்டுபோலே" என்ற பாடல் வரிகள் உருண்டன.

தமிழ் மிகச்சிறந்த பாடகன். அவன் அப்பா பாண்டிச்சேரி வட்டாரத்தில் பெரிய கட்சிப்பேச்சாளர். அவர் பேசும் மேடைகளில் அவன் பாட்டுக்கும் இடமுண்டு. அவன் நண்பன் என்பதால் எனக்கும் சில சலுகைகள் கிடைத்தன. சிறப்புப்பேச்சாளர் வரும் வரைக்கும் மேடையில் நாங்கள் மாறிமாறிப் பாடி அரங்கத்தில் இருப்பவர்களுக்கு மகிழ்ச்சியூட்டுவோம். ஒதியஞ்சாலை திடலில் ஒருநாள் ஒரு பெரிய கூட்டம். கூட்டம் முடிந்து எல்லோரும்

போய்விட்டார்கள். மக்கள் அமர்வதற்காக திடலில் சீராக நிரவிவிடப்பட்டிருந்த கடல்மணல் குழல்விளக்குகளின் வெளிச்சத்தில் மின்னியது. நாங்கள் இருவர் மட்டுமே அங்கே எஞ்சியிருந்தோம்.

அந்த வெட்டவெளியும் தனிமையும் வழங்கிய ஆனந்தத்தில் பித்துப் பிடித்ததுபோல நான் அவனிடம் "கொஞ்ச நேரம் பாடலாமா?" என்று கேட்டேன். அவன் உற்சாகத்தில் தலையசைக்க, ஒரு விளக்குக் கம்பத்தின் அடியில் உட்கார்ந்து நான் "செல்லக்கிளியே மெல்லப் பேசு" என்று மெதுவாகப் பாடினேன். அதைத் தொடர்ந்து அவன் "நல்ல நல்ல பிள்ளைகளை நம்பி" பாட்டைப் பாடினான். தொலைதூரத்தில் நின்றிருந்த தள்ளுவண்டி விற்பனையாளர்களும் காவலர்களும் ரிக்ஷாக்காரர்களும் சுண்டல் விற்பவர்களும் நெருங்கி வந்து உட்கார்ந்து கேட்டு ரசிக்கத் தொடங்கினார்கள். ஒவ்வொரு பாட்டுக்கும் அவர்கள் கைதட்டிப் பாராட்டினார்கள். அந்தச் சத்தத்தில் மரத்திலிருந்து அஞ்சியெழுந்த பறவைகள் படபடவென்று இறக்கையை அடித்தபடி மரங்களிலிருந்து மரங்களை நோக்கிப் பறக்கத் தொடங்கின. ஒரு பெண் தம்ளர் நிறைய கல்கண்டு பால் கொண்டுவந்து எங்களுக்கு பருகக் கொடுத்தாள். எங்களால் அந்த சந்தோஷத்தைத் தாங்கமுடியவில்லை. அவர்கள் போதும்போதும் என்று சொல்லும்வரைக்கும் பாடிவிட்டு புறப்பட்டோம்.

அந்த வாரத்தில்தான் எங்கள் நெஞ்சில் இன்னிசைக்குழு திட்டம் உதித்தது. பாட்டில் ஆர்வம் கொண்டிருந்த எங்கள் கல்லூரி நண்பர்கள் தங்கமுத்து, ராஜதுரை, ரங்கசாமி மூன்று பேரையும் தேடிப் பிடித்து எங்களோடு சேர்த்துக்கொண்டோம். தங்கமுத்துவும் ராஜதுரையும் ஞாபகசக்தியில் என்னைவிட கெட்டிக்காரர்கள். நான் நான்கு பாடல்கள் சொல்வதற்குள் அவர்கள் பத்து பாடல்களைச் சொல்லும் ஆட்கள். பி.பி. சீனிவாஸ் குரலில் ரங்கசாமி கெட்டிக்காரன். ரங்கசாமிக்கு சிதம்பரம் ஜெயராமன் குரல். அவன் தொடர்பு வழியாக முத்துக்குமாரின் வாத்தியக்குழு எங்களுக்காக மேடைகளில் இசையமைக்க ஒப்புதல் அளித்தது. "ஐந்து நட்சத்திரங்கள்" என்று எங்கள் குழுவுக்கு அவர்கள்தான் பெயர் சூட்டினார்கள்.

ராஜதுரை மட்டுமே அப்போது வேலை கிடைக்காத ஆளாக இருந்தான். நானும் தமிழும் இந்தியன் வங்கியில் வேலைக்குச் சேர்ந்திருந்தோம். ரங்கசாமி அஞ்சல்துறையிலும் தங்கமுத்து தொலைபேசித் துறையிலும் இருந்தார்கள். பத்தாண்டு காலம்

பாண்டிச்சேரி வட்டாரத்தில் எங்கள் குழு பாடாத திருமண மேடைகளே இல்லை. தமிழ் பாடும் “நெஞ்சம் உண்டு நேர்மை உண்டு ஓடு ராஜா” பாட்டு அப்போது மிகவும் பிரபலம். பதவி உயர்வு கிடைத்ததால் ரங்கசாமியும் தங்கமுத்துவும் குஜராத்துக்குச் சென்றுவிட்டார்கள். போட்டித் தேர்வுக்கான வயது முடிகிற நேரத்தில் ராஜதுரைக்கும் வேலை கிடைத்து பம்பாய் போய்விட, எங்கள் குழுவின் இயக்கம் தானாகவே ஒரு புள்ளியில் தேங்கி உறைந்துவிட்டது.

“இந்தாங்க டீ” என்றபடி ஆளுக்கொரு கோப்பையை எடுத்துக்கொடுத்தாள் கல்யாணி. “மசமசனு இப்படி உங்களுக்குள்ளயே பார்த்துகினே இருந்தா என்னா அர்த்தம்? கௌம்பி போவறதுன்னா வெயிலுக்கு முன்னால சீக்கிரமா போய் பாத்துட்டு வந்துருங்க. ஒரேவடியா எண்ணெ தேச்சி குளிக்க வசதியா இருக்கும்ல” என்றாள். தொடர்ந்து “இந்த பையன் வேற ஒரு வாரமா பிரியாணி பிரியாணினு சொல்லிகினே கெடந்தான்ட்டு கறிய அறுத்து அவிச்சி வச்சிட்டேன். இல்லைனா நானும் உங்ககூடவே வந்திருவேன்” என்று சொல்லிக்கொண்டே உள்ளே சென்றாள். நடுக்கூடத்தில் சந்தனமாலைகளைத் தாங்கியபடி தமிழின் அம்மா அப்பாவின் படங்கள் தொங்கிக்கொண்டிருந்தன.

மௌனத்தின் பாரத்தைத் தாங்கிக்கொள்ள முடியாமல் நிர்மலாவின் பக்கம் திரும்பி என்னை அறியாமலேயே “அருணா சாய்ராம் சிடி குடுத்தனே, கேட்டியா நிர்மலா?” என்று கேட்டுவிட்டேன். அவள் சட்டெனப் பொங்கிய உற்சாகத்தில் “இதுவரைக்கும் ஆறுதரம் கேட்டுட்டன் பெரியப்பா. அப்படியே மனச புழியறமாதிரி இருக்குது” என்றாள். கையை நீட்டி அவள் கன்னத்தை செல்லமாகத் தட்டியபோது என் துக்கமெல்லாம் பறந்துவிட்டதுபோல இருந்தது. “அச்சுஅசலா தமிழ் மாதிரியே பேசறியேம்மா. போன வாரம் நம்ம முத்து பாம்பே ஜெயஸ்ரீ பாடன பாட்டா ஒரு இருபது பாட்ட எடுத்து சிடி போட்டு கொடுத்தான். அதத்தான் இப்ப நான் கேட்டுகினிருக்கேன். அப்பறமா ஒனக்கு கொண்டாந்து தரேன்” என்றேன்.

சட்டை மாற்றிக்கொண்டு வந்த தமிழ் நிர்மலாவிடம் “போய் குளிச்சிட்டு நேரத்தோடு சாப்புடுமா. தம்பிய எழுப்பிவிடு. நான் சீக்கிரமா வந்துடறன்” என்று சொல்லிவிட்டு என்னைப் பார்த்து “போவலாமா?” என்றான். இரண்டு பேரும் வெளியே வந்தோம்.

தெருவின் திருப்பத்தில் ஒரு ஜேசிபி எந்திரம் நின்றிருந்தது. அதன் நீண்ட கைகள் சாக்கடைக்குள் மூழ்கி, அடைத்துக்கொண்டிருந்த கசடுகளை அள்ளி வெளியே போட்டன. பெரும்பாலும் உடைந்த பிளாஸ்டிக் பாத்திரங்கள். பிளாஸ்டிக் பைகள். அப்புறம் பழைய துணிகள், கற்கள், மரக்கட்டைகள், ஓடுகள். அந்த வாடையின் கடுமையை தாங்கவே முடியவில்லை. கசடின் சரிவிலிருந்து கன்னங்கரேலென ஒரு பந்து உருண்டு வந்து நடுத்தெருவில் நின்றது. வண்டியை ஓட்டியபடி கடக்க முடியாத நிலையில் தெருமுனை வரைக்கும் தள்ளிக்கொண்டே நடந்து போனோம். ஆறேழு சிறுவர்கள் கூட்டம் சரிவில் கிடந்த பொருட்களையெல்லாம் கிளறிக்கிளறி எடுப்பதும் பிறகு ஓவென்று சத்தமெழுப்பியபடி தூக்கி வீசுவதுமாக வந்தது. ஒருவன் குனிந்து ஒதுங்கிக் கிடந்த ஒரு கம்பிக்கொத்தை கால்விரலால் புரட்டினான். அது என்ன என்று பார்க்கும் பரபரப்பில் அதன் மீது மணலை வாரிவந்து கொட்டி பாதத்தால் அழுத்தித் தேய்த்தான். கருமை அகன்று நிறம் துலக்கம் பெறும் வரையில் உற்றுப் பார்த்துக்கொண்டே இருந்த வேறொரு சிறுவன் "டேய், பிளாஸ்டிக் மோதிரம்டா" என்று கண்டுபிடித்த பரவசத்தில் சத்தமிட்டான். அதற்குள் இன்னொருவன் கம்பிக்கொத்தின் இணைப்புமுடிச்சை அவிழ்த்து மோதிரங்களை உதிர்த்தான். கிடைத்தவரைக்கும் ஆளுக்கு நான்கு ஐந்து என்று எடுத்து விரலுக்கு போட்டுக்கொண்டு ஹே என்று சத்தமிட்டபடி ஓடினார்கள்.

இன்னும் கொஞ்ச தூரம் நடந்து சாலைக்கு வந்ததும் வண்டியை ஸ்டார்ட் செய்து ஏறிக்கொண்டோம். அங்கிருந்து ஜோதி நகர் சாலையில் இறங்கியதும் ஒரு பெரிய பாலம். பாலத்தில் ஏறி இறங்கினால் மாரியம்மன் கோவில். தினமும் பார்க்கும் கோவில்தான். என்னமோ, அன்று அந்தக் கோவில் பக்கம் திரும்பாமலேயே கடந்துவிடவேண்டும் என்று தோன்றியது. அந்த மோதிரத்தைப் பார்த்த கணத்திலிருந்து மனம் ஒரு நிலையில் இல்லை.

ஒரு பக்கம் வங்கி ஊழியன், இன்னொரு பக்கம் பிரபலமான பாடகன் என்று ஆனதுமே, தமிழின் அப்பா அவனுக்கு திருமணம் செய்துவைத்துவிட வேண்டுமென விரும்பினார். அவரைப்போலவே வில்லியனூர் பக்கத்தில் தொடக்கப்பள்ளி ஆசிரியராக இருந்தவர் இளமாறன். அவரும் சிறந்த மேடைப்பேச்சாளர். எல்லாவற்றுக்கும் மேலாக ஒரே கட்சிக்காரரர். பத்தாண்டுகளுக்கும் கூடுதலான பழக்கம். அவருடைய மகள் கலைச்செல்விக்கும் தமிழுக்கும் திருமணம் செய்துவைத்து தம் நட்பை உறவாக வளர்த்துக்கொள்ள வேண்டும் என இருவருக்குமே ஆசை எழுந்தது. பெற்றோர்

விருப்பத்துக்கு பிள்ளைகளும் கட்டுப்பட்டார்கள். ஊரறிய ஒரு பெரிய மண்டபத்தில் நிச்சயதார்த்தம் நிகழ்ந்தது. ஏராளமான கூட்டம்.

“இதுக்கே இவ்வளவு கோலாகலம்னா, கல்யாணம் இதவிட பத்து மடங்கு பெரிய அளவுலதான் இருக்கும்” என்று ஊரே பேசியது. நிச்சயதார்த்துக்கு அடையாளமாக தமிழ் கலைச்செல்வியின் விரலில் அழகானதொரு சிவப்புக்கல் மோதிரத்தை அணிவித்தான். கலைச்செல்வியும் தமிழின் விரலில் பளபளப்பானதொரு அதே நிறம்கொண்ட இன்னொரு மோதிரத்தை அணிவித்தாள். நிகழ்ச்சியில் கலந்துகொள்வதாக கட்சித்தலைவர் வாக்களித்திருந்தும் வரவில்லை. நள்ளிரவைக் கடந்த பிற்கு ஒரு வாழ்த்துத்தந்தி மட்டும் வந்தது.

கட்சித்தலைவர் தலைமையில்தான் அந்தத் திருமணம் நடைபெறவேண்டும் என்பதில் இரு அப்பாக்களுமே உறுதியாக இருந்தார்கள். இடைவிடாத ஐந்தாறு சென்னைப் பயணங்களுக்கும் சந்திப்புகளுக்கும் பிறகுதான் அவர்களுக்கு தேதி கிடைத்தது. நான்கு மாதங்கள் தாண்டிய ஒரு தேதி அது. ஆயினும் அதுவாவது கிடைத்ததே என மகிழ்ச்சியில் திளைத்த குடும்பங்கள் கல்யாணத்துக்கான வேலைகளைப்பற்றி யோசித்துக்கொண்டிருக்கும் சமயத்தில் கட்சி இரண்டாக உடைந்தது. தமிழின் அப்பா பழைய கட்சியிலேயே தொடரும் உறுதியோடு இருந்தபோது கலைச்செல்வியின் அப்பா புதிய கட்சியில் இணைந்துவிட்டார். அது அவர்கள் நட்பைப் பாதித்தது. திருமண ஒப்பந்தத்தையும் பாதித்தது. பரிமாறிக்கொண்ட எல்லாப் பொருட்களையும் இருவருமே திருப்பி அளித்தார்கள். அவற்றை வாங்கிக்கொண்டாலும்கூட, அதில் ஒன்றைக்கூட வீட்டில் வைத்துக்கொள்ளக்கூடாது என்று நினைத்தார் தமிழின் அம்மா. அனைத்தையும் யார்யாருக்கோ எடுத்துக் கொடுத்துவிட்டார். இறுதியாக நிச்சயதார்த்தத்துக்காகக் கொடுத்த சிவப்புக்கல் மோதிரத்தை எடுத்துச் சென்று கோவில் உண்டியலில் போட்டுவிட்டுத் திரும்பினார்.

நெல்லித்தோப்பு பக்கமாக வண்டியைத் திருப்பியபோது “ஒரு நிமிஷம் வண்டிய நிறுத்து கதிர். வெறும் கையோட எப்படி போகறது? ஒரு மாலை வாங்கிகினு போவலாம்” என்று சொன்னான் தமிழ். ஓரமாக நடமாட்டமில்லாத இடமாகத் தேடி வண்டியை நிறுத்தியதும் தமிழ் மெதுவாக இறங்கி கடைப்பக்கம் சென்றான். தளர்ந்த நடையுடன் அவன் செல்வதைப் பார்க்க வருத்தமாக இருந்தது.

நின்றுபோன கல்யாணத்துக்குப் பிறகு அவன் வீட்டில் யாருமே கல்யாணப் பேச்சை எடுக்கவில்லை. வங்கியை அடுத்து, மெல்லிசைக்குழுவின் பாடல்கள் மட்டுமே அவனுக்கு ஒரு மீட்சியாக இருந்தன. ஓய்ந்த நேரத்தில் வங்கி அதிகாரிக்கான தேர்வுக்கான தயாரிப்பில் முழுக்கமுழுக்க தன்னைக் கரைத்துக்கொண்டான். இரண்டு முறை அவனுக்கு எழுத்துத்தேர்வில் வெற்றி கிடைத்தன. ஆயினும் நேர்காணல்களைக் கடந்து அவனால் செல்ல இயலவில்லை.

அவன் சுதந்திரத்தில் ஒருகணம் கூட தலையிட்டதில்லை தமிழின் அப்பா. அதே சமயத்தில் அவனிடம் மனம்விட்டுப் பேசவும் அவரால் முடியவில்லை. இரண்டு பேருக்கும் இடையில் ஏதோ ஒரு மெல்லிய திரை விழுந்துவிட்டது.

அவர் தலைமையில்தான் எனக்குத் திருமணம் நடந்தது. மதிய விருந்தை முடித்துக்கொண்டு புறப்படுகிற சமயத்தில் அவர் மண்டபத்தின் பின்கட்டுக்கு கைகழுவப் போகிறவர்போலச் சென்று ஒரு மூலையில் நின்றபடி "கதிர், இங்க ஒரு நிமிஷம் வரியாப்பா" என்று அழைத்தார். "இதோ வரேன் பெரிப்பா" என்றபடி வேகமாக அவருக்கு அருகில் சென்றேன். எங்கிருந்து தொடங்குவது என்று புரியாதவர்போல சமையல்கட்டையும் ஓரமாக அடுக்கிவைத்த வாழைப்பழத்தார்களையும் ஒன்றிரண்டு கணங்கள் பார்த்தபடி நின்றிருந்தார் அவர்.

பிறகு தண்ணீர்க்குழாயை மெதுவாகத் திருப்பித்திருப்பி மூடியபடி "ஏதோ வேகத்துல எடுத்து வச்ச அடியில கீழ விழுந்துட்டம்ங்கறதுக்காக, எல்லாரும் அப்படியேவா ஆணியடிச்சமாதிரி ஒக்காந்துடறாங்க? சரி விடுனு தொடச்சிவிட்டு போவறதில்லையா? உன் கூடவே தான இருக்கான் அவன்? நீ கொஞ்சம் எடுத்துச் சொல்லக்கூடாதா? ஒரு நாளா ரெண்டு நாளா, நாலஞ்சி வருஷம் போயிட்டுதே கதிர். காலாகாலத்துல கடமைய செஞ்சம்னு எங்களுக்கும் ஒரு நிம்மதி வேணுமில்லயா?" என்றார். ஒருகணம் நிறுத்தி பெருமூச்சு வாங்கினார். பிறகு "இந்தக் கட்சியால இப்படி ஒரு நிலைமை வரும்னு நான் என்ன கனவா கண்டன்? எல்லாம் நான் செஞ்ச குத்தம்தான். இல்லைனு சொல்லலை..." என்று தொடங்கியவர் தொடர்ந்து மேலே பேசமுடியாமல் குழாயிலிருந்து விழுந்தோடும் தண்ணீரையே பார்த்தபடி நின்றுவிட்டார். தொண்டைக்குழி மட்டும் ஏறிஏறி இறங்கியபடி இருந்தது. நானாகவே அவர் கையைப் பற்றி "விடுங்க பெரிப்பா, நாங்க எல்லாருமே அவன்கிட்ட பேசறம்.

சீக்கிரமாவே ஒரு நல்லத நடத்திவைக்கலாம்" என்று சொல்லி அவரை அனுப்பிவைத்தேன். அதன் பிறகு தமிழுடன் ஆறேழு ஆண்டுகளாக நிகழ்ந்த எங்கள் பேச்சுக்கு கிடைத்த பலன்தான் தமிழ் என்கிற தமிழ்ச்செல்வனுக்கும் கல்யாணிக்கும் நிகழ்ந்த திருமணம்.

"இது சரியா இருக்குமா கதிர்?" என்று கேட்டபடி ஒரு பெரிய ரோஜா மாலையோடு வந்து நின்றான் தமிழ். "தாராளமா போதும்" என்று நான் சொன்னதும் சோகம் தோய்ந்த புன்னகையோடு என்னைப் பார்த்தான். "நீ வந்து சொன்னதும் ஒரு வேகத்துல கௌம்பிட்டனே தவிர, இதுக்குலாம் நாம போவறது சரியா தப்பானே தெரியலை. பேசாம இப்படியே திரும்பிடலாமா?" என்றான். அவன் குரல் முற்றிலும் உடைந்திருந்தது.

"இதுல என்ன தப்பும் சரியும்? ஊர்க்காரங்கமாதிரி நாமும் மாலை போட்டுட்டு வரப் போறோம். அவ்ளோதான். பேசாம வண்டியில ஏறி உக்காரு."

அவன் குழப்பம் நீங்காத முகத்துடன் பின்னிருக்கையில் உட்கார்ந்தான். நான் அவசரமாக "அந்த மாலையை வேணும்னா இப்படி கொடு தமிழ், வண்டி முன்னால வச்சிக்கலாம்" என்று கையை நீட்டினேன். அவன் நாக்கு சப்புக்கொட்டியபடி "பரவாயில்லை, பரவாயில்லை, என்கிட்டயே இருக்கட்டும்" என்றான்.

நாற்பது நாற்பத்தைந்து ஆண்டுகளுக்கு முன்பாக, தமிழின் திருமணம் நின்றுபோன சமயத்தில் ஒருநாள் கடற்கரையில் டியூப்ளே சிலையின் பக்கமிருந்த பாறையில் உட்கார்ந்தபடி பொங்கிப்பொங்கி வரும் அலைகளையும் அமிழ்ந்து கரையும் நுரைகளையும் பார்த்துக்கொண்டிருந்தேன். "தாய்தந்த பிச்சையிலே பிறந்தேனம்மா" என்று யாரோ பாடும் குரலைக் கேட்ட பிறகுதான் ஒருகணம் திரும்பிப் பார்த்தேன். பார்வையில்லாத ஒரு சிறுமி பாடிக்கொண்டிருக்க, பார்வையுள்ள மற்றொரு சிறுமி அவள் தோள்பற்றி மெதுவாக நடந்துகொண்டிருந்தாள். ரொம்ப உருக்கமான குரல். தமிழுக்கு இப்படி சோகப்பாடல்களைக் கேட்கவும் பாடவும் மிகவும் பிடிக்கும். மகிழ்ச்சியும் கொண்டாட்டமும் நிறைந்த திருமண மேடைகளில் இதையெல்லாம் பாடக்கூடாது என்று நாங்கள்தான் அவனைக் கட்டுப்படுத்திவைத்திருந்தோம். வேகமாக எழுந்து சென்று அந்தச் சிறுமிக்கு சில்லறைகளைக் கொடுத்துவிட்டுத் திரும்பிய போதுதான் என்னை நோக்கி "ஒரு நிமிஷம்" என்றபடி ஒரு பெண் வருவதைப் பார்த்தேன். சில

கணங்களுக்குப் பிறகுதான் அவள் கலைச்செல்வி என்பதைப் புரிந்துகொண்டேன்.

"உங்ககிட்ட கொஞ்சம் பேசணும்" என்றாள் அவள். பட்டுரோஜா நிறத்தில் புடவையணிந்திருந்தாள். அதற்குப் பொருத்தமாக அதே நிற ரவிக்கை. கைவிளிம்புகளில் எழுந்தடங்கும் அலைகளைப்போல எம்ராய்டரி வேலை செய்திருந்தது மிகவும் பிடித்திருந்தது. மெலிதான ஒரு தங்கச்சங்கிலிமட்டும் அவள் கழுத்தில் தொங்கிக்கொண்டிருந்தது. "கரும்பு ஜூஸ் குடிக்கறதுக்காக எல்லாரும் ரேடியோ ஸ்டேஷன் பக்கம் போயிருக்காங்க" என்றாள். "உங்கள அப்பவே பாத்துட்டேன். கொஞ்சம் பேசணும்னுதான் நான் இங்கயே நின்னுட்டன்."

பதற்றத்தில் என்ன பேசுவது என்றே புரியாமல் அவளையே பார்த்துக்கொண்டிருந்தேன் நான். அவள் "எப்படி இருக்காரு உங்க தமிழ்?" என்று கேட்டாள். அவளை நிமிர்ந்து பார்த்தேனே ஒழிய அப்போதும் அவளுக்கு நான் பதில் சொல்லவில்லை.

"அப்பாஅம்மாதான் பாத்து மோதிரம் மாத்தி வச்சாங்க, இல்லைன்னு சொல்லலை. ஆனா அதே அப்பா அம்மா வேணாம்னு சொன்னா அப்படியே விட்டுட்டு போயிடறதா? இது என்ன ஆடு ஏபாரமா? கோழி ஏபாரமா? நமக்குலாம் மனசுன்னு ஒன்னு இருக்குதா இல்லயா?" என்று கேட்டுவிட்டு ஒருகணம் அமைதியாக இருந்தாள்.

"கட்சி, கூட்டம், கடலப்புண்ணாக்குனு பெரியவங்களுக்கு ஆயிரம் இருக்கும். அதெல்லாம் வேற விஷயம். என்ன நேருக்கு நேரா பார்த்து பெரிசுங்கள்லாம் இப்படி கிறுக்குபுடிச்ச மாதிரி அலையுதே, நீ என்னம்மா சொல்றனு என்கிட்டதான அவரு மொதல்ல கேட்டிருக்கணும்? கேட்டிருந்தா அந்த நிமிஷமே நான் வீட்டைவிட்டு வர தயாரா இருந்தேன் தெரியுமா? அந்த அளவுக்கு அவருமேல ஆசை வச்சிருந்தேன். வாழ்ந்தா இவருகூடதான்னு ராத்திரியும் பகலுமா கனவு கண்டுட்டு, மானம் கெட்ட ஒரு கட்சிக்காக நம்ம வாழ்க்கைய நாம ஏன் அழிச்சிக்கணும்?"

கலைச்செல்வியின் கண்கள் கலங்குவதை என்னால் பார்க்க முடியவில்லை. பார்வையைத் தாழ்த்தி அவள் கால்விரல்களையே பார்த்தபடி இருந்தேன்.

"அப்பாஅம்மா போன்னா போவாரு, வான்னா வருவாரு. அவ்ளோதானா? அதுதான் படிச்சவங்க செய்யற வேலையா? அவரு என்ன சாவி குடுத்த பொம்மயா? சொந்த புத்தினு

ஒன்னுமே இல்லயா? நிச்சயம் முடிஞ்ச ஒரு வாரம் கழிச்சி, இதே கடற்கரையில இந்த எடத்துலதான் தற்செயலா என்ன பாத்துட்டு அரமணி நேரம் பேசிட்டிருந்தாரு. தெரிமா ஒங்களுக்கு?"

நான் திகைப்புடன் உதட்டைப் பிதுக்கி தலையாட்டியபடி நிமிர்ந்து அவளைப் பார்த்தேன். "எனக்காக ஒரு பாட்டு பாடுறிங்களானு கேட்டதும் நான் மலரோடு தனியாக ஏனிங்கு வந்தேனு பாடனதுலாம் அப்படியே என் நெஞ்சில இன்னும் இருக்குது. அந்தக் குரல். அந்த ஈரம். ஒவ்வொரு நிமிஷமும் அது பொங்கிப்பொங்கி வருது. அந்தப் பேச்சுக்கும் பாட்டுக்கும்லாம் ஒரு அர்த்தமும் இல்லயா?" என்றபடி எச்சிலைக் கூட்டி விழுங்கினாள்.

"என் ஞாபகமா கொஞ்ச காலமாவது அவர் விரல்ல போட்டிருந்த மோதிரம்ங்கற ஒரே காரணத்துக்காகத்தான் இதோ இந்த மோதிரத்த இன்னும் நான் போட்டிருக்கேன். இதனால வீட்டுல எத்தன சண்ட, எத்தன பேச்சு, எத்தன அடிதடி தெரியுமா? அவருக்கு என் மனசுல கொடுத்த இடத்த வேற யாருக்கும் தரமுடியாதுங்கறத எல்லாரும் புரிஞ்சிக்கணும்னுதான் புடிவாதமா இந்த மோதிரத்த இன்னும் போட்டுகினிருக்கேன்..."

குரலை அடக்கிப் பேசினாலும் அவளுக்கு மூச்சு வாங்கியது. "ஒரு பொண்ணுக்கு இருக்கிற புடிவாதம் ஒரு ஆம்பளைக்கு ஏன் இல்லாம போச்சி? போய் இப்ப வர சொல்லுங்க அவர. எந்த கோவில்ல வேணும்னாலும் எனக்கு தாலி கட்டட்டும். நான் தயார்."

சொல்லவேண்டியதையெல்லாம் சொல்லிமுடித்தவள்போல வேகமாக எழுந்து பாதையைக் கடந்து போய்விட்டாள். அந்த ஆவேசத்தை நம்பமுடியாமல் அவள் நடந்துபோகும் திசையையே வெகுநேரம் பார்த்துக்கொண்டிருந்தேன். என் உடல்ரத்தம் குளிர்ந்துபோனதுபோல இருந்தது.

அவள் விருப்பத்தையும் கோரிக்கையையும் நான் தமிழிடம் சொல்லவில்லை. அதற்கப்புறம் சில ஆண்டுகள் கழித்து என் மகளை க்ளூனி ஸ்கூலில் சேர்க்கும் பொருட்டு ஒரு பாதிரியாரின் பரிந்துரைக்காக அவர் அலுவலக வாசலில் நின்றிருந்தபோது அதே கலைச்செல்வியை இரண்டாவது முறையாகப் பார்த்ததையும் நான் சொல்லவில்லை.

அப்போது ஒரு காரில் வந்து இறங்கினாள் அவள். அவளோடு என் மகளையொத்த ஒரு சிறுமியும் இறங்கினாள். கொஞ்சம்கூட

மாறாத அதே உடல்வாகுடன் அவள் நடந்து வந்தாள். என்னை அறியாத ஒரு படபடப்பில் சட்டென்று எழுந்து நின்றதே அவள் கவனம் என்மீது படிவதற்குக் காரணமாகிவிட்டது.

"எப்படி இருக்கிங்க சார்?" என்று புன்னகையோடு கேட்டபடி காற்று வேகத்தில் காதோரமாக வந்து விழுந்த தலைமுடியை கையை உயர்த்தி ஒதுக்கினாள் கலைச்செல்வி. மருதாணியிட்ட அவள் விரலில் சிவப்புக்கல் மோதிரம் மின்னிக்கொண்டிருந்தது.

நான் புன்னகையோடு தலையசைத்தேன். என் மகளை அவள் முன்னால் நிறுத்தி "ஸ்கூல் அட்மிஷனுக்காகத்தான் அலைஞ்சிட்டிருக்கேன். இந்த ஃபாதர் சொன்னா கிடைக்கும்னு முதலியார்பேட்டையில ஒரு ஃபாதர் சொன்னாரு. அதான் பாக்கலாம்னு..." என்றேன். "இங்கயும் அதே கேஸ்தான்" என்று சிரித்தாள் அவள். தொடர்ந்து "எத்தனை குழந்தைங்க?" என்று கேட்டாள். "இவதான் மூத்தவள். இளவரசி. மூணு மாசத்துக்கு முன்னாலதான் ஒரு பையன் பொறந்தான்" என்றேன். "வெரி நைஸ்" என்றபடி குனிந்து இளவரசியின் கன்னத்தில் தட்டி முத்தமிட்டாள். "ஆன்ட்டிக்கு ஒரு முத்தம் கொடுப்பியா நீ?" என்று கேட்டதும் தயக்கமே இல்லாமல் முத்தம் கொடுத்தாள் இளவரசி. முன்பக்கம் விழுந்த தலைப்பின்னலை எடுத்து பின்பக்கம் போட்டபடி எழுந்த கலைச்செல்வி "உங்க நண்பருக்கு எத்தனை குழந்தைகள்?" என்று நேருக்குநேராக என்னைப் பார்த்துக் கேட்டாள். ஒரு நிலைகுலைந்த மனநிலையில் நான் அவளிடம் "அவன் இன்னும் கல்யாணமே பண்ணிக்கலை" என்றேன்.

அவள் ஒருகணம் திகைத்ததை என்னால் உணரமுடிந்தது. அடங்கிய குரலில் "அவரு வேணாம்னு சொன்னதும் நீங்களும் அப்படியே விட்டுட்டிங்களா? இதான் நட்புக்கு அழகா?" என்றாள். ஒரு பெருமூச்சுக்குப் பிறகு மெதுவாக "கலைச்செல்விய பார்த்தேன். குழந்தைகுட்டியோடு அவ நல்லாதான் இருக்கா. உன்ன சீக்கிரமா ஒரு கல்யாணம் செஞ்சிக்க சொன்னானு சொல்லுங்க. கண்டிப்பா சொல்லணும். சொல்வீங்களா?" என்றாள். நான் தலையசைத்தேன். அதுவரைக்கும் என் முகத்தையே பார்த்துக்கொண்டிருந்த கலைச்செல்வியின் மகளை நான் அப்போதுதான் பார்த்தேன். சதைப்பற்றோடு அழகிய கன்னங்கள். ஈரமான உருண்ட விழிகள். கலைச்செல்வியின் முழுமையான சாயல் அவள் முகத்தில் தெரிந்தது. குனிந்து அவள் உச்சியை வருடிக்கொடுத்தேன். "என்னம்மா உன் பேரு?" என்று கன்னத்தைத் தட்டியபடி கேட்டேன். அவள் மெதுவாக "தமிழ். தமிழ்ச்செல்வி"

என்று சிரித்தாள். மேல்வரிசையில் தெரிந்த ஒரு தெத்துப்பல் அவளுக்கு ரொம்ப அழகாக இருந்தது.

அதற்குப் பிறகு ஆறேழு ஆண்டுகள் கழித்து அதே பள்ளியின் ஆண்டுவிழா ஒன்றில் கசகசவென்றிருந்த கூட்டத்துக்கு நடுவிலும் ஒருமுறை அவளைப் பார்க்க நேர்ந்தது. அதே குரல். அதே புன்னகை. “ரெண்டாவது பொண்ணும் இங்கதான் படிக்கறா. இன்னைக்கு ரெண்டும் என்னமோ பாட்டு பாடுதுங்களாம். அவசியம் வரணும்ன்னு நேத்து ராத்திரி முழுக்க ஒரே பிடிவாதம்” என்று சிரித்தாள். இளவரசியின் பெயரை நினைவுவைத்துக்கொண்டு கேட்டாள். “அவளும் இன்னைக்கு பாடறா” என்று பதில் சொன்னேன். “எனக்கு நேரமே இல்லைம்மா, நீ எதயாவது பண்ணிக்கோனு அவரு கௌம்பி பிசினெஸ் பார்க்க போயிட்டாரு...” என்று அவளாகவே சொன்னாள். அப்புறம் “அம்மா போன மாசம் தவறிட்டாங்க” என்றும் சொன்னாள். என்னமோ தெரியவில்லை, ஒரு வார்த்தைகூட தமிழைப்பற்றி அவள் அன்று எதுவுமே கேட்காததை மிகவும் தாமதமாகவே உணர்ந்தேன். அதையும்கூட நான் தமிழிடம் தெரிவிக்கவில்லை.

மற்றொரு சமயத்தில் அருமார்த்தபுரம் லெவல் கிராஸிங் அருகில் கேட் போட்டிருந்ததால் தொடர்ந்து செல்லமுடியாமல் வண்டியை நிறுத்திவிட்டு இரண்டு காலையும் ஊன்றிக்கொண்டு நின்றிருந்தேன். எனக்கு முன்னால் நூறடி தொலைவுக்கு வாகனங்கள் நின்றிருந்தன. ஒரே சத்தம். பேச்சுச்சத்தம். பாட்டுச்சத்தம். கைப்பேசிச்சத்தம். எல்லோருடைய பார்வையும் ரயில் வரும் திசையில் குவிந்திருந்தது. ஒரு வீட்டு வாசலில் வட்டமாக தங்க அரளிப் பூக்கள் உதிர்ந்திருந்தன. ஒரு நாய் எங்கோ பார்த்து குரைத்தபடி இந்தப் பக்கத்தில் புகுந்து அந்தப் பக்கமாக ஓடிச் சென்றது. அப்போது பக்கத்தில் நின்றிருந்த ஒரு காரின் கண்ணாடிக்கதவைக் கீழிறக்கியபடி “என்ன சார்? நல்லா இருக்கிங்களா?” என்று கேட்ட முகம் கலைச்செல்வியுடையதாக இருந்தது. ஒருகணம் திகைத்துக் குழம்பி பிறகுதான் நான் பதில் சொன்னேன். பிறகும் சில கேள்விகள். சில பதில்கள். ஆனால் அன்றும் அவள் தமிழைப்பற்றி எதுவும் கேட்கவில்லை.

வில்லியனூரை நெருங்கும் வரை தமிழ் எதுவுமே பேசவில்லை. எல்லையின் தொடக்கத்திலிருந்தே சீரான இடைவெளியில் பச்சைத் தென்னையோலைகளை நட்டிருந்தார்கள். அவற்றுக்கு இடையே கண்ணீர் அஞ்சலி சுவரொட்டியைத் தாங்கிய தட்டிகள் நின்றிருந்தன. தமிழ் என் தோளைத் தொட்டு ஒரு சுவரொட்டியின்

பக்கம் நிறுத்தச் சொன்னான். கண்ணாடியைக் கழற்றிவிட்டு கலைச்செல்வியின் முகத்தையே சில கணங்கள் உற்றுப் பார்த்தான். பிறகு படத்துக்கு கீழே அச்சிடப்பட்டிருந்த வாக்கியங்கள் மீது அவன் பார்வை படர்ந்தது. அப்புறம் "போவலாம்" என்பதுபோல என் தோளைத் தொட்டு அழுத்தினான்.

வெற்றிலைத்தோட்டம் தாண்டி, ரயில்வே ஸ்டேஷன் தாண்டி, பெரம்பை சாலைத்திருப்பத்தில் நின்றிருக்கும் எம்.ஜி.ஆர். சிலையைத் தாண்டி, அல்லிக்குளத்தைத் தொட்டபோது மேளச்சத்தத்தைக் கேட்கமுடிந்தது. யாரோ ஒரு நெருக்கமான உறவுக்கூட்டம் மேளச்சத்தத்தின் பின்னணியோடு தெருத்திருப்பத்திலிருந்து வீட்டை நோக்கி ஊர்வலமாகப் போய்க்கொண்டிருந்தது. அந்தக் கூட்டத்திற்கு நடுவில் பெரிய ரோஜா மாலைகள் வைக்கப்பட்ட ஒரு சைக்கிள் ரிக்ஷாவை ஒருவர் இழுத்துக்கொண்டு சென்றார்.

"அந்த ஊர்வலத்துக்குப் பின்னாலேயே கூட்டத்தோடு கூட்டமா போய் பார்த்துட்டு வந்துடலாம் தமிழ்."

அவன் "சரி" என்பதுபோல தலையசைத்ததற்குப் பிறகுதான் நான் வண்டியை ஓரமாக நிறுத்தி பூட்டிவிட்டு இறங்கினேன். "மாலைய நான் வேணும்னா வச்சிகிடட்டுமா?" என்று கேட்டேன். "இல்ல, நானே வச்சிக்கறேன்" என்றபடி மாலையோடு நடக்கத் தொடங்கினான் அவன். அவனைப் பார்க்கும்போது ஏதேதோ பழைய ஞாபகங்கள் பொங்கிப்பொங்கி வந்தன.

அந்த ஊர்வலத்தை நெருங்கும் தருணத்தில் சட்டென்று நின்றுவிட்டான் தமிழ். என்னைப் பார்த்து தலையை அசைத்தபடி "எதுவும் வேணாம் கதிர். திரும்பிப் போயிடலாம்" என்றான். எனக்குக் குழப்பமாகவும் திகைப்பாகவும் இருந்தது. அதை நான் எதிர்பார்க்கவே இல்லை. "தமிழ்..." என்று எதையோ சொல்ல நான் வாயெடுத்தேன். அவன் தன் பார்வையாலேயே என்னை நிறுத்திவிட்டான். ஒருகணம் திரும்பி கையிலிருந்த மாலையை சாலையோரமாக கண்ணீர் அஞ்சலிச் சுவரொட்டி ஒட்டப்பட்டிருந்த தட்டிக்கம்பியில் வைத்துவிட்டு திரும்பி வந்தான். பிறகு மெதுவாக "வண்டிய எடு கதிர், போகலாம்" என்றான்.

(ஆனந்த விகடன் – 2017)

# குழந்தை

"இந்த கொழந்தைய வச்சிகினு யாராச்சும் ஆம்பளையோ பொம்பளையோ இங்க கடைப்பக்கம் வந்தாங்களா? கொஞ்சம் பாத்து சொல்றீங்களா?" என்று கேட்டபடி கைபேசியைக் காட்டினான் தயாளன். அந்தப் படத்தை ஒருகணம் உற்றுப் பார்த்துவிட்டு தலையசைத்தபடி உதட்டைப் பிதுக்கினார் கடைக்காரர்.

"பொம்பளங்ககிட்ட கேட்டுப் பாருங்க சார். கொழந்த மூஞ்சிலாம் அவுங்களுக்குத்தான் நல்லா ஞாபகம் இருக்கும்."

சுப்பராய பிள்ளை தோட்டத்தில் தொடங்கி ஜப்பர்பாய்தோட்டம், அய்யனார் நகர், அருந்ததிபுரம் வரைக்கும் படத்தைக் காட்டி விசாரித்துவிட்டான் தயாளன். அதுவரை ஒரு துப்பு கூட கிடைக்கவில்லை.

கடையிலிருந்து கிழக்கே பிரிந்துசென்ற பாதையில் இருபுறங்களிலும் வீடுகளைப் பார்த்துக்கொண்டே நடக்கத் தொடங்கினான். பல வீடுகள் சாத்தியிருந்தன. ஒரு வீட்டு வாசலில் ஆறேழு பெண்கள் சேர்ந்து சத்தமாகப் பேசியபடி கம்பு புடைத்துக்கொண்டிருந்தனர். கம்பும் பதர்களும் அம்பாரமாக இரு பக்கங்களிலும் குவிந்திருந்தன. அவர்களிடமும் ஒரு வார்த்தை கேட்டுவைப்போம் என்ற எண்ணத்தில் அவர்கள் அமர்ந்திருந்த வீட்டை நோக்கி நடந்தான்.

"வாசல்ல புதுசா மாடு கட்டியிருக்குதே, ஒன் புருஷன்காரன் வாங்கியாந்தானா?" என்று கூட்டத்தில் ஒருத்தி கேட்டாள். அவள் பதில் சொல்வதற்குள் இன்னொருத்தி "பசுவ மட்டும்தான் வாங்கியாந்தாரா? கன்னுக்குட்டி வரலையா?" என்றாள்.

“நம்ம ஊட்டுக்கு வந்தப்பறம் போடற கன்னுக்குட்டிதான் ராசியானதாம். இன்னொரு ஊட்டுலேருந்து வர கன்னுக்குட்டிக்கு ராசியிருக்காதாம்.”

“எந்த ஊடா இருந்தா என்னடி? ரெண்டுமே மாடு போடற கன்னுதானடி.”

“அத ஏன் எங்கிட்ட வந்து கேக்கற? போய் ஒன் மாமங்காரங்கிட்டயே கேளு.”

தயாளன் நெருங்கிவந்து நிற்பதைப் பார்த்ததும் அவர்களுடைய உரையாடல் சட்டென நின்றுவிட்டது. அவர்கள் கவனத்தை ஈர்க்கும் விதமாக தன் கைபேசியிலிருந்த படத்தைக் காட்டினான் தயாளன்.

“இந்த கொழந்தைய வச்சிகினு யாராச்சும் ஆம்பளையோ பொம்பளையோ நடமாடறத பாத்திருக்கீங்களா?

“என்ன விஷயம் சார்?” என்றபடி நெருங்கிவந்து கைபேசியில் இருந்த படத்தைப் பார்த்தாள் ஒருத்தி.

“யாரோ கோயில் வாசல்ல கொண்டாந்து உட்டுட்டு போயிட்டாங்க. ஆள் யாருனு தெரியலை. அதான் தேடறம்.”

த்ச்த்ச் என்று நாக்கு சப்புக்கொட்டினார்கள். கைபேசி ஒவ்வொருவருடைய கைக்கும் மாறிமாறிச் சென்றது.

“எந்த ஊரு கோயில் சார்?”

“இங்கதான். சாரம் சுப்பிரமணியர் கோயில்ல”

“எத்தன நாளாச்சி?”

“ஆறு நாளாயிடுச்சி. சூர சம்ஹாரத்துக்கு மொதநாளு திருக்கல்யாணத்தன்னைக்கு கெடச்சிது. அன்னைக்கி கோயில்ல எக்கச்சக்கமான கூட்டம். அந்த நேரம் பார்த்து யாரோ கொண்டாந்து விட்டுட்டு போயிட்டாங்க.”

“அவ்ளோ நாள் ஆயிடிச்சா? இனிமே தேடி கண்டுபுடிக்கறது ரொம்ப கஷ்டம் சார். ஏதோ ஒரு வேகத்துல செஞ்சவங்களா இருந்தாங்கனா, ஒரு நாளோ ரெண்டு நாளோ கழிச்சி அவுங்களே மனசு கேக்காம கோயில் வாசலுக்கு தேடி வந்திருப்பாங்க. வேணும்னே செஞ்ச ஆளாயிருந்தா இந்நேரத்துக்கு இடம் மாறி போயிருப்பாங்க.”

மறுபடியும் நாக்கு சப்புக்கொட்டினாள் அவள். “சினிமாவுலதான் இப்டிலாம் காட்டறாங்கன்னு பாத்தா வாழ்க்கையிலயும் இப்டி நடக்குது போல. எல்லாம் கலிகாலம்” என்று பெருமூச்சு விட்டபடி ஒருத்தி சொன்னாள். “இந்த பிஞ்சு மூஞ்சிய பாத்தே பசியாத்திக்கலாம் போல இருக்குது. எந்த மூதேவி இத கொண்டாந்து கோயில் வாசல்ல போட்டுட்டு போனாளோ தெரியல. வச்சி வாழத் தெரியாத மடச்சி.”

கைபேசியில் இருந்த குழந்தையின் படத்தைத் திருப்பித்திருப்பிப் பார்த்துக்கொண்டே இருந்தாள் அவள். ” தெரியலயே சார் . ஊருல உலகத்துல புள்ள இல்லயேன்னு ஆயிரம் பேரு கோயில்கோயிலா போறாங்க. வெரதம் இருந்து பரிகாரம் செய்றாங்க. அவுங்க யாருக்காவது இந்த கொழந்த பொறந்திருக்க கூடாதா?” என்று சொல்லிவிட்டு உதட்டைப் பிதுக்கினாள்.

“இங்க குடு”

அவளுக்குப் பக்கத்தில் அமர்ந்திருந்தவள் கைபேசியை வாங்கி, அதில் இருந்த படத்தைப் பார்த்தாள். ”கொழந்த அழகா இருக்குது சார். அம்மாகாரிய கண்டுபுடிக்க முடியலைன்னா எங்கிட்ட கொண்டாந்து உடு சார். எனக்கு நாலு ஆம்பள புள்ளைங்க. பொம்பள புள்ளயே இல்ல. எனக்கு பொறந்த புள்ளயா நெனச்சி இதயும் நானே வளத்துடுவேன்” என்று சிரித்தாள். அவளுடைய பல்வரிசை பார்ப்பதற்கு அழகாக இருந்தது.

இன்னொருத்தி நெருங்கி வந்து அந்தப் படத்தையே சில கணங்கள் கூர்ந்து பார்த்தாள். பிறகு தயக்கமான குரலில் “எங்கயோ பாத்தமாதிரிதான் இருக்குது. ஆனா எங்க பாத்தன்னுதான் ஞாபகத்துக்கு வரமாட்டுது” என்றாள்.

“ஏய் தடிமாடு. ஒன்னு தெரியும்னு சொல்லு. இல்ல தெரியாதுன்னு சொல்லு. இந்த குட்டைய கொழப்பற வேலைலாம் வேணாம்” என்று கண்டிப்பதுபோல சொன்னாள் சுவரோடு சாய்ந்தபடி அமர்ந்திருந்தவள். அவளும் கைபேசியை வாங்கி ஒருமுறை பார்த்துவிட்டு உதட்டைப் பிதுக்கி “தெரியலை சார்” என்றாள்.

ஒவ்வொருவரும் மனத்தில் தோன்றியதைச் சொன்னார்கள். கடைசியில் கைபேசி அவனிடமே திரும்பி வந்தது. திரையில் தெரிந்த குழந்தையின் முகத்தை அவனும் ஒரு முறை பார்த்துவிட்டு பெருமூச்சுடன் அணைத்து பைக்குள் வைத்துக்கொண்டான்.

“வெளியூருல விசாரிச்சி பாரு சார். இங்கத்திய ஆளா இருக்க வழியில்ல. தெரிஞ்ச எடமாச்சேனு அவுங்களுக்கு கொஞ்சம் பயம் இருக்கும். வெளியூரு ஆளாதான் இருக்கணும். அவுங்கதான் தெகிரியமா சும்மா கோயிலுக்கு வரமாதிரி வந்து உட்டுட்டு போயிருக்கலாம்.”

தயாளன் தலையசைத்தபடி அதைக் கேட்டுக்கொண்டான். இந்தத் தேடல் வேட்டையில் இறங்கிய முதல் நாளிலேயே கோமதி சொன்ன சொற்கள் நினைவில் மோதின. “உங்களுக்கு எதுக்கு இந்த வேலையத்த வேலை?” என்று சலித்துக்கொண்டாள்.

கடந்த ஆறு நாட்களாக அவன் வீட்டில் தங்கும் நேரம் குறைந்துவிட்டது. குழந்தைகளோடு செலவிடும் நேரமும் குறைந்துவிட்டது. கைபேசியை எடுத்துக்கொண்டு சுப்பிரமணியர் கோயிலைச் சுற்றியிருந்த தெருக்களில் சுற்றி முதலில் விசாரணையைத் தொடங்கினான். பிறகு கோயிலிலிருந்து நடந்துசெல்லும் தொலைவில் இருக்கும் பிள்ளைத்தோட்டம், கல்லறைப்பேட்டை, கொசப்பாளையம், காராமணிகுப்பம், புதுப்பாளையம் எல்லா இடங்களிலும் அலைந்தான். உருப்படியாக ஒரு துப்பும் கிடைக்கவில்லை என்றபோதும் நம்பிக்கை இழக்காமல் தட்டாஞ்சாவடி, கவுண்டன்பாளையம், குண்டுபாளையம், கோரிமேடு வரைக்கும் சென்று தேடல் வேட்டையை நடத்தினான்.

அவன் மனம் அக்குழந்தையின் தாய்க்கு ஒரு உருவத்தைக் கொடுத்துவிட்டது. அவள் ஏமாந்திருந்த ஒரு நேரத்தில் யாரோ ஒருவர் குழந்தையின் கழுத்தில் இருந்த நகைக்கு ஆசைப்பட்டு அவளிடமிருந்து திருடிச் சென்றுவிட்டார்கள். அவசரமாக நகையைக் கழற்றி எடுத்துக்கொண்டு கோவில் வாசலில் கொண்டுவந்து கிடத்திவிட்டுச் சென்றுவிட்டார்கள். குழந்தை இங்கே இருப்பது தெரியாமல் அம்மாக்காரி வேறு எங்கோ அலைகிறாள். தேடல் வேட்டையில் அவளைக் கண்டுபிடித்தால் குழந்தையை அவளிடம் சேர்த்துவிடமுடியும். அப்படித்தான் அவன் நினைத்தான்.

தாய்வழி உறவில் அவனுக்கு ஒரு பெரியம்மா இருந்தாள். அவளுடைய பெற்றோருக்கு அவள் நேரடிக்குழந்தை இல்லை. கோவிலில் கண்டெடுத்து வளர்த்த குழந்தை. கண்ணுக்கு மறைவாக அவளைப்பற்றி சொந்தங்களில் வட்டத்தில் அருவருப்பாக பரிமாறிக்கொண்ட வார்த்தைகள் கத்தியைவிட கூர்மையானவை. அவை அனைத்தும் நினைவுக்கு வந்துவிட்டன.

முயற்சிக்குப் பிறகு கிடைக்கும் தோல்விகளைப்பற்றி அவன் கவலைப்படவில்லை. ஆனால் முயற்சி மேற்கொள்ளாமலேயே கைவிட அவனுக்கு மனம் வரவில்லை.

காலையில் புறப்படும் சமயத்தில் கோமதி "எப்பவோ ஒரு நாளுதான் ஸ்டேஷன்ல உங்களுக்கு ஆஃப் குடுக்கறாங்க. கொஞ்ச நேரம் படுத்து ஏந்து ரெஸ்ட் எடுக்கக்கூடாதா? இன்னைக்கும் வெளிய சுத்த கௌம்பணுமா?" என்று கேட்டாள். அவன் ஓய்வில்லாமல் அலையும் நேரங்களில் வழக்கமாக அவள் அப்படித்தான் சொல்வாள். காலையில் அந்தச் சொற்களுக்கு கூடுதலான அழுத்தம் இருந்ததைப்போலத் தோன்றியது.

"இந்த கொழந்த மூஞ்சியில இத பெத்தவ மூஞ்சியும் சேர்ந்து தெரியுது கோமதி. அத நெனைக்கும்போதே எனக்கு ரொம்ப கஷ்டமா இருக்குது. படுத்தா கூட தூக்கம் வரமாட்டுது."

கோமதி எதுவும் பேசாமல் பெருமூச்சு விட்டபடி அவனையே பார்த்திருந்தாள். "என் கண்ணு முன்னாலயே நடந்த ஒரு விஷயத்தை தடுக்கமுடியாம கோட்டை உட்டுட்டேனேனு நெனச்சாவே, என் மேலயே எனக்கு எரிச்சலா இருக்குது. என்னால நிம்மதியா ஒரு வாய் சோறு கூட சாப்ட முடியலை, தெரியுமா?" என்றான்.

"நேத்து மீன்கடைல உங்க ஸ்டேஷன் ரைட்டர பாத்தேன். அவரும் மீன் வாங்கத்தான் வந்திருந்தாரு. புள்ளைங்க படிப்பு பத்திலாம் விசாரிச்சாரு. கௌம்பற நேரத்துல எல்லா விஷயத்தயும் கதகதயா சொன்னாரு. அந்த கொழந்தைய பாதுகாப்பா ஹோம்ல விட்டுட்ட பிறகு வீணா எதுக்கும்மா கவலைப்படணும். இருக்கற வேலைய செய்யாம இதும் பின்னாலயே அலயறான். கொஞ்சம் எடுத்துச் சொல்லும்மான்னு சொன்னாரு."

அவன் அவளை நெருங்கிச் சென்று அவள் தலையை மார்போடு சாய்த்துக்கொண்டு முதுகில் வருடிக் கொடுத்தான். கூந்தலிலிருந்து மல்லிகைப்பூவின் மணம் எழுந்தது. பிரியத்தோடு அவள் பின்கழுத்தில் முத்தமிட்டான். "கண்டுபுடிச்சே ஆவணும்னு ஸ்டேஷன்ல யாரும் சொல்லலைங்கறது உண்மைதான். என் நிம்மதிக்காக நானேதான் எல்லா எடங்களுக்கும் அலயறேன். பிரிஞ்சி போன அம்மாவயும் புள்ளயயும் சேத்துவைக்கணும்னு நெனைக்கறது தப்பா? கண்டதயும் நெனச்சி கொழப்பிக்காத கோமதி. இன்னும் ரெண்டு மூனு நாள். அவ்ளோதான். அதுக்குள்ள கெடைச்சா சரி. இல்லைனா விட்டுடறேன். போதுமா?" என்றான்.

“பித்து புடிச்ச மாதிரி நீங்க அலையறத என்னால பாக்க முடியலை. வீட்டுல எங்கிட்டயும் கொழந்தைங்ககிட்டயும் நீங்க அன்பா பேசி எத்தன நாளாவுது தெரியுமா?”

“சரிம்மா... சரிம்மா... அதான் சொல்றனே, சீக்கிரமா விட்டுடறேன். போதுமா?”

கண்களில் தளும்பிய நீர்த்துளிகளை துடைத்துக்கொண்டபடி அவனை அனுப்பிவைத்தாள் கோமதி.

உரத்த குரலில் ஒருத்தி எழுந்து நின்று “நான் ஒன்னு சொன்னா, கோவிச்சிக்காம கேப்பியா சார்?” என்று கேட்டபோது தயாளனின் நினைவுகள் கலைந்தன. உடனே அவள் பக்கமாகத் திரும்பி “சொல்லுங்கம்மா” என்றான்.

“இதே லைன்ல நாலு ஊடு தள்ளி பொன்னம்மாக்கானு ஒருத்தர் இருக்கறாங்க. நல்லா குறி சொல்வாங்க. ஒங்களுக்கு நம்பிக்கை இருந்தா, ஒருதரம் அவுங்ககிட்ட என்ன விவரம்னு கேக்கலாம். காணாம போன ஆளுங்க இருக்கற தெச, எடம்னு எல்லாத்தயும் புட்டுபுட்டு வச்சிடுவாங்க.”

அதைக் கேட்டதும் தயாளன் முதலில் தயங்கினான். பிறகு எப்படிப்பட்ட தகவல் கிடைக்கிறது என்பதை அறிந்துகொள்ளும் ஆர்வம் கொண்டான். “சரி பாக்கலாம்” என்றான்.

ஆலோசனை சொன்னவளே உற்சாகமாக “வா சார். நானே உங்கள அந்த அக்காகிட்ட அழச்சிட்டு போறேன்” என்று முன்னால் நடந்தாள். தயாளன் அவளுக்குப் பின்னால் சென்றான். ஒருவரை அடுத்து ஒருவராக அங்கிருந்த ஆறேழு பேரும் பின்தொடர்ந்து வந்தனர்.

ஒரு பெட்டிக்கடையைக் கடக்கும் நேரத்தில் நின்று அவனிடம் “ஒரு இருவது ரூபாய்க்கு கற்பூரம் வெத்தல பாக்கு பழம் வாங்கிக்க சார்” என்றாள். அவன் “எதுக்கு?” என்று கேட்டபடி அவளைப் பார்த்தான். “தட்டுல காணிக்கையா வைக்கணும். அம்மன மனசுக்குள்ள நெனச்சி அக்கா பூசை செய்வாங்க சார். அப்ப அந்த பொம்பள இருக்கற தெச அக்காவுக்கு காட்சியா தெரியும்” என்றாள். தயாளன் கடைக்காரரிடம் பணம் கொடுத்து எல்லாவற்றையும் வாங்கிக்கொண்டான்.

அவர்கள் குறிப்பிட்ட பொன்னம்மாக்கா வீட்டில்தான் இருந்தாள். அழைத்து வந்தவளே சுருக்கமாக எல்லா விவரங்களையும்

தெரிவித்தாள். கைபேசியில் இருந்த படத்தையும் ஒருமுறை காட்டினாள்.

அனைத்தையும் அமைதியாகக் கேட்ட பொன்னம்மாக்கா கூடத்திலேயே இருந்த விளக்கை ஏற்றிவிட்டு உட்கார்ந்தாள். விளக்கு மாடத்துக்கு மேல் சுவரோடு ஒட்டியதுபோல நீண்டிருந்த பலகையின் மீது அம்மனின் சிலை காணப்பட்டது. அதன் கழுத்தில் புதிய மாலை தொங்கியது. அந்த அக்கா தட்டில் கற்பூரம் ஏற்றி அம்மனுக்குக் காட்டினாள். அவள் விழிகள் அந்தச் சுடரிலேயே சில கணங்கள் பதிந்திருந்தன. தயாளன் எதுவும் புரியாமல் வேடிக்கை பார்த்தான்.

எதிர்பாராத கணமொன்றில் ஒரு விசித்திரமான ஓசை அந்த அக்காவிடமிருந்து வெளிப்பட்டது. அப்போது அவள் உடல் சிலிர்த்தது. பிறகு சிறிது நேரத்தில் அவள் உடலில் ஒரு தளர்வு உருவாக, மெதுவாக கண் விழித்தாள். முன்னால் வைக்கப்பட்டிருந்த கைபேசியில் தெரிந்த குழந்தையின் படத்தைப் பார்த்தபடி "அவள இனிமேல பிடிக்க முடியாது. அந்த முயற்சி வேணாம். விட்டுடு. அவ எல்லையை கடந்து போயிட்டா" என்று சொல்லிவிட்டு அறைக்குள் போய்விட்டாள்.

பெண்கள் கூட்டம் அவனை அழைத்துக்கொண்டு வெளியே வந்தது. கைபேசியை எடுத்துவந்து அவனிடம் ஒப்படைத்தாள் ஒருத்தி. "நம்பிக்கையா ஏதாவது துப்பு கெடைக்கும்னு நெனச்சிதான் அழச்சி வந்தேன். இப்படி வெட்டு ஒன்னு துண்டு ரெண்டுங்கறமாரி சொல்லும்னு நெனைக்கலை சார். தப்பா எடுத்துக்காத" என்று சொன்னாள். "அவுங்க சொல்லிட்டாங்கனு அப்டியே விட்டுடுவேனா என்ன? இன்னும் எவ்ளோ முடியுமோ அவ்ளோ அலைஞ்சி பாக்கறேன்" என்று அவன் அங்கிருந்து புறப்பட்டான். ஆழ்மனத்திலிருந்து ஏதோ ஒரு விசை அவனைச் செலுத்தியது.

அப்படி உருவான ஒரு நம்பிக்கையின் தூண்டுதல்தான் ஒவ்வொரு நாளும் ஒவ்வொரு திசையில் செலுத்திக்கொண்டிருந்தது. ஏதோ ஒரு வேகத்தில் ஒருநாள் ஸ்டேஷனுக்குப் புறப்படும் முன்பாக நெல்லித்தோப்பு பக்கம் சென்றுவிட்டான். பாதையின் இரு புறங்களிலும் ஏராளமான கடைகள். கைபேசிப் படத்தைக் காட்டி "இந்த மாதிரி ஒரு கொழந்தைய வச்சிகிட்டு யாராச்சும் ஒரு அம்மா இந்த பக்கம் வந்தத பாத்திருக்கீங்களா?" என்று கேட்டபடி ஒவ்வொரு கடையாக அவன் ஏறி இறங்கினான். உருப்படியான பதில் எதுவும் கிடைக்கவில்லை. நேரம் போனதுதான் மிச்சம்.

ஸ்டேஷனுக்கு தாமதமாகச் செல்ல அதுவே காரணமாகிவிட்டது. வாசலில் ஜீப் நிற்பதைப் பார்த்ததுமே இன்ஸ்பெக்டர் வந்துவிட்டார் என்பது புரிந்துவிட்டது. தெரு திருப்பத்திலேயே அவனைப் பார்த்துவிட்ட கந்தசாமி முகப்புக்கு ஓடிவந்து நின்று "எங்க போயிட்ட நீ? உள்ள அந்த ஆள் வாள்வாள்னு கத்தறான். உன்னத்தான் காணோம்காணோம்னு தேடறான். போய் என்னனு கேளு. போ" என்றார்.

"இதோ..." என்று அவன் இன்ஸ்பெக்டர் அறைக்குள் ஓடி சல்யூட் வைத்தான்.

"எங்கய்யா போய் தொலைஞ்சே நீ? ஒரு அவசரத்துக்கு எப்ப கூப்ட்டாலும் ஆளே கெடைக்கமாட்டேங்கறியே... நீ எதுக்கு அந்த கொழந்த கேஸ் பின்னாலியே சுத்திகிட்டிருக்கே? ஒனக்கென்ன மரை கழண்டு போச்சா? இங்க செய்யறதுக்கு ஆயிரத்தெட்டு வேலை இருக்குது. அத உட்டுட்டு..." என்று கூவினார் அவர்.

"இல்லை சார். செய்றேன் சார்..."

"என்ன செய்வே? எல்லாத்தயும் ஒவ்வொன்னா சொன்னாதான் செய்வியா? நீயா எதயும் பாத்து கத்துகிட்டு செய்யமாட்டியா?"

"செய்றேன் சார்..."

"நெல்லித்தோப்பு மார்க்கெட் பக்கம் கவர்னர் அம்மா வராங்களாம். நீயும் கந்தசாமியும் ஒடனே அங்க போங்க."

"எஸ் சார்"

அவன் சல்யூட் அடித்துவிட்டு வெளியே வந்தான். கந்தசாமி வண்டியோடு வெளியே காத்திருந்தார். எதுவும் பேசாமல் மௌனமாக வந்து அவருடைய வண்டிக்குப் பின்னால் உட்கார்ந்தான்.

"இப்ப நீ எதுக்கு உம்முனு வர தயாள்? அந்த ஆளு என்ன புதுசாவா நம்மள திட்டறாரு? எப்பவும் ஒரே ராகம், ஒரே பல்லவிதான?"

வண்டியை ஸ்டார்ட் செய்யும் முன்பாக தயாளனைத் திரும்பிப் பார்த்தார். அவர் கண்களைப் பார்த்ததும் அவன் மௌனமாக தலையைக் குனிந்துகொண்டான். கந்தசாமியும் எதுவும் பேசாமல் வண்டியைக் கிளப்பினார்.

கோவில் வாசலில் கண்டெடுத்த குழந்தையை மகாலட்சுமி இல்லத்தில் ஒப்படைக்கச் செல்லும்போது அதே வண்டியில்

158 நயனக்கொள்ளை ⁂

கந்தசாமியுடன் சென்றதை நினைத்துக்கொண்டான். "நல்ல வழியில பெத்தாளோ, கெட்ட வழியில பெத்தாளோ, யாருக்கு தெரியும்? கொண்டாந்து கோயில் வாசல்ல போட்டுட்டு போயிட்டா மகராசி. இங்க நம்ம உயிருதான் போவுது" என்று சலிப்புடன் முணுமுணுத்துக்கொண்டே டி.வி.எஸ்.ஸை ஓட்டினார் கந்தசாமி. அப்போது அது அரைகுறையாக தயாளனின் காதில் விழுந்தது.

இன்றுபோலவே அன்றும் எதுவும் பேசாமல் மௌனமாகவே உட்கார்ந்திருந்தான் தயாளன். ஒருமுறை இடதுதோள் பக்கமாகத் திரும்பி உறங்கிக்கொண்டிருந்த குழந்தையைப் பார்த்தான். அடர்த்தியான தலைமுடி. காதுகளே தெரியவில்லை. ஒட்டிப்போயிருந்த கன்னத்தில் பெரிய கருப்புப்பொட்டு. கழுத்தில் கருப்புக்கயிறுகளும் தாயத்தும். நடக்கும்போது மார்போடு உரசிய சின்ன கால்பாதங்களை மெதுவாக அழுத்திக்கொடுத்தான். நெளிவதுபோல உடல் அசைந்தது. விரல்கள் குண்டுமல்லி அரும்புகளைப் போல இருந்தன. ஒரு கணம் தன் சின்ன மகளின் பாதங்களை நினைத்துக்கொண்டான்.

மகாலட்சுமி இல்லம் விடுதியின் முன்னால் டி.வி.எஸ்.ஸை நிறுத்தும்போதே "போனமா வந்தமானு சீக்கிரமா வந்து சேரு தயாள். சும்மா வழவழனு பேசிட்டே நிக்காத" என்றார் கந்தசாமி. குழந்தையைத் தோளோடு தாங்கியபடியே பின்னிருக்கையிலிருந்து இறங்கினான் தயாளன்.

இல்லத்தின் வாசலில் நின்றிருந்த பெண்மணி அவனைப் பார்த்ததும் நெருங்கிவந்து "வாங்க வாங்க. நீங்க வருவீங்கன்னு இன்ஸ்பெக்டர் சொன்னாரு" என்று சொல்லிவிட்டு குழந்தையை அவராகவே என் தோளிலிருந்து பிரித்து தன் தோளுக்கு மாற்றிக்கொண்டார். "இந்த மகாராணிதான் இன்னைக்கு புது கெஸ்டா?" என்று புன்னகையுடன் குழந்தையின் கன்னத்தைத் தொட்டு அசைத்தாள். அப்போதும் அந்தக் குழந்தை கண் திறக்கவில்லை.

"நல்லா தூங்குது போல"

"ஆமாம். விடிஞ்சதலேர்ந்து பயத்துல அழுது அழுது அதுக்கு தொண்ட தண்ணியே வத்தி போச்சி மேடம். டீக்கடையில பால் வாங்கி ஆத்தி குடிக்க வச்சேன். அப்படியே அசந்து தூங்கிடுச்சி" குழந்தையை பக்கத்தில் இருந்த சோஃபாவில் கிடத்திவிட்டு சுவரையொட்டி நின்றிருந்த அலமாரியிலிருந்து ஒரு பெரிய பேரேட்டை எடுத்துவந்து தயாளனின் முன்னால் திறந்துவைத்தாள் மேடம். அவள் சுட்டிக் காட்டிய இடத்தில் தேவையான

விவரங்களை எழுதினான் தயாளன். பிறகு ஸ்டேஷனிலிருந்து கொண்டுசென்ற கடிதத்தை சட்டைப்பையிலிருந்து எடுத்துக் கொடுத்தான்.

புறப்படுவதற்கு முன்பாக அந்தக் குழந்தையை ஒருமுறை பார்த்தான். "ரொம்ப நேரமா தூங்குது. சீக்கிரம் எழுந்துரும்னு நெனைக்கறேன். எழுந்ததும் பசிக்கும், பாத்துக்குங்க..."

அந்த மேடம் அவனை அன்போடு பார்த்து புன்னகைத்தாள். "நாங்க பாத்துக்குவம் சார். இந்த இல்லத்துல இதுமாதிரி முப்பது குழந்தைங்க இங்க இருக்காங்க" என்றாள்.

தயாளன் தன் பையிலிருந்து கைபேசியை எடுத்து அந்தக் குழந்தையை வெவ்வேறு கோணங்களில் நாலைந்து படங்கள் எடுத்தான். பிறகு குழந்தையை நெருங்கி வந்து அதன் தலைமுடியை விரல்களால் கோதினான். கன்னத்தை மெல்லத் தட்டி அசைத்தான். ஒரேஒரு கணம் திகைத்ததுபோல குழந்தையின் உடல் சிலிர்த்து அடங்கியது. அதன் மூடிய விழிகளைப் பார்த்தபடியே "என்னைக்காவது ஒருநாள் நேரம் இருக்கும்போது வந்து பாக்கறேன் மேடம்" என்று சொல்லிவிட்டு விடைபெற்றான்.

கவர்னர் நிகழ்ச்சி முடிந்து புறப்படும் வரைக்கும் அவன் மௌனமாகவே இருந்தான். பழைய நினைவுகள் புரண்டபடியே இருந்தன.

ஸ்டேஷனில் அடுத்தடுத்து நெருக்கடி மிக்க வேலைகளே ஒவ்வொரு நாளும் அவனைத் தேடி வந்தன. ஓய்வே இல்லாமல் அலைந்தான். தன் துப்பு துலக்கும் வேலைகளை சில நாட்களுக்கு நிறுத்திவைத்தான்.

கோமதி கூட ஒருநாள் கேட்டாள் "என்னாச்சி உங்களுக்கு? அந்த கொழந்த விஷயத்த அப்படியே விட்டுட்டீங்களா? அதப்பத்தி முழுசா கண்டுபுடிக்காம தூக்கம் வராதுனு சொன்னதயெல்லாம் மறந்துட்டீங்களா?"

"போதும்னு நானாதான் நிறுத்திகிட்டேன் கோமதி. என்னதான் முட்டி மோதினாலும் நமக்குனு ஒரு எல்லை இருக்கும்தானே? என் எல்லை எதுனு எனக்கு புரிஞ்சிட்டுது. அதான் என்னால முடிஞ்ச வரைக்கும் செஞ்சி பாத்துட்டு விட்டுட்டேன்."

அதற்குப் பிறகு ஒரு வாரம் கழித்து வேலையை முடித்துக்கொண்டு புறப்படுகிற சமயத்தில் கந்தசாமி வந்து "வண்டியில ஏறு தயாள். ஒரு எடத்துக்கு ஒன்ன கூப்ட்டும் போறேன்" என்றார்.

“எங்கண்ணே?”

“ஒரு முக்கியமான ஆள பாக்க போறோம். பேசாம வண்டியில ஏறு.”

“யாரு, சொல்லுங்ணே”

“போற எடத்துல நீயா தெரிஞ்சிக்குவ, பேசாம வா”

தெரிந்துகொள்ள பரபரப்பாக இருந்தாலும் தயாளன் வண்டியில் அமைதியாகவே அமர்ந்துவந்தான். கால்மணி நேரம் வாயையே திறக்கவில்லை. இந்திரா நகர் கெஸ்ட் ஹவுஸ்க்குப் பக்கத்தில் ஒரு நெட்சென்ட்டருக்கு முன்னால் வண்டி நின்றது.

இருவரும் அந்த நெட்சென்ட்டருக்குள் சென்றனர். கந்தசாமியைப் பார்த்ததும் கடையில் அமர்ந்திருந்த இளைஞன் “வாங்க மாமா” என்றபடி மரியாதையைத் தெரிவிக்கும் விதமாக எழுந்துவந்தான். “உக்காருடா, உக்காரு” என்றபடி அவனுக்கு எதிரில் இருந்த நாற்காலிகளில் இருவரும் அமர்ந்தனர்.

“தம்பி எனக்கு தூரத்து சொந்தம். பேரு ராமலிங்கம். பிஇ முடிச்சிருக்காப்புல. கம்பெனி வேலைக்கு போக இஷ்டமில்லாம இப்படி சென்ட்டர் நடத்தறான். பக்கத்துலயே ஒரு கம்ப்யூட்டர் கோர்ஸ் சென்ட்டர் கூட வச்சிருக்கான்” என்று தயாளனிடம் சொன்னார். “இவரு தயாள். எங்க ஸ்டாஃப். வேலையில ரொம்ப சின்சியர்” என்று அவனுக்கு தயாளனை அறிமுகப்படுத்தினார். இருவரும் ஒருவரை ஒருவர் பார்த்து புன்னகைத்துக்கொண்டனர்.

“ராமலிங்கம், அந்த கொழந்த கேஸ்ல துப்பு கெடைக்காம முழிச்சிட்டிருக்கறவரு இவருதான். நீ என்கிட்ட என்னென்னமோ சொன்னியே, அதயெல்லாம் அவருக்கு சொல்லு.”

கந்தசாமி தன்னை அந்த இடத்துக்கு அழைத்துவந்த காரணத்தை அப்போதுதான் தயாளன் புரிந்துகொண்டான். சட்டென ஒரு நம்பிக்கையின் விசை அவனுக்குள் மீண்டும் படரத் தொடங்கியது.

“போட்டாவ பத்திரிகையில விளம்பரம் குடுத்து தேடறது, தெருத்தெருவா அலைஞ்சி ஒவ்வொரு ஆளா விசாரிக்கறது எல்லாம் ஓல்ட் ஃபேஷன்ஸ். இந்த காலத்து டிஜிட்டல் டெக்னாலஜில புதுவிதமா தேடறதுக்கும் கண்டுபுடிக்கறதுக்கும் பல வழிகள் இருக்குது சார். ஒங்க வேலைய ரொம்ப சீக்கிரமாவே முடிச்சிடலாம்.”

“உண்மையாதான் சொல்றீங்களா?” என்று வியப்போடு கேட்டபடி கைபேசியை எடுத்து குழந்தையின் படத்தை

ராமலிங்கத்திடம் காட்டினான். அவன் ஒருகணம் அப்படங்களை ஒவ்வொன்றாக நிதானமாக தள்ளிப் பார்த்துவிட்டு, ஒரே கணத்தில் கைபேசியிலிருந்த படங்களை தனக்கு அருகிலிருந்த மடிக்கணினிக்கு மாற்றிக்கொண்டான்.

“இப்ப ஃபேஸ் புக், டிவிட்டர், வாட்சப்னு நெறய விஷயங்கள் கம்ப்யூட்டர் உலகத்துல இருக்குது சார். ஒரு செய்திய ஒரே நொடியில ஒரு கோடி பேருக்கு கொண்டுபோய் சேத்துரும். மனுஷன் துப்பறிஞ்சி சொல்றத விட ஆயிரம் மடங்கு வேகமா கண்டுபுடிக்கறதுக்கு ஒத்தாசையா இருக்கும்.”

“நிஜமா கண்டுபுடிச்சிட முடியுமா?” ஆச்சரியத்தோடு மறுபடியும் கேட்டான் தயாளன். அவன் இருக்கையின் விளிம்புக்கே நகர்ந்துவிட்டான். ராமலிங்கம் கணிப்பொறித் திரையில் எதையோ புரட்டியபடி நான்கு விரல்களையும் மடக்கி கட்டைவிரலை மட்டும் உயர்த்தி புன்னகைத்தான்.

“இங்க பாருங்க சார். முதல்ல என் ஃபேஸ் புக்ல இந்த சேதிய போட போறேன். என் நட்பு வட்டத்துல பாண்டிச்சேரியில மட்டும் நாலாயிரம் பேரு இருக்காங்க. யாரு வழியிலாவது நமக்கு ஒரு துப்பு கெடைச்சிடும். கெடைக்காம போக வழியே இல்ல.”

“அவ்ளோ உறுதியா எப்படி சொல்றீங்க? ஒருவேளை கெடைக்காம போனா..?”

“இங்க நூத்துக்கணக்கான வாட்சப் க்ரூப் இருக்குது. வாடகைக்கு வீடு தேடறவங்க. வாடகைக்கு வீடு குடுக்கறவங்க. வியாபாரம் செய்றவங்க. ஸ்போர்ட்ஸ் பீப்பள், வீட்டு வேலைக்கு ஆள் சப்ளை செய்யற ஏஜென்சிங்கனு எக்கச்சக்கமான க்ரூப் இருக்குது. எல்லா க்ரூப்லயும் இந்த படத்த போடலாம். ஏதாவது ஒரு க்ரூப்ல நமக்குத் தேவையான ஒரு க்ளூ கெடைக்கும்.”

தயாளனுக்கு நம்பவும் முடியவில்லை. நம்பாமல் இருக்கவும் முடியவில்லை. அவன் மனம் அப்போதே அந்தப் பெண்ணைக் கண்டுபிடித்ததுபோல பரபரத்தது. ராமலிங்கத்தின் பேச்சும் வேகமும் தயாளனுக்கு மிகவும் பிடித்திருந்தன. ஏராளமான சந்தேகங்களைக் கேட்டு பதில்களைப் பெற்றுக்கொண்டான்.

ஒரு வாரத்துக்குப் பிறகு ஒரு மாலை நேரத்தில் நெல்லித்தோப்பு பள்ளிக்கூட மைதானத்தில் மினிஸ்டர் மீட்டிங் பாதுகாப்பு டூட்டிக்காக கந்தசாமியும் தயாளனும் வந்திருந்தார்கள். இரண்டு மணிக்கு தொடங்கவேண்டிய மீட்டிங் மினிஸ்டர் வருகையில்

ஏற்பட்ட தாமதத்தால் நாலு மணிக்குத் தொடங்கி ஐந்தரைக்கு முடிந்தது. மினிஸ்டர் வாகனமும் காவல்துறை வாகனமும் புறப்பட்டுச் சென்றன. கூட்டம் கலைவதற்காகக் காத்திருந்த சமயத்தில் கந்தசாமியின் கைபேசியில் ஓர் அழைப்பு வந்தது. ராமலிங்கத்தின் பெயரைப் பார்த்ததுமே அவர் முகத்தில் வெற்றிப்புன்னகை அரும்பியது. அழைப்பை ஏற்று உரையாடி முடித்ததும் அந்தப் புன்னகை இன்னும் பல மடங்காக விரிந்தது.

"ஒரு சின்ன துப்பு கெடைச்சிருக்காம். உடனே வாங்கனு கூப்புடறான் ராமலிங்கம். வா தயாள். வந்து வண்டியில ஏறு" என்றார் கந்தசாமி.

பரபரப்புடன் தயாளன் வண்டியில் பின்னிருக்கையில் உட்கார்ந்தான். வண்டி போன வேகத்தில் எதையுமே நினைக்கமுடியவில்லை. இரு புறங்களிலும் கடந்துசெல்லும் வாகனங்களை வேடிக்கை பார்த்தபடி அமர்ந்திருந்தான்.

கடையில் மடிக்கணினியில் எதையோ படித்துக்கொண்டிருந்தான். ராமலிங்கம். இருவரும் படியேறி வருவதைப் பார்த்ததும் "வாங்க வாங்க" என்றபடி இருக்கையிலிருந்து எழுந்தான்.

"பன்னெண்டு க்ரூப்ல கொழந்த படத்த போட்டிருந்தேன் மாமா. வாடகை வீடு ப்ரோக்கர் ஒருத்தரு மட்டும் தெரியும்ங்கற மாதிரி ஒரு சேதி போட்டிருந்தாரு. உடனே அவர கூப்ட்டு கேட்டேன். நேருல வாங்க பேசலாம்னு சொன்னாரு."

"அப்படியா? எடம் எதுனு கேட்டியா?"

"குயிலாப்பாளையம்தான். வண்டியில போயிடலாம்."

பல நாள் தேடல் ஒரு முடிவுக்கு வரப்போகிறது என்பதை நினைத்து தயாளனுக்கு ஒருபக்கம் ஆறுதலாக இருந்தது. அது எப்படி இருக்குமோ என நினைத்து மற்றொரு பக்கம் அச்சமாகவும் இருந்தது.

குயிலாப்பாளையத்தை அடைந்ததும் தொலைபேசியில் சொன்ன வழிக்குறிப்பின்படி வண்டியைத் திருப்பி இருபுறமும் பார்த்தபடி மெதுவாகச் சென்றான் ராமலிங்கம். தொலைவில் ஒரு பிள்ளையார் கோவில் தெரிந்தது.

"அதான் அவரு சொன்ன அடையாளம் மாமா. அங்க அரசமரத்தடியில உக்காந்திருக்காரே, அவராதான் இருக்கணும். வாங்க..."

வண்டியை ஓட்டிச் சென்று மரத்துக்கு அருகில் நிறுத்தினான். "இங்க செல்லதுரைனு வீட்டு ப்ரோக்கர்..." என்று தொடங்கியதுமே அவர் கோவில் திண்ணையிலிருந்து இறங்கியபடி "வாங்க, வாங்க. ராமலிங்கம்தான? நான்தான் செல்லதுரை..." என்றார் அவர்.

வண்டிகளை ஓரமாக நிறுத்திவிட்டு மூன்று பேருமே இறங்கி செல்லதுரையைப் பார்த்து புன்னகையுடன் வணக்கம் சொன்னார்கள்.

"இவரு பெரிய மாமா. அவரு சின்ன மாமா. ரெண்டு பேருமே போலீஸ்காரங்க. ஆஸ்பத்திரியில ஒரு அம்மா கோமாவுல இருக்காங்க. பஸ் ஸ்டேண்ட்ல பேச்சுமூச்சில்லாம கெடக்கறாங்கனு யாரோ கொண்டாந்து சேத்துருக்காங்க போல. யாரு எந்த ஊருனு ஒரு தகவலும் இல்ல. இந்த கொழந்த மட்டும் பக்கத்துல இருந்திருக்குது. தகவல் தெரிஞ்சா சொல்லுங்கனு ஆஸ்பத்திரிகாரங்க ஸ்டேஷன்ல கூப்ட்டு சொன்னாங்களாம். என்கிட்ட தகவல் வந்தது. அதனாலதான் படத்த வாங்கி க்ரூப்ல போட்டன்."

எல்லாவற்றையும் தலையசைத்தபடி பொறுமையாகக் கேட்டுக்கொண்டார் செல்லதுரை. "அந்த கொழந்த மூஞ்சி எனக்கு நல்லா ஞாபகம் இருக்குது சார். அந்த அம்மாவுக்கு நான்தான் வாடகைக்கு வீடு பாத்து குடுத்தேன். ஆனா அது ஒழுங்காவே வாடகை குடுக்கலை. அந்த வீட்டு ஓனர் ஒவ்வொரு மாசமும் என்கிட்ட வந்து நிப்பாரு. அப்ப, என்ன ஏதுனு விசாரிக்க போன நேரத்துல இந்த குழந்தைய அடிக்கடி பாத்திருக்கேன். அதனாலதான் போட்டாவுல பார்த்ததுமே சட்டுனு ஞாபகம் வந்துடுச்சி."

"அந்த அம்மா உடம்புக்கு ஏதாச்சிம் பிரச்சினையா?"

"உடம்புக்கு என்ன சார் பிரச்சின? எல்லாப் பிரச்சினையும் மனசுக்குத்தான். புள்ளய குடுத்துட்டு புருஷன்காரன் ஓடிட்டான். ஒத்த பொம்பளயால என்ன செய்யமுடியும்? இங்க புளிமண்டியில ஏதோ வேலை செஞ்சிதான் அது பொழப்ப நடத்துச்சி..."

"சொந்தக்காரங்க வேற யாரும் இங்க இல்லயா?"

"இருக்காங்க சார். சிவகாமி நகர்ல தொரக்கண்ணுனு மாட்டுத்தரகர் ஒருத்தர் இருக்காரு. அவருக்கு இந்தப் பொண்ணு ஏதோ தூரத்துச் சொந்தம்னு சொன்னாரு. அவரு சொல்லித்தான்

நான் வீடு பாத்து குடுத்தேன். அப்ப ரெண்டு பேருக்கும் கல்யாணம் ஆன புதுசு...”

“அவர பாக்கலாமா?”

தயாளன் அவசரமாகக் கேட்டான். செல்லதுரையின் முகம் தளர்ந்து தயக்கத்தைக் காட்டியது. “அந்த ஆளு கொஞ்சம் மொரட்டுத்தனமான ஆளு. நான் உங்க கூட வந்து எட்டி நின்னு வீட்ட மட்டும் காட்டறேன். ஆனா கூட வரமுடியாது. நீங்களா விசாரிக்க போறமாதிரி போய் பேசி பாருங்க...”

“சரி சரி. எடத்த காட்டுங்க. அது போதும்” என்றபடி வண்டிக்கு அருகில் சென்றார் கந்தசாமி. செல்லதுரை அவரைத் தடுத்து “வண்டிங்கள்லாம் இங்கயே இருக்கட்டும் சார். ரெண்டு தெரு தள்ளித்தான் அவர் வீடு. நடந்தே போயிடலாம்” என்றார்.

எல்லோருமே நடக்கத் தொடங்கினர். ஒரு குளத்தைச் சுற்றிக்கொண்டு நடந்தார்கள். குளத்தில் தண்ணீர் இருப்பதே தெரியவில்லை. ஒரு போர்வையால் போர்த்தியதுபோல ஆகாயத்தாமரை பரவி மூடியிருந்தது. அதையொட்டி இடிந்துபோன ஒரு மண்டபம்.

அந்தத் திருப்பத்துக்கு வந்ததும் செல்லத்துரை நின்றுவிட்டார். “அதோ, அங்க ஒரு முருங்கமரம் தெரியுது பாருங்க. அதுக்குப் பக்கத்துல வேலி போட்ட வீடுதான் அவரு வீடு” என்று சுட்டிக்காட்டினார். அப்போது கந்தசாமி தயாளனின் தோளைத் தொட்டு “தயாள். நீ மட்டும் போய் பேசிட்டு வா” என்று சொன்னார். அவன் திகைத்து குழப்பத்துடன் அவரை ஏறிட்டான். “திடீர்னு ஏன்ணே இப்டி?” என்று தயங்கினான். “கூட்டத்த பாத்து அந்த ஆளு மெரண்டுட்டா உண்மைய தெரிஞ்சிக்க முடியாம போகலாம் தயாள். நான் சொல்றத கேளு. போய்வா” என்று சொல்லிவிட்டு சட்டென்று திரும்பி நடந்தார். “போங்க போங்க. தகிரியமா போங்க” என்று ராமலிங்கமும் செல்லதுரையும் சைகை காட்டினார்கள்.

பதற்றம் தெரியாதபடி இயல்பாக அந்த வீட்டுக்கு அருகே சென்ற தயாளன் ஒருகணம் அதன் சுற்றுப்புறத்தைக் கவனித்தான்.

ஒருபக்கம் மாட்டுத்தொழுவம். வைக்கோல்போர். பூவரச மரத்தடியில் ஒரு கன்றுக்குட்டி கட்டப்பட்டிருந்தது. வாசலில் கயிற்றுக்கட்டிலில் உட்கார்ந்தபடி இரண்டுபேர் பேசிக்கொண்டிருந்தார்கள்.

வேலிப்படலைத் திறந்தான் தயாளன். அந்தச் சத்தம் கேட்டு “யாரு?” என்று ஒருவர் திரும்பினார். பெரிய மீசை வைத்திருந்தார். உறுதியான உடல். வெற்று மார்பில் ஒரு துண்டுமட்டும் தொங்கியது.

“தொரக்கண்ணு...”

“நான்தான். வாங்க. வந்து இப்படி உக்காருங்க. ரெண்டு நிமிஷம். இவர அனுப்பிட்டு வரேன்” என்று எதிர்ப்புறத்தில் இருந்த இன்னொரு கயிற்றுக்கட்டிலைக் காட்டினார்.

தயாளன் அமர்ந்தபிறகு, வந்தவருடன் மீண்டும் உரையாடலைத் தொடர்ந்தார் துரைக்கண்ணு. ஐந்தாறு நிமிடங்களுக்குப் பிறகு அவர் எழுந்து சென்றார். அதற்குப் பிறகு தயாளனின் பக்கம் திரும்பி “சொல்லுங்க சார், என்ன சேதி? என்ன வேணும். பசுவா, காளையா, கன்னுக்குட்டியா?” என்று கேட்டார்.

தயாளன் எதுவும் பேசாமல் கைபேசியை எடுத்து குழந்தையின் படத்தை அவர் முன்னால் காட்டினான். அதைப் பார்த்ததும் ஒரே ஒருகணம் அவர் முகம் திகைப்பில் இருண்டது. கண்கள் இலக்கில்லாமல் அலைபாய்ந்தன. மறுகணமே அக்கறையில்லாத ஒரு பார்வையுடன் மீண்டு “யாருது சார் கொழந்த? எங்க இருக்குது? ஏன் என்கிட்ட காட்டறீங்க?” என்று அடுத்தடுத்து கேட்டார்.

“இங்க பாருங்க தொரக்கண்ணு. நான் போலீஸ்காரன்தான். ஆனா போலீஸ் முறையில விசாரிக்கறதுக்காக இங்க வரலை. இந்தக் கொழந்தைக்கு அம்மா இருக்காங்களா இல்லயா? எங்க இருக்கறாங்க? எங்க மறச்சி வச்சிருக்கீங்க? எதுக்காக மறச்சி வச்சிருக்கீங்க?”

“நான் யாரயும் மறைச்சி வைக்கலயே சார். இது... இது... இது யாருனே எனக்குத் தெரியாது சார்.”

சொல்லும்போதே அவருக்கு நாக்கு குழறியது. சட்டென கட்டிலை விட்டு எழுந்து நின்று துண்டை எடுத்து பலமுறை உதறி போட்டுக்கொண்டார்.

“தொரக்கண்ணு. நான் மறுபடியும் சொல்றேன். நீங்க உண்மைய சொன்னா, பிரச்சினை இங்கயே முடிஞ்சிடும். பொய் சொல்ல ஆரம்பிச்சிங்கனா, உங்களுக்கும் கஷ்டம். இந்தக் கொழந்தைக்கும் கஷ்டம்.”

தயாளன் ஒவ்வொரு சொல்லாக நிதானமான குரலில் சொன்னான். துரைக்கண்ணு "எனக்கு எதுவும் தெரியாது" என்பதையே மீண்டும் மீண்டும் அழுத்திச் சொல்லிக்கொண்டே இருந்தார். தயாளன் அந்தக் குழந்தையின் படத்தை அவர் பார்க்கும் விதமாக கைபேசியைப் பிடித்துக்கொண்டிருந்தான்.

திடீரென உயர்ந்து ஒலித்த அவர் குரல் மெல்ல மெல்ல மங்கி சட்டென பிசிறு தட்டியது. ஒரு கட்டத்தில் நிலைகுலைந்து தரையைப் பார்த்தபடி சில கணங்கள் அமர்ந்தார். இரு கைகளாலும் முகத்தை மூடிக்கொண்டார். நிமிர்ந்தபோது அவர் கண்கள் தளும்பியிருந்தன. "கொழந்தை உயிருக்கு..." என்று மெதுவாக இழுத்தார். "நீங்க மொதல்ல உண்மைய சொல்லுங்க தொரக்கண்ணு" என்றான் தயாளன்.

"நல்லவனு நம்பி யாரோ ஒரு நாதாரிய கட்டிகிட்டு வந்திடுச்சி சார் அந்த பொண்ணு. கமுனாட்டி பையன் ஏமாத்தி புள்ளய குடுத்திட்டு ஓடிட்டான். அந்த கொழந்தய வளர்க்க அது பட்ட துன்பம் மாதிரி யாரும் பட்டிருக்க முடியாது. வேற எவனுக்காவது கட்டி வைக்கலாம்னு பாத்தா, வரவன்லாம் இந்த கொழந்தயால வேணாம் வேணாம்னு போயிட்டானுங்க. எவ்ளோ காலம்தான் அதுவும் ஒத்தயில கஷ்டப்படும்? குயிலாபாளையத்துலயே தெரிஞ்ச வழியில ஒரு பையன் கெடைச்சான். பம்பாய்ல வேலை. நான் சொன்னதும் சரினு ஒத்துகிட்டான். ஆனா அவனும் கொழந்தை இல்லாம வரச்சொல்லுங்க, நான் இன்னைக்கே பம்பாய்க்கு அழச்சிட்டு போயி ராணி மாரி வச்சி காப்பாத்தறேனு சொன்னான். எனக்கு என்ன செய்யறதுனே புரியலை..."

பதிலை எதிர்பார்ப்பவரைப்போல ஒருகணம் தயாளனின் முகத்தையே அவர் பார்த்தார்.

"கொழந்தய பாத்தா ஒன் எதிர்காலம் பாழா போயிடும், அவன்கூட கௌம்பி போனு நான்தான் அந்த பொண்ண அனுப்பி வச்சேன். கொழந்தய நெனச்சிதான் அதுக்கு ரொம்ப கவலை. பத்து நாளா அழுது அழுது அதுங் கண்ணே வீங்கி போச்சி. அது கோயில்ல திருவிழா சமயம். ஒரே சத்தம். ஒரே கூட்டம். சாமி குடுத்த கொழந்தய சாமிகிட்டயே குடுத்துட்டு வரேனு தூக்கிட்டு போயி ஒரு மறைவுல உட்டுட்டு வந்துட்டுது. ரெண்டு பேரயும் சென்னைக்கு போற பஸ்ல ஏத்தி அனுப்பிவச்சிட்டேன்..."

“சொல்றதெல்லாம் உண்மைதான? எங்கிட்ட கத கட்டற வேலைலாம் வேணாம்.”

“அந்த முருகன் மேல சத்திமா உண்மைதான் சார். நம்புங்க சார்”

“இப்ப எங்க இருக்காங்க?”

“பம்பாய்லதான் இருக்காங்க சார்”

“பம்பாய்ல எங்க?”

“அதெல்லாம் எதுக்கு சார்? கண்காணா எடத்துல எங்கயோ நிம்மதியா இருக்குது...”

அந்தப் பெண்ணின் துயரக்கதையைக் கேட்டு மனம் வேதனையில் ஆழ்ந்தது. இத்தனை காலம் தான் நினைத்ததுபோல குழந்தை திருடப்படவில்லை என்பதை நினைத்து ஆறுதலாக இருந்தது. மனபாரமெல்லாம் சட்டென வடிந்துவிட்டது.

“நல்லதுதான் பண்ணியிருக்கீங்க தொரக்கண்ணு. நீங்க ஒன்னும் கவலைப்படவேணாம். சும்மா தெரிஞ்சிக்கலாம்னுதான் விசாரிச்சேன்” என்று சொல்லிவிட்டு கைபேசியை பைக்குள் வைத்துக்கொண்டு எழுந்தான் தயாளன்.

“சார், கொழந்தை” என்றபடி துரைக்கண்ணுவும் கட்டிலைவிட்டு எழுந்தார்.

“அதெல்லாம் எதுக்கு? கண்காணா எடத்துல அதுவும் நிம்மதியா இருக்குது...”

முதலில் திகைத்து, பிறகு மெல்ல மெல்ல தெளிந்து துண்டை உயர்த்தி கண்களைத் துடைத்தபடி புன்னகைத்தார் துரைக்கண்ணு. தயாளனுடன் கூடவே நடந்து வேலிப்படலைத் திறந்துவிடும்வரை மீசையைத் திருகியபடி புன்னகைத்துக்கொண்டே இருந்தார்.

(பேசும் புதிய சக்தி, ஜனவரி – 2022)